மணிரத்னம்:
அழகியலும்
கருத்தியலும்

யமுனா ராஜேந்திரன்

உயிர்
பதிப்பகம்

உயிர்
பதிப்பகம்

மணிரத்னம்: அழகியலும் கருத்தியலும்

யமுனா ராஜேந்திரன்

Maniratnam: Aesthetics and Ideology

By **Yamuna Rajendran**

வெளியீடு: உயிர் பதிப்பகம்
முதல் பதிப்பு: ஆகஸ்ட் 2024
உயிர் வெளியீட்டு எண்: 57

உயிர் பதிப்பகம்
4, 5வது தெரு, சக்தி கணபதி நகர்,
திருவெற்றியூர், சென்னை - 600 019.
செல்: 98403 64783
uyirpublication@gmail.com
978-81-971725-9-5

நூல் வடிவமைப்பு: சார்க் டிசைனிங் சென்டர்
போன்: 90250 44447
அச்சகம்: AKL Printers, Porur.
Mob: 63827 71534.

பக்கங்கள்: 264
விலை: ₹ **360**

All rights reserved. No part of this book may be reprinted or reproduced or utilised in any form or by any electronic, mechanical or other means, now known or hereafter invented, including photocoping and recording, or in any information storage or retrieval system, without permission in writing from the Publisher.

காசாவில்
மரணித்த ஐந்து வயது
பாலஸ்தீனப் பெண் குழந்தை
ஹின்ட் ரஜப்புக்கு

நூல் முகம்

யமுனா ராஜேந்திரன்

1997ஆம் ஆண்டு மணிரத்னத்தின் ரோஜா, பம்பாய், இருவர் என மூன்று படங்கள் குறித்த விவாதங்கள் இந்தியாவில் அலையடித்த காலத்தில் 'மணிரத்னம் சினிமா' என நண்பர் சுப்ரபாரதி மணியனின் கனவு பதிப்பகம் எனது 100 பக்கங்களிலான குறுநூலை வெளியிட்டது.

அரசியலில் மட்டும் அதிக கவனம் குவித்து திரைப்பட அழகியலில் அக்கறை காட்டாத வகையில் விமர்சனங்கள் எழுந்த தருணத்தில் திரைபடத்தில் அழகியலை மட்டும் வலியுறுத்துவதாக அந்த நூல் அமைந்து விட்டது என்பதைப் பிற்பாடு நான் உணர்ந்தேன்.

மணிரத்னத்தின் கருத்தியலை மதிப்பிட அந்தக் குறுநூல் தவறியிருந்தது.

நண்பர் தளவாய் சுந்தரம் தான் தொடர்பு கொண்டிருந்த 'காட்சிப்பிழை' இதழில் மணிரத்னம் படங்கள் தொடர்பாக ஒரு தொடர் எழுத அழைத்ததைத் தொடர்ந்து மணிரத்னத்தின் 13 அரசியல் படங்கள் குறித்துத் தனித்தனியாகவும் விரிவாகவும் 13 கட்டுரைகள் எழுதினேன்.

'காட்சிப்பிழை' இதழின் ஆசிரியர் வி.எம்.எஸ்.சுபகுணராஜன் எனக்கு இக்கட்டுரைகளை எழுத முழுமையான சுதந்திரத்தை அளித்தார். 'காட்சிப்பிழை' இதழ் இடையில் நின்ற காரணத்தால் என்னால் அந்தத் தொடரை நிறைவுசெய்ய முடியவில்லை.

எழுதியவரை மணிரத்னத்தின் அரசியல் படங்கள் பற்றி மட்டும்; நூலைத் திட்டமிட்டுக் கொண்டுவர முயன்றது பல காரணங்களால் பின் போய்க்கொண்டிருந்தது. இந்த இடைக்காலத்தில் மணிரத்னத்தின் மத்தியதர வர்க்க நகர்ப்புறப் பெண்கள், அவரது காங்க்ஸ்ட்டர் படங்கள் என இரு வகையினங்கள் தொடர்பாகவும் இரு கட்டுரைகளை எழுதிமுடித்தேன்.

‘மணிரத்னம்: அழகியலும் கருத்தியலும்’ எனும் இந்நூல் மணிரத்னத்தின் முதல் படமான பல்லவி அனு பல்லவி முதல் நூல் வெளியாகும் காலத்தில் திரைக்கு வந்த அவரது பொன்னியின் செல்வன் வரையிலான அவரது முழுமையான படங்கள் குறித்த மதிப்பீட்டினை முன்வைக்கிறது.

மணிரத்னத்தின் அழகியலும் கருத்தியலும் குறித்த இந்த நூலை தோழர். சண்முகானந்தம் தனது உயிர் பதிப்பகத்தின் வழி கொணர்கிறார்.

இந்நூலின் உருவாக்கத்திற்கு வேறு வேறு காலங்களில் பல்வேறு வகைகளில் உதவிய நண்பர்கள் சுப்ரபாரதி மணியன், தளவாய் சுந்தரம், வி.எம்.எஸ்.சுபகுணராஜன், ராஜ் கஜேந்திரா, ஓவியர் கிருஷ்ண ராஜா ஆகியோரை இத்தருணத்தில் நன்றியுடன் நான் நினைவுகூர்கிறேன்.

நூலின் இந்த வடிவத்தை உருவாக்கிய சார்க் டிசைன் நண்பர் ரவிந்திரனுக்கும், நூலைத் திருத்தமாக மெய்ப்புப் பார்த்த தோழர். லிங்கராஜா வெங்கடேஸுக்கும் எனது அன்பு. நூலுக்கு அழகிய முன்னுரை எழுதிய மிச்சிகன் பல்கலைக் கழகத் திரைத்துறைப் பேராசிரியர் நண்பர் சொர்ணவேல் ஈஸ்வரனுக்கு எனது மனமார்ந்த அன்பும் நன்றியும். நூலை வெளியிடும் உயிர் பதிப்பகத் தோழர். சண்முகானந்தத்திற்கு மீளவும் எனது அன்பு.

லண்டன்
15 மே 2024.

உள்ளடக்கம்

முன்னுரை

- மணிரத்னமும் மைய நீரோட்ட சினிமாவும் — 11
  சொர்ணவேல் ஈஸ்வரன்
- மணிரத்னத்தின் பூர்வ வேர்கள் — 19

முதலிரண்டு படங்கள்:
காதல் மற்றும் அரசியல்

- பல்லவி அனுபல்லவி (கன்னடம்: 1978) — 27
- உணரு (மலையாளம்: 1984) — 37

பெருந்தேசியம்:
இந்து - முஸ்லீம் பிரச்சினை

- ரோஜா (1993) — 49
- பம்பாய் (1995) — 71

திராவிட அரசியல்

- இருவர் (1997) — 97
- ஆயுத எழுத்து (2004) — 125

இனத் தேசியப் பிரச்சினை

- உயிரே (1998) — 137
- கன்னத்தில் முத்தமிட்டால் (2002) — 151

கார்ப்பரேட்டிசம்

- குரு (2007) — 167

புழங்குடியின மக்களின் போராட்டம்

- ராவணன் (2010) — 183

வரலாற்றுப் புனைவும் மறுபுனைவும்

- பொன்னியின் செல்வன் (2022-2023) — 193

மணிரத்னத்தின் பெண்கள்
- நவதேசியப் பழமைவாதப் பிரதிமைகள்   203

மணிரத்னத்தின் கேங்க்ஸ்ட்டர்கள்
- வில்லன்கள் நாயகன்கள் புனித அரசதிகாரம்   239
- மணிரத்னம் இயக்கிய படங்கள்   253
- மணிரத்னம் கதை எழுதிய படங்கள்   258
- மணிரத்னம் தயாரித்த படங்கள்   259

அது நடக்கலாம், நாம் வலுவாக இருக்க வேண்டும். நாம் ஒவ்வொருவரும் விளிம்புநிலைச் சக்திகள் ஆதிக்கம் செலுத்த அனுமதிக்கக்கூடாது. அச்சம்கொண்டு எளிதாக ஒரு கூட்டுக்குள் சென்று அடைபட்டுவிடக் கூடாது. நீங்கள் சரியாக இருக்கும் வரை நீங்கள் செய்வது நேர்மையானது என்று உங்களுக்குத் தெரியும். உங்களை மட்டுமல்ல உங்களைச் சுற்றியுள்ள அனைவரையும் குறித்துப் பொறுப்புடன் இருங்கள். நீங்கள் வலுவாக இருக்க வேண்டும. ஆதிக்கம் செலுத்த முயற்சிக்கும் விளிம்புநிலைச் சக்திகளை நீங்கள் எதிர்க்க வேண்டும்.

எங்களுக்கு ஒழுக்கக் காவல் தேவையில்லை. காலங்காலமாக இருந்து வரும் ஒரு கலாச்சாரம் நம்மிடம் உள்ளது. என்னால் என்ன செய்ய முடியும், என்ன செய்யக்கூடாது என்று சொல்லும் தனி நபர் எங்களுக்குத் தேவையில்லை. நல்லது கெட்டதுகளை ஆணையிடும் ஒரு சிறிய குழு எங்களுக்குத் தேவையில்லை. நல்லதும் கெட்டதும் குறித்த உணர்வு தலைமுறைகளாக நமக்குள் கடத்தப்பட்டு வருகின்றன. ஒரு தனிநபரின் தனியுரிமை, தனிநபரின் சிந்தனை, நடத்தைச் சுதந்திரத்தில் ஊடுருவ முயற்சிக்க சிறிய குழுக்களைச் சட்டம், ஒழுங்கு அனுமதிக்கும் என்று நான் நினைக்கவில்லை.

Film Maker Maniratnam's First political Interview
Times Now/ 05 April 2017
Reproduced at The News Minute/ 06 Apr 2017.

மணிரத்னமும் மைய நீரோட்ட சினிமாவும்

சொர்ணவேல் ஈஸ்வரன்

யமுனா ராஜேந்திரனுடன் எனக்கு முப்பது வருடத்திற்கும் மேலான பழக்கம் இருக்கிறது. கிட்டத்தட்ட இருபத்தியைந்து ஆண்டுகளாக நெருங்கிய நட்பும் இருக்கிறது. எனக்கு அவர்மேல் உள்ள மரியாதை என்பது அவரது மார்க்சிய தத்துவத்தின் மேலான இடையறாத ஆழ்ந்த ஈடுபாட்டையும் அதன் விளைவான மனிதத்தையும் அடிப்படையாகக் கொண்டது.

தமிழில் மார்க்சிய கோட்பாடுகளை மக்களுக்கு எடுத்துச் சென்று நமது வரலாறு, பண்பாடு, மற்றும் அரசியல் களங்களில் மார்க்சிய சொல்லாடல்களுக்கு வழிவகுத்தவர்களில் முக்கியமானவர் யமுனா ராஜேந்திரன். அவரது இலக்கியம் சார்ந்த சிந்தனையும் மார்க்சியத்தில் வேரூன்றி உள்ளதற்கு ஆதாரம் அவரது உலகலாவிய கவிஞர்களின் மொழியாக்கங்கள்.

மூன்றாவது சினிமா கோட்பாட்டை அடிப்படையாகக் கொண்ட பசியின் அழகியலில் தோய்ந்த இலத்தீன் அமெரிக்க சினிமாவைப் பற்றியும் தமிழில் தொடர்ந்து எழுதிக் கொண்டிருப்பவர் யமுனா ராஜேந்திரன். ஜனங்களின் மேலுள்ள பற்று ஜனரஞ்சக சினிமாவின் மீதான எதிர்வினையாக உருக்கொள்வது இயல்பானதே. யமுனா ராஜேந்திரன் தமிழ் வெகுஜன சினிமாவின் உருவத்திருமேனியான மணிரத்னத்தின் படங்களை ஆய்வு செய்வது அவரது மார்க்சிய ஈடுபாட்டின் நீட்சியே. மதத்தை வெகுமக்களின் அபின் என்று கூறிய மார்க்ஸ் இன்று சினிமாவையும் அதனுடன் இணைத்துக் கொள்வார் என்பதில் சந்தேகமில்லை.

கடந்த நாற்பது வருடங்களாக பல வெற்றிப் படங்களை அளித்து மைய நீரோட்ட சினிமா மூலமாக மக்களை மகழ்வித்தவர்களில் முதன்மையான தமிழ் இயக்குனர் என்று மணிரத்னம் அவர்களைச் சொல்லலாம். சில திருஷ்டிக் கழிப்புகளும் உண்டு. வாழ்விற்கு

எதிர்முனையில் கனவுகளுடனும் ஜிகினா தாள்களுடனும் பயணித்து தனது கதையாடலுக்கு அவ்வாழ்வை மேலோட்டமாகத் தொட்டுச்செல்லும் வணிக சினிமாவில் அது தவிர்க்க முடியாதது. ஆயினும் ஆரம்பகால மணிரத்னம் சில அருமையான படங்களை அளித்தார் என்பதில் சந்தேகமில்லை. குறிப்பாக மௌனராகம் மற்றும் நாயகன் போன்ற படங்கள்.

பண்பாட்டின் விளைபொருளாக சினிமா ஒரு சமூகத்தின் ஆழ்மனதின் மேல் ஒளிபாய்ச்சுகிறது. அந்த வகையிலே தமிழின் மார்க்சியர் ஒருவரின் இந்த ஆய்வு மிக முக்கியமானது. மணிரத்தினத்தின் படங்களின் மேல் யமுனா ராஜேந்திரன் வைக்கும் விமர்சனங்கள் ஆழமான அலகுகளைக் கொண்டுள்ளது:

மணிரத்தினத்தின் அழகியல் ஹாலிவுட்டின் மைய நீரோட்ட சினிமாவைச் சார்ந்தது என்பதில் ஐய்யமில்லை. அவரது முக்கிய இடையீடு என்பது லாங்க் ஷாட் எனப்படுகிற நீண்ட காட்சித்துண்டை எடுத்து கதையாடலுக்கு ஏற்றவாறு அடுக்குவதில் உள்ள வல்லமை. ஹாலிவுட் அழகியல் என்பது ஒரு வகையில் சினிமா எனும் கலாச்சார நுகர்பொருளை, கனவுத்தொழிற்சாலை உற்பத்திப் பாண்டத்தை அமெரிக்கா உலகலாவிய அளவில் விநியோகம் செய்து தொடர்ந்து பார்வையாளர்கள் பார்ப்பதினால் சினிமாவிற்கான மொழியையும் இலக்கணத்தையும் (அல்லது அது சார்நத ஒன்றையும்) பார்வையாளர்கள் மனதில் தக்க வைத்தது. லாங்க் ஷாட் எனப்படும் நெடுந்தூரத்திலிருந்து எடுக்கப்படக்கூடிய நிலகாட்சியை ஒத்த நீண்டவெளிக் காட்சிக்குப் பின் நடு அல்லது மத்திமக் காட்சியை, சரியாகச் சொல்லவேண்டுமானால் காட்சித் துண்டுகளைத் தொகுப்பது இந்தப் பாணி.

தூரத்திலிருந்து சூரியாஸ்தமன வேளையில் ஒரு மாளிகைக்குள் நுழையும் மனிதனைப் பார்க்கிறோம். அடுத்ததாக ஒரு மத்திம அளவிளான ஷாட்டில் அவன் லாவகமாக வெளிக்கதவின் பூட்டைத் திறந்து உள்ளே நுழைவதைக் காண்கிறோம். பின்னர் அணுக்கக்காட்சியில் அவனது துப்பாக்கி மற்றொரு கதாபாத்திரத்தின் தாடையை அழுத்துவதைக் காண்கிறோம். பின்னர், ஹிட்ச்காக்காக இருக்கும் பட்சத்தில், முதல் ஷாட்டில் நாம் பாரத்த நீண்ட ஷாட்டில் துப்பாக்கியிலிருந்து குண்டு வெடிக்கும் சத்தத்தைக் கேக்கிறோம். பொதுவாக அளவில் வித்தியாசமான ஷாட்டுகள் தையல் தெரியாத வகையில் தொகுப்பு எனும் தொழில்நுட்பத்தைக் கொண்டு நாம் உணரவிடாமல் தடுக்கும் ஹாலிவுட் உத்தியை சீம்லெஸ் எடிடிங் *(seamless editing)* என்கிறோம்.

ஹாலிவுட்டின் மேலாதிக்கம் நம்மை இத்தகைய அழகியலை தமிழ் சினிமாவிலும் எதிர்நோக்கச் செய்கிறது.

லாங்க் ஷாட்டுகளை கட்டமைப்பதில் வல்லுனர் என்று மண்ரத்தினத்தைச் சொல்லலாம். அவரது ஒளிப்பதிவாளர் மனதிற்கினிய பி.சி எனப்படுகிற பி.சி. ஸ்ரீராமாக இருந்தாலும் சரி அல்லது சந்தோஷ் சிவன், ராஜிவ் மேனன், ரவி கே. சந்திரனாக இருந்தாலும் சரி, மணிரத்தினத்தின் செவ்வியல் ஹாலிவுட் சினிமாவிலான லயிப்பை அவரது உருவ மற்றும் உள்ளடக்க தேர்வில் காணலாம்.

கொப்போலாவின் காட்ஃபாதரின் கிரக்கத்தில் அவர் எடுத்த நாயகன் என்னைப் போன்ற செவ்வியல் ஹாலிவுட் சினிமாவின் ஹிட்ச்காக், போர்ட் மற்றும் ஹாக்ஸ் போன்ற இயக்குனர்களின் ரசிகர்களுக்கு ஒரு சாதனையே. கொப்போலாவின் படமான 'ஒன் ப்ரம் த ஹார்ட்' மணிரத்தினத்தின் தில் சே (இதயத்திலிருந்து) என்கிற படத்தலைப்பிற்கு உந்துதலாக அமைந்தது.

கொப்போலாவின் காட்ஃபாதரின் மறைபிரதியான கேபிடலிஸத்தின் விமர்சனம் போன்ற ஆழம் மணிரத்தினத்தின் படத்தில் இல்லை. சற்றே சிந்தித்துப்பாருங்கள். காட்ஃபாதர் முதல் பகுதியில் பணம் வந்தவுடன் சுற்றம் விலகுகிறது. கூட்டாளிகள் பிரிகிறார்கள். அல்லது மாய்கிறாரகள். காட்ஃபாதர் இரண்டாவது பாகத்தில் பணம் குடும்பத்தைப் பிரிக்கிறது. இத்தாலிய சமூக குடும்பப் பிணைப்பு என்பது இறுக்கமானது. கத்தோலிக்க இத்தாலியர்களுக்கு மதம் என்பது உயிர்மூச்சு. மூன்றாவது பாகத்தில் அதுவும் தனது சுவாசத்தை பணத்தினால் உருவாகும் பலத்தினால் அடைக்கப்பட்டு மூச்சை நிறுத்திக் கொள்கிறது,

இத்தகைய அறிவாரந்த தளங்கள் மணிரத்னத்தின் படங்களில் எங்கும் காணோம்.

மௌனராகத்தில் அதன் கதாநாயகியான ரேவதியைப் போன்று ஒரு மினிமலிஸ அழகியலின் நேர்த்தியுண்டு. திரைப்பள்ளியில் பயின்று வந்து காட்சித்துண்டுகளை கவனத்துடன் வடிவமைத்து தான் கற்றதை பகிர விழையும் மாணவனின் உந்துதல் அதிலுண்டு. மணிரத்னம் சுயம்புவாக உருவாகிவந்த இயக்குனர் என்றாலும் அவரது வலக்கரமான ஒளிப்பதிவாளர் பி.சி. ஸ்ரீராம் அவர்கள் சென்னைத் திரைப்பள்ளியில் பயின்றவர். நாயகனில் அவர்களின் கூட்டு மேலும் வலுவடைந்தது.

இளையராஜா அவர்களின் பாடல்களை பத்து வருடங்களுக்கு

முன்னர் பாரதிராஜா அவர்களின் படங்களில், குறிப்பாக 16 வயதினிலேவில் இசைப்பிராவகத்திற்கு ஏற்ப சட்டகப்படுத்தும் அழகியல் திராணியைக் கண்டு ரசித்தோம் என்றால், மௌனராகத்தின் மினிமலிஸ அழகியலுடன் ராஜாவின் பாடல்களின் மெல்லுணர்வைத் தொட்டுச்செல்லும் பாங்கையும் ரசித்தோம். நான் ரசித்தேன் என்று சொல்வதே பொருத்தமானதாக இருக்கும்.

அக்னி நட்சத்திரம் போன்ற படங்களின் ஜிகினா வேலைகள் வணிக சினிமாவின் போதாமையையும் சுட்டிக்காட்டின. பின்னர் கழுதை தேய்ந்து கட்டெறும்பான கதையாக பொன்னியின் செல்வன். கல்கியின் கதைமாந்தர்கள் திரையேறி மலர மறுத்தது என்னை பாதித்தது என்று நான் எண்ணிக் கொண்டிருக்கையில் இயக்குனர் பொன்வண்ணனிலிருந்து இளையராஜா அவர்கள் வரை மணிரத்னத்தின் பொன்னியின் செல்வன் பற்றிய தங்கள் மனக்குறைகளை கொட்டித்தீர்த்தது, வரலாறு சார்ந்த படங்களுக்கு பெரிய பட்ஜட் தேவை என்ற பட்சத்திலும் அதீத செலவிற்கும் அழகியலுக்கும் சம்பந்தமில்லை என்ற சிந்தனையை வலுப்படுத்தியது.

மணிரத்னத்தின் ஹாலிவுட் சார்ந்த அழகியல் அம்சங்களை அலசும் யமுனா ராஜேந்திரன் அவரது படங்களிலுள்ள செவ்வியல் கதையாடல் மற்றும் லாங் ஷாட்டை மையமாக கொண்ட சட்டகங்கள், குறிப்பாக இறுதியில் குடும்பம் எனும் ஸ்தாபனத்தை கட்டிக்காப்பதைச் சுட்டுகிறார். அழகியலின் நீட்சியாக மெலோடிராமா என்கிற வகைமையில் மெலோஸ் (இசை) மற்றும் டிராமாவைக் கொண்டு உறவு மற்றும் குடும்பத்தை ஆதார சுருதியாகக் கொண்ட கதையாடல்களில், காதல் முக்கோணத்தில் பிளவு ஏற்பட்டு பின்னர் கீறல் விழுந்த போட்டோவை ஒன்றிணைத்தலை யமுனா ராஜேந்திரன் குறிப்பிடுகிறார்.

குறிப்பாக, மௌனராகம். கார்த்திக்கின் இடையீடு மறைந்தபின் மோகனும் ரேவதியும் ஒன்றுசேர்தல். இங்கு, மார்க்சிய சொல்லாடலிலிருந்து ஒரு முக்கிய ஒளியை யமுனா பாய்ச்சுகிறார். கார்த்திக் கதாபாத்திரத்தின் புரட்சிகர வடிவமைப்பு உள்ளீடற்றதாக அமைதிக்காக களையப்பட வேண்டியதாக அமைந்துள்ள சித்தரிப்பைப் பற்றி. மணிரத்னத்தின் அபரிமித எனெர்ஜியில் நாம் லயித்தோமென்றால், இன்னொரு முக்கியமான பிரச்சினையை முன்வைக்கிறார் யமுனா ராஜேந்திரன். அது கதையாடலில் தொழிற்சங்கத்தைச் சார்நதவர்களால் மோகன் காயமடைவது குறித்தது. இந்த ஊற்றிலிருந்து பெருக்கெடுத்து மணிரத்னத்தின் பிஸினஸ் மேனேஜ்மெண்ட் பின்னணி எப்படி குருவில் அம்பானியை ஆதர்ஷ புருஷனாக கட்டமைக்கிறது என்பதை

தெளிவுபடுத்தி விளிம்புநிலையில் உள்ளவர்களை எதிர்மறையாக சித்தரிக்கும் பாங்கு மணிரத்னத்தின் ஆசிரியத்துவத்தின் ஒரு கூறு என்பதை பல படங்களின் வாசிப்பின் மூலம் வாதிட்டு நிறுவுகிறார் யமுனா ராஜேந்திரன்.

நாயகன், தளபதி, மற்றும் அஞ்சலி போன்ற படங்களைப் பாராட்டுகிறார். தான் நல்லவனா கெட்டவனா என்ற கேள்விக்கு பதில் தேடவைக்கும் பேரன் வேலு நாயக்கரின் குடும்பத்தின் இளம் கன்று என்கிறார். குடும்பத்திற்குள்ளே விடைதேட முரண்களைச் செயற்கையாக சீராக்கும் பாங்கு பின்னர் இந்திய தேசிய / உலகலாவிய இயக்குனராக ரோஜா, பாம்பே, மற்றும் தில் சே மூலம் மாறும் மணிரத்னத்தை முரண்களைச் செயற்கையாக சீராக்கும் நோக்கில் இந்திய தேசியத்துடன் இணக்கமுற வைக்கிறது.

ரோஜாவிலும் பாம்பேயிலும் முஸ்லிம் மக்களுக்கும், தில் சேயில் வடகிழக்கில் வாழும் பழங்குடியினருக்கும் பிரிவினைவாதிகளா தேசத்துரோகம் எனும் சாயம் பூசப்பட்டு, மௌனராகத்தில் நக்சல் இயக்க காரத்திக்கு இழைக்கப்பட்ட அதே மனிதாபிமானமற்ற அநீதி இழைக்கப்படுகிறது. முஸ்லிம்களும் பழங்குடியினரையும் போலவே பெண்களும் அடக்கி ஒடுக்கப்படுகிறார்கள். அவர்கள் குடும்பம் மற்றும் தேசம் என்கிற ஆணாதிக்க வெளிக்குள் ஆடிப்பாடிக் கொள்ளலாம். அவ்வெளியை மீறிச்செல்ல முடியாது.

காற்று வெளியிடையிலும் மென்மையான, பி.பி.ஸ்ரீனிவாஸ் அவர்களின் குரலையொத்த, காதல்மயக்கத்தில் மருகும் பாரதியைப் போன்று அதிதி ராவ் ஹைதாரி தனது கண்ணனுக்கு ஏங்கி நிற்க முடியாது. இங்கு மென்மையான காதலியான அவளுக்கு அடியும் உதையும்தான். குடும்பமும் தேசமும் ஒன்றிணையும்போது ஆணாதிக்க உன்மத்தம் சைக்கோபேத்திக் மனநிலைக்கு இட்டுச்செல்வது இயல்பானதே. கதாநாயகனின் ஆண்மைய ராணுவச் சீருடை சார்ந்த உலகின் ஆழ்மனதில் அவனது ஆண்மன க்ரூரத்திற்கான காரணங்கள் பொதிந்துள்ளது. அதை ஆராயாமல் விட்டது, எதற்கு இப்படி ஒரு படத்தை மணிரத்னம் இந்த தருணத்தில் எடுத்திருக்கிறார் என்ற கேள்வியை எழுப்புகிறது.

ஓகே கண்மணி என்ற படத்தில் தனக்கேயுரிய பாங்கில் அருமையான இளமை ததும்பும் — என்னைப் போன்றோர் பெரிதும் மதிக்கும் தனது நண்பர் ஒளிப்பதிவாளர் பி.சி. ஸ்ரீராமுடன் இணைந்து — படத்தைக் கொடுத்து க்ளைமேக்ஸில் கல்யாணம் வரை கற்பு என்கிற ஆணாதிக்க கருத்தியலைக் கொண்டு அந்த ஓவியத்தைக்

கலைத்த இயக்குனரிடமிருந்து வேறு என்ன எதிர்பார்க்க முடியும்?

இங்கு ஒன்றைச் சொல்லிக்கொள்ள விரும்புகிறேன். மைய நீரோட்ட சினிமாவில் தொடர்ந்து வெற்றிப்படங்களைக் கொடுக்கும் இயக்குனர்களில் வெகு சிலரே நட்சத்திர அந்தஸ்தை எட்டுகிறாரகள். அத்தகைய அரிதானதொரு பராண்ட் நேம் மணிரத்னம். ஆயினும் அதை வைத்துக்கொண்டு அவர் எத்தகைய இடையீடுகளைச் செய்கிறார் என்பதுதான் முக்கியமானது.

யமுனா ராஜேந்திரனின் இந்த புத்தகம் மணிரத்னத்தின் படங்களில், குறிப்பாக மௌன ராகத்தில் மனம் லயித்த என்னைப் போன்றோருக்கு ஒரு பெரும் திறப்பு. இளையராஜா அவர்களுடன் இணைந்து நண்பர் பி.சி. ஸ்ரீராம் அவரகளின் உறுதுணையுடன் மணிரத்னம் இயக்கிய படங்கள் என் மேல் ஏற்படுத்திய தாக்கம் மிகப்பெரியது. உதாரணத்திற்கு, இன்று சாதாரமானதாகக் கருதப்படும் இதயத்தை திருடாதேயைக் கூட அன்று ஆனந்த் தியேட்டரில் ரசித்தேன். அத்தகைய பெரிய தியேட்டரகள் கூட பராமரிக்க பணமின்றி எலிகளின் நடமாட்டத்தைக் கட்டுப்படுத்த முடியாமல் திணறிய காலமது.

மணிரத்னத்தின் ஆரம்பகால படங்கள் பார்வையாளர்களை அரங்குகளுக்கு வரவைத்து ஒரு நம்பிக்கையை அளித்தது. இதயத்தை திருடாதேயில் அந்த பக்கம் ஜன்னல் வெளியே பார்த்துக் கொண்டிருக்கும் நாகார்ஜுனாவை இந்தப்பக்கம் கதவு திறந்தவுடன் மலைப்பிரதேச மஞ்சு, உறைபனி *(dry ice)* வழியாக, மேலெழும்பாமல் முட்டுக்குக் கீழான உயரத்தில் சென்று தொட்டவுடன் அவர் திரும்பிப் பார்ப்பார். அன்று ஆனந்த தியேட்டரின் முழு அரங்கமும் அத்தகைய காண்பியல் மொழி அனுபவத்தில் ஆழ்ந்து அதிர்ந்தது. அது ஒரு அரிய அனுபவம்.

நண்பர் பசுபதி நடித்திருந்ததால் முதல் வாரத்திலேயே போய் கன்னத்தில் முத்தமிட்டாலைப் பார்த்தேன். 'ஒரு தெய்வம் தந்த பூவே'யின் படமாக்கத்தில் மனம் லயித்தேன். அது தமிழ் சினிமா வரலாற்றில் ஈடு இணையற்ற பாடல் படமாக்கல். போலவே, 'விடை கொடு எங்கள் நாடே / கடல் வாசல் தெளிக்கும் வீடே / பனை மர காடே / பறவைகள் கூடே / மறுமுறை ஒரு முறை பார்ப்போமா?' என்கிற கவிஞர் வைரமுத்துவின் வரிகளும். ஆயினும் அப்படத்தில் போராளிகளின் சித்தரிப்பும், மற்றும் போர் நடப்பதற்கு வெளிநாடுகளின் ஆயுத விற்பனையை காரணியாக முன்னிலைப் படுத்தியது என்னை அந்நியப்படுத்தியது. தமிழ்நாட்டின் ஸ்பீல்பர்க்

ஒரு ஷிண்ட்லர்ஸ் லிஸ்டை கொடுப்பார் என்று எதிர்பார்த்த எனக்கு ஏமாற்றம்தான்.

என்னைப்போல மைய நீரோட்ட சினிமாவில் எளிதில் மயக்கமுறாத யமுனா ராஜேந்திரன் அதற்கான காரணங்களை அலசி ஆராய்ந்து இந்த புத்தகத்தில் தந்துள்ளார். யமுனா ராஜேந்திரனின் இந்தப் புத்தகம் கடந்த நாற்பது ஆண்டுகளாக மையநீரோட்ட சினிமாவில் கோலோச்சும் இயக்குனர் மணிரத்னத்தின் படங்களை ஆழமாக ஆராய்கிறது. சினிமா ஆர்வலர்களும் இளம் இயக்குனர்களும் மாணவர்களும் இந்தப் புத்தகத்தைப் படித்துப் பயனுற வேண்டுகிறேன்.

மிச்சிகன்
7 செப்டம்பர் 2024.

மணிரத்னத்தின் பூர்வ வேர்கள்

'**எ**னது பதின்மப் பருவத்தில், எண்பதுகளில் ஹாலிவுட் படங்களில் ஆச்சர்யமுற்றபடி, டேவிட் லீன், ஸ்டீபன் ஸ்பீல்பர்க், ரிட்லி ஸ்காட் போன்றவர்களின் படங்களைப் பார்த்தபடி நான் வளர்ந்தேன். மணிரத்னத்தின் படங்களை நான் பார்க்கத் துவங்கியவுடன் எனது விசுவாசம் மாறிப்போனது' என 'மணிரத்னம் படைப்புகள்: ஒரு உரையாடல்'(கிழக்கு பதிப்பகம் / 2013) எனும் பரத்வாஜ் ரங்கனின் நூலுக்கான முன்னுரையில் எழுதுகிறார் இசையமைப்பாளர் ஏ.ஆர்.ரஹ்மான். 'நாம் பார்க்க விரும்பியிருக்கக்கூடிய படங்களை உருவாக்குவதை சாத்தியப்படுத்தியவர்' என கமல்ஹாசன் மணிரத்னம் குறித்து சொல்ல, 'இந்தியாவில் உலகத்தரமான படங்களை உருவாக்குகிறவர்களில் ஒருவர்'என ரஜினிகாந்த் மணிரத்னம் குறித்துச் சொல்கிறார்.

அரசியல் ரீதியில் அகில இந்திய தமிழ்

திரைப்படங்களையும், 'உலகத் தரமான' தமிழ் திரைப்படங்களையும் உருவாக்கியவர்கள் என மணிரத்னம், சங்கர், கமல்ஹாசன் என மூவரை நாம் குறிப்பிடலாம். கமல்ஹாசன் உருவாக்கிய விஸ்வரூபம்(2013) திரைப்படத்தை நாம் அவர் விழைகிற உலகத்தரமான படம் என கொள்வோமெனில் மணிரத்னம் படங்களில் எவையெவை உலகத்தரமானவை என நாம் புரிந்து கொள்ள முடியும். ரஹ்மானின் உலகத்தரம் டேவிட் லீன், ஸ்பீல்பர்க், ரிட்லி ஸ்காட்டுக்கு அப்பால் மார்டின் ஸ்கோர்சிசே, கொப்பாலோ வரை கூட போகவில்லையெனில் அவர் விழையும் உலகத்தரம் எவை என்பதும் நமக்குப் புரிகிறது. ரஜினிகாந்த உருவாக்கும் உலகத்தரம் முத்து(1995), எந்திரன்(2010) போன்ற படங்களின் தரம்தான்.

மணிரத்னத்தின் படங்கள் உலக அளவில் கவனம் பெற்றது எப்போது? எந்தெந்தப் படங்கள் தொடர்ந்து உலகப் படவிழாக்களில் திரையிடப்பட்டன? அவற்றின் கதைக்கருக்கள் என்னென்ன? பரத்வாஜ் ரங்கனின் புத்தகத்தில் மணிரத்னத்தின் படங்களின் உலகப்படவிழா திரையிடல்கள் ஆவணப்படுத்தப்பட்டுள்ளன. 1995 ஆம் ஆண்டு வெளியான மணிரத்னத்தின் பாம்பே(1995) திரைப்படம்தான் முதன் முதலில் உலகப் படவிழாக்களில் அதிகமும் திரையிடப்பட்ட படம். இதுபோல் அகில இந்திய அளவில் மணிரத்னம் அறியப்பட்டது காஷ்மீர் பிரச்சினை பற்றிய அவரது ரோஜா(1992) படத்தின் மூலம்தான். உலக அளவிலும் இந்திய அளவிலும் மணிரத்னத்தை முக்கியமான திரைப்பட இயக்குனராக முன்னிறுத்திய இரண்டு படங்களும் இந்து முஸ்லீம் பிரச்சினை குறித்த படங்கள்தான்.

கெடுபிடி போர்க்காலம் (Cold War) முடிந்து உலக அளவில் இஸ்லாமின் இருத்தல் மேற்கத்திய அமெரிக்க சமூகங்களில் பிரச்சினைக்குரியதான காலம் இது. பிஜேபியின் இந்துத்துவ தேசியம் வீறுகொண்ட காலமும் இதுதான். ரோஜாவை அத்வானி பார்த்துவிட்டுப் பாராட்டினார். பாம்பே படத்தை அதிகம் பாராட்டிய கட்சி மார்க்சிஸ்ட் கம்யூனிஸ்ட் கட்சி. பாம்பே திரைப்படத்தைத் தொடர்ந்து அவருடைய இருவர்(1997), உயிரே(1998), அலைபாயுதே(2000), கன்னத்தை முத்தமிட்டால்(2002), ஆயுத எழுத்து(2004), குரு(2007), ராவணன்(2010), கடல்(2013), காற்று வெளியிடை(2017), செக்கச் சிவந்த வானம்(2018), பொன்னியின் செல்வன்(2022-2023) போன்ற படங்கள் வெளியாகின்றன. இருவர், அலைபாயுதே, கன்னத்தை முத்தமிட்டால், கடல், பொன்னியின் செல்வன் போன்ற படங்கள் பிரத்யேகமாக தமிழ் வாழ்வோடு தொடர்புடைய படங்கள் எனலாம். இருவர் திராவிட இயக்க அரசியல் பற்றியும், கன்னத்தை முத்தமிட்டால்

ஈழத்தமிழர் பற்றியும், கடல் கரையோரக் கிருத்தவர் பற்றியும், அலைபாயுதே நகர்ப்புற கணினியுக இளைஞர் யுவதியர் பற்றியும் பொன்னியின் செல்வன் சோழர் கால வரலாறு பற்றியும் பேசின.

இந்தப்படங்கள் தவிர்த்த பிற நான்கு படங்களான உயிரே, தில் சே எனவும், ஆயுத எழுத்து, யுவா எனவும், குரு அதே பெயரிலும், ராவணன், ராவணா எனவும் இந்தி மொழியில் அந்த மொழிக்கு உரிய மாற்றங்களுடன் இந்தி நடிக நடிகையரை வைத்து உருவாக்கப்பட்டன. இந்தியிலும் தமிழிலும் சமநேரத்தில் உருவாக்கப்பட்ட இந்த நான்கு திரைப்படங்களுமே அரசியல் திரைப்படங்களாகும். தில் சே அசாம் தேசிய இனப்பிரச்சினை பற்றியும், யுவா இளைய தலைமுறை அரசியல் வேட்கை பற்றியும், குரு தேசிய கார்ப்பரேட் எழுச்சி பற்றியும், ராவணா வனவேட்டை அரசியல் பற்றியும் பேசின. இதில் ராவணா திரைப்படம் நக்சலிசத் திரைப்படம் எனும் கதையாடல்கள் வட இந்திய ஊடகங்களில் இடம்பெற்றன. தமிழில் வேட்டையாடிக் கொல்லப்பட்ட வீரப்பன் குறித்த ஒப்பீடுகளை எழுப்பின.

மணிரத்னத்தின் முதல் படமான பல்லவி அனுபல்லவி(1983) கன்னட மொழியில் கர்நாடக நிலப்பரப்பில் உருவாக்கப்பட்டது. அவரது இரண்டாவது திரைப்படம் உணரு மலையாள மொழியில்(1984) கேரள மண்ணில் உருவாக்கப்பட்டது. பல்லவி அனுபல்லவி படம் திருமணம் மீறிய பாலுறவு, முதிய பெண்ணுக்கும் இளவயது வாலிபனுக்கும் ஏற்படும் மோகம் போன்றவை குறித்தது. உணரு வேலை நிறுத்தம் செய்யும் முதிய தலைமுறை தொழிற்சங்கவாதிகளுக்கும், வேலை தேடிய வேலையற்ற இளைஞர்களுக்கும் இடையிலான முரணையும், உடைக்கப்படும் தொழிற்சாலை வேலை நிறுத்தம் பற்றியும் பேசியது.

ஒன்று, ஆண் பெண் உறவு பற்றியது. பிறிதொன்று, இடதுசாரி தொழிற்சங்க அரசியல் பற்றியது.

1985 ஆம் ஆண்டு துவங்கி அவர் தமிழில் படங்களை உருவாக்கத் தொடங்கினார். தமிழில் அவரது முதல் திரைப்படம் பகல் நிலவு(1985), தொடர்ந்து இதயக்கோயில்(1985), மௌன ராகம்(1986), நாயகன்(1987), அக்னி நட்சத்திரம்(1988), அஞ்சலி(1990), தளபதி(1991), ரோஜா(1992), திருடா திருடா(1993) என கடல்(2013), காற்று வெளியிடை(2017), செக்கச் சிவந்த வானம்(2018), பொன்னியின் செல்வன்(2022-2023) வரையிலும் படங்கள் வெளியாகின்றன.

இதயக்கோவில் திரைப்படம் தெலுங்கில் கீதாஞ்சலி என

வெளியாகிறது. பல்லவி அனுபல்லவி துவங்கி பொன்னியின் செல்வன் வரையிலும் 26 திரைப்படங்களை அவர் இயக்கியிருக்கிறார். இதுவன்றி பாரதிராஜா இயக்கிய தாஜ்மஹால்(1999) மற்றும் சுஹாசினி இயக்கிய இந்திரா என இரு படங்களுக்கு கதை எழுதியிருக்கிறார். தாஜ்மஹால் அகில இந்திய காதல் கதை. இந்திரா(1995) ஒரே சமயத்தில் ராஜீவ்காந்தியின் மகள் பிரியங்கா பற்றிய அதனோடு தமிழக சாதி அரசியல் பற்றிய திரைப்படம்.

மணிரத்னத்தின் அக்கறைக்குரிய கருத்துலகம் அல்லது அவரது படைப்புலகம் பற்றி இப்போது நாம் சில பகுப்புகளுக்கு வரமுடியும். பல்லவி அனுபல்லவி முதல் கடல் வரையிலும் மணிரத்னத்தின் சிந்தனையுலகில் நகர்ப்புற மத்தியதரவர்க்கத்தின் பாலுறவு மதிப்பீடுகளில் நேர்ந்த மாறுதல்கள், பொருளியல் மாற்றங்களால் உறவுகளினிடையே எழுந்த பதட்டங்கள் குறித்து கணிசமான படங்களை அவர் உருவாக்கினார். எண்பதுகளின் துவக்கத்தில் உருவாகி வந்த இடதுசாரி மற்றும் திராவிட மற்றும் இனத்தேசிய எதிர்ப்பு, காங்கிரஸ், பிஜேபி மற்றும் கம்யூனிஸ்ட் கட்சிகள் முன்வைக்கும் அகண்ட இந்திய வல்லரசு தேசிய உணர்விலிருந்து மதச்சார்பற்ற பார்வை போலத் தோற்றமளிக்கும் வலதுசாரி அரசியலை அடிப்படையாகக் கொண்டு தனது அரசியல் படங்களை அவர் உருவாக்கினார். ரோஜா மற்றும் பம்பாய் இந்து முஸ்லீம் பிரச்சினை குறித்த படங்கள். ரோஜா, உயிரே, கன்னத்தை முத்தமிட்டால் போன்றன உலக மற்றும் இந்தியப் பார்வையில் பயங்கரவாதம் என முன்வைக்கப்படும் இனத்தேசியப் போராட்டம் குறித்த படங்கள். குரு இந்திய கார்ப்பரேட்டிசத்திற்கு ஆதரவான படம். ஆயுத எழுத்து, இருவர் இரண்டும் திராவிட இயக்க அரசியல் குறித்த விமர்சனப் படங்கள். உணரு தொழிற்சங்க இயக்கம் வேலை நிறுத்தம் போன்றவற்றை வெறுக்கும் படம். அவர் கதை எழுதிய சாதிய அரசியல் பற்றிய இந்திரா தமிழகம் சாதி அரசியல் பற்றிய எந்த குறிப்பான புரிதலும் அற்ற அருவமான படம்.

குறிப்பிட்ட இருவிதமான பண்புகளையும் கொண்ட படங்களை மணிரத்னம் தொடர்ந்து எடுத்து வருகிறார். மணிரத்னத்தின் அரசியல் படங்களை நிராகரிக்கிறவர்கள் கூட அவருடைய நகர்ப்புற மத்தியதர வர்க்க உறவுகள் தொடர்பான படங்களில் மனம் செலுத்துவது உண்டு. மௌனராகம் மற்றும் அலைபாயுதே இரண்டும் அந்த வகையில் முக்கியமான படங்களாகிறது. அவரது நகர்ப்புற மத்தியதரவர்க்கப் படங்களை ஏற்கிற தமிழ் திரைப்பார்வையாளர்களின் ஏற்புக் காரணங்களுக்கு மாறான காரணங்களுக்காகவே அவரது அரசியல்

படங்கள் இந்திய அளவிலும் உலக அளவிலும் ஏற்கப்படுகின்றன. இன்னும் தமிழக நிலப்பரப்பு சாராத, பிற மாநில, இந்திய நிலப்பரப்புகளுக்கு எடுத்துச் சென்ற படங்களுக்காகவே உலக அளவிலும் இந்திய அளவிலும் மணிரத்னம் அறியப்படுகிறார்.

மணிரத்னம், கருத்தியல் அளவில் தான் அடையாளப்படுத்துகிற இந்தியன் என்ற உணர்வுதான் நிலப்பரப்பு சார்ந்தும் இந்திய மாநிலங்கள் அனைத்தையும் தமிழகத்துடன் இணைத்தபடி அவரது கதை நிகழிடங்களாக ஆக்குகிறது. தமிழக கிராமங்கள் மற்றும் நகரங்களிலிருந்து அவரது பாத்திரங்கள் புதுடெல்லி, காஷ்மீர், கொழும்பு, அசாம், பம்பாய் என்று சென்று வருகிறார்கள். இதையடுத்து இந்த நகரங்களுக்குச் சென்று வருகிற திரைப்பாத்திரங்களை கமல்ஹாசன் கட்டமைத்து வருகிறார். அதனது தொடர்ச்சியாக அவர் விஸ்பரூபத்தில் நியூயார்க் நகருக்கும் போய்வந்திருக்கிறார். இவ்வாறு இந்தியமயமாதலினதும், உலகமயமாதலினதுமான காலத்தின் பிரதிநிதியாக தமிழ் சினிமா இயக்குனர் மணிரத்னம் இருக்கிறார்.

உலக அளவில் மணிரத்னம் தமிழ் சினிமா இயக்குனராக அறியப்படவில்லை. மௌன ராகம், அலைபாயுதே, தளபதி இயக்கிய மணிரத்னம் உலக அளவில் அறியப்படாதவர். உலக அளவில் அறியப்பட்டவர் பாலிவுட் இயக்குனர் மணிரத்னம். அவரது முஸ்லீம் பிரச்சினை பற்றிய படங்களுக்காகவும், பயங்கரவாதமும் தற்கொலைப் போராளிகளும் பற்றிய இனத்தேசியப் போராட்டம் பற்றிய படங்களுக்காகவும், குரு, யுவா போன்ற கார்ப்பரேட் மற்றும் இளைஞர் அமைதியின்மை குறித்த படங்களுக்காகவும், அபிஷேக்பச்சன் மற்றும் ஐஸ்வர்யராய் போன்ற பாலிவுட் நடிக நடிகையரை இயக்கியதற்காகவும் அறியப்பட்டவர்தான் மணிரத்னம். ஒரே வார்த்தையில் சொல்வதானால் அவரது நகரப்புற மத்தியதர வர்க்க மாந்தரின் உறவுகள் குறித்த படங்களுக்காக அல்ல, மாறாக அவரது அரசியல் படங்களுக்காகவே மணிரத்னம் அகில இந்திய இயக்குனராகவும், உலக அளவிலான பாலிவுட் இயக்குனராகவும் அறியப்பட்டிருக்கிறார்.

திரைப்பட அழகியல் அர்த்தத்தில் பிறிதொரு முக்கியமான காரணத்திற்காகவும் மணிரத்னம் அகில இந்திய இயக்குனராகவும், உலகத் தரமான இயக்குனராகவும் அறியப்பட்டிருக்கிறார். இந்தித் திரைப்படங்களுக்கே உரிய பிரம்மாண்டமான, அடர்ந்த, பகட்டான ஒளியமைப்பை மணிரத்னம் படங்கள் சுவீகரித்துக் கொண்டிருக்கின்றன. அழுத்தமான நிறங்களைக் கொண்ட ஆடை

அலங்காரங்களை மணிரத்னம் படங்கள் சுவீகரித்துக் கொண்டன. இந்திப் படங்களின் இம்பீரியல் நகரங்களை, அழகான பனிசெறிந்த மலைமுகடுகளை அவர் படங்கள் ஸ்வீகரித்துக் கொண்டன. உலக இசை ஆல்பக் கலாசாரம் சர்வதேச வேகப் படத்தொகுப்புடன் ரஹ்மான் இசையாக அவரது படங்களில் இடம்பெற்றது. சந்தோஷ் சிவன், ராஜீவ் மேனன் போன்றவர்கள் உருவாக்க விரும்பும் காட்சியமைப்புகளும் கதைமைப்புகளும் கூட மணிரத்னம் போலவே ஒத்த தன்மை கொண்டிருப்பதும் யதேச்சையானது அல்ல. கலை, சந்தை, கருத்தியல் என அனைத்திலும் ஒத்த தன்மைகள் கொண்ட ஒரு தலைமுறையின் திரைப்படத்துறை பிரதிநிதிதான் மணிரத்னம்.

முதலிரண்டு படங்கள்:
காதல் மற்றும் அரசியல்

பல்லவி அனுபல்லவி
(கன்னடம்-1978)

கன்னட மொழியில் 1979 ஆம் ஆண்டு உருவாக்கப்பட்ட தனது முதல் படமான கோகிலா குறித்து இயக்குனர் பாலுமகேந்திரா பின்வருமாறு சொல்கிறார்: "கோகிலாவை எதற்குக் கன்னடத்தில் போய் எடுத்தேன் என்றால், அந்த கோகிலா ஸ்கிரிப்டை தமிழில் எடுக்கிற தைரியம் எனக்கு இருக்கவில்லை. கன்னடத்தில் அப்போது கிரிஷ்கர்னாட் படங்கள் வந்து, அகில இந்திய ரீதியில பேசப்பட்டு, மக்களாலேயும் அங்கீகரிக்கப்பட்டு ஒரு ஆரோக்கியமான சூழல் அங்கு இருந்தது. ஆகவே இந்தப் படத்தைக் கன்னடத்தில் போய் செய்யலாம் எனப் போனேன். எனக்குக் கன்னடம் தெரியாது. கமல்ஹாஸனுக்குக் கன்னடம் தெரியாது. ரோஜாரமணிக்குக் கன்னடம் தெரியாது ஷோபாவுக்கும் கன்னடம் தெரியாது. இவர்கள்தான் பிரதான கலைஞர்கள். நான் பெங்களூரில் இந்தக் கன்னடப்படத்தை உருவாக்கினேன்.

முதல் பிரிண்ட் வரைக்கும் படத்தின் தயாரிப்புச் செலவு நாலு லட்சமானது. 24 நாள் படப்பிடிப்பு. தென் இந்தியாவில் கோகிலா ஒரு மைல்கல்லாக அமைந்தது. தேசிய விருதுக்கு அப்படம் போனது. சிறந்த ஒளிப்பதிவாளர் விருது கிடைத்தது. கர்நாடக அரசு சிறந்த திரைக்கதைக்கான விருது கொடுத்தது"

மணிரத்னத்தின் முதல் படமான பல்லவி அனுபல்லவியும் கன்னட மொழியில்தான் உருவாக்கப்பட்டது. கோகிலா வெளியாகி நான்கு ஆண்டுகளின் பின் 1983ஆம் ஆண்டு பல்லவி அனுபல்லவி வெளியானது. பாலுமகேந்திரா பல்லவி அனுபல்லவியின் ஒளிப்பதிவாளராகப் பணியாற்றினார். இளையராஜா இசையமைத்தார். பி.லெனின் படத் தொகுப்பாளர். பல்லவி அனுபல்லவியை மணிரத்னம் கன்னடத்தில் எடுக்கக் காரணமாக அமைந்தது அவரது படம் குறைந்த பட்ஜெட் படமாக இருந்தது என்பதுதான். இளையராஜா அன்று வாங்குகிற ஊதியத்தில் மிகக் குறைந்த அளவே தன்னால் தர முடிந்ததாக மணிரத்னம் பதிவு செய்திருக்கிறார்.

கன்னட சினிமாவில் அன்று நிலவிய சூழலும், தமிழில் கலை சினிமாவை அல்ல சமாந்தர சினிமாவை விழைந்தவர் எனச் சிலரால் சுட்டப்படுபவரான மணிரத்னம், அவர் உருவாக்க விரும்பிய சினிமா குறித்த அவரது கருத்தும், அவர் தேடவேண்டியிருந்த குறைந்த பட்ஜெட் செலவினமும் அவரை கன்னட சினிமா எடுக்கத் தூண்டியது என நாம் கருதலாம். மௌனராகம் தான் அவர் தமிழில் எழுதிய முதல் கதை என்பதால் அதற்கு முன்பு வரை ஆங்கிலத்தில் எழுதப்பட்டு மொழிமாற்றம் செய்யப்பட்ட அவரது பிற கதைகள் எந்த மொழியிலும் எடுக்கப்படக் கூடியவைதான். அவ்வாறான அகில இந்திய உயர் மத்தியதரவர்க்க வாழ்வு, இடதுசாரிகள் முன்வைத்த அரசியலுக்கு மாற்றான இந்திய தேசிய தாராளவாத அரசியல் என்பதாகவே அவரது உலகப்பார்வை இருந்தது. அவர் நிதி மேலாண்மையில் நிர்வாகப் பட்டம் பெற்றவர் என்பதும் ஒருங்கியைந்த வகையில் சந்தை குறித்த உணர்வு என்பது அவருக்கு இயல்பாகவே இருந்தது. படத்தயாரிப்பு தொடர்பாக தனது முதல் படம் குறித்த அனுபவங்களை அவர் பகிர்ந்து கொள்கிறபோது இந்தமனநிலை அவருள் சதா அடிநாதமாக ஓடிக்கொண்டிருப்பதை நாம் அவதானிக்க முடியும்.

மணிரத்னம் கன்னட சினிமாவில் பிரவேசித்தபோது கன்னட சினிமாவின் நிலை எவ்வாறு இருந்தது, தமிழ் இந்திய மற்றும் உலக அளவிலான சமூகநிலை எவ்வாறு இருந்தது என்பதனை நாம்

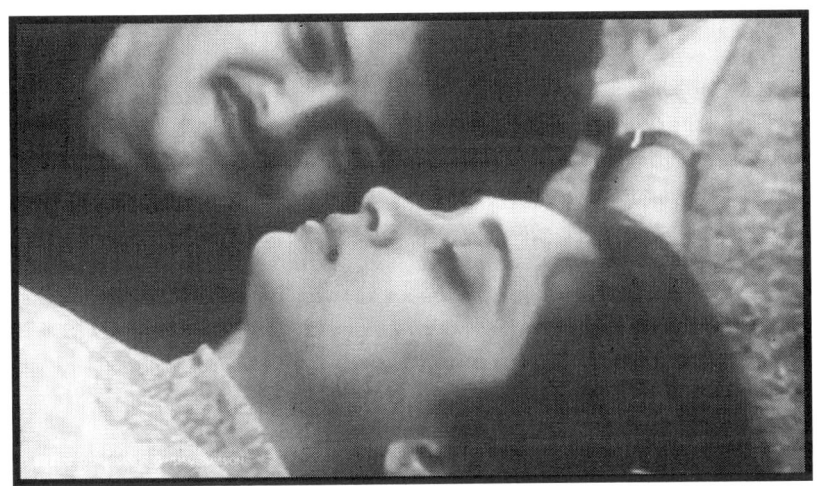

இங்கு அவதானிப்பது முக்கியம். மணிரத்னத்திடம் உருவாகி வந்த அவரது திரைப்பட அழகியல் குறித்த பார்வை மற்றும் அவரது அரசியல் பார்வைகள் போன்றவற்றை மதிப்பிடுவதற்கு இது அவசியம் என நினைக்கிறேன். இன்று சினிமா குறித்து தமிழில் எழுதி வருபவர்களினிடையில் நான் மிகுந்த ஆர்வத்துடன் வாசித்துவரும் ஒருவர் விட்டல்ராவ். உலக இந்திய தமிழகப் படங்கள் குறித்த அவரது கட்டுரைகள் அவரது சுயரசனையில் வேர்கொண்டிருந்தாலும், அந்த ரசனையின் பின்னிருக்கிற வரலாற்றையும் அழகியலையும் அரசியலையும் நாம் அவதானிக்க முடிகிற வகையிலான சாரமான விவரங்களை அவரது கட்டுரைகள் விட்டுச் செல்கின்றன. நிழல் பதிப்பகம் வெளியிட்ட அவரது "நவீன கன்னட சினிமா" நூல் தமிழில் வெளியாகிய இந்தியாவின் பிற சினிமாக்கள் குறித்த முன்னோடி நூலாக இருக்கிறது. அந்த நூலில் எழுபதுகளிலும் எண்பதுகளிலும் பொதுவாக இந்திய சினிமாவிலும் குறிப்பாகக் கன்னட சினிமாவிலும் உருவாகி வந்த மாற்றங்கள் குறித்து தொகுத்துக்கொண்ட வகையிலானதொரு பார்வையை அவர் முன்வைக்கிறார்.

"புதிய அலை சினிமா, தீவிர சினிமா, பொதுவாக நச்சு அல்லாத நல்ல சினிமா என்பது வங்க மொழி, ஹிந்தி, மலையாளம், மராத்தி மற்றும் கன்னட மொழிகளில் வெவ்வேறு காலங்களில் தோன்றி ஒரே சமகாலத்தில் 1970-80களில் உச்சத்திலிருந்திருக்கிறது. இந்த காலகட்டத்தில் கன்னட புதிய அலை சினிமா அதன் இளம்

கலைஞர்களோடு எழுத்தாளர்களோடு அபச்சூரின் போஸ்டாபீஸ் மற்றும் சம்ஸ்க்காரா என்று தொடங்கி ஒவ்வொரு ஆண்டும் புதிது புதிதாகத் திரைப்படப் படைப்பாளிகளையும் அவர்களின் முயற்சிகளையும் அளித்துக் கொண்டே வந்தது. இக்காரியம் இதே காலகட்டத்தில் இந்தியாவில் மலையாளம், ஹிந்தி, மராத்தி, வங்க மொழிகளிலும் மிகச் சிறந்த வழியில் நடந்து வந்திருக்கிறது. தெலுங்கைப் பொருத்தளவு ஒரு நரசிங்கராவைத் தவிர வங்காளிகள் தெலுங்கில் படமெடுத்த வகையில் மா பூமி, ஒக ஊரி கதா என்பவை பேர் சொல்ல உண்டு. தமிழில் குடிசை, உன்னைப் போல் ஒருவன், உச்சி வெயில் என்று தயாரான சொற்பப் படஙகள் பல்வேறு குறைபாடுகள் காரணமாய் தேசிய அளவில் பிறமொழிகளில் எடுக்கப்பட்ட புதிய அலை படங்களின் தரத்தை எட்டியிருக்கவில்லை. 1980கலிருந்து உலக அளவிலேயே புதிய அலை என்பது திரைப்படப் படைப்பில் திசை திருப்பம் கொள்ளத்தொடங்கியது. புதிய அலை சினிமாவின் வழியாக தோன்றி வளர்ந்த கலைஞர்களும் தொழில்நுட்ப வல்லுனர்களும் இயக்குனர்களும் வெகுஜன மாமூல் படங்களில் போய்ச் சேரத் தொடங்கினர். வெகுஜன மாமூல் படங்களும் இந்த வகையாக இடம்பெயர்ந்த புதிய அலை கலைஞர்களையும் இதர தொழில்நுணுக்க வல்லுனர்களையும் சுவீகரித்துக் கொண்டதோடு, புதிய அலை சினிமாவின் இன்றியமையாத முக்கிய அம்சங்களையும் தனது மாமூல் மசால வெகுஜன சினிமா தயாரிப்பில் சேர்த்துக் கொண்டது." இவ்வாறு சொல்லிக்கொண்டு போகும் விட்டல்ராவ், "இந்த அலைகள் வந்துபோகக் கூடியவையாய் அமைந்தவை. இந்த நிலைதான் பிரெஞ்சு மற்றும் இத்தாலிய நியோ ரியலிசச் சினிமா அலைக்கும் நேரிட்டது" எனும் தர்பன் படத்தயாரிப்பாளர் பிக்ரம் சிங்கின் மேற்கோளுடன் முடிக்கிறார்.

இந்திய மொழிகளின் அனுபவங்களைப் பொதுமைப்படுத்தி உலக புதிய அலை சினிமாவை அணுகமுடியுமா என்பதில் எனக்குச் சந்தேகங்கள் இருக்கின்றன. மேலாக, சினிமா வகைகளில் நடந்த மாற்றங்களை வடிவங்கள் எனும் அளவில் மட்டுமே விளக்க முடியுமா என்ற கேள்வியும் இருக்கிறது. உலக சினிமாவிலும் இந்திய சினிமாவிலும் நேர்ந்த மாற்றங்களை அரசியல் சமூகநிலையிலும் வைத்துப் புரிந்துகொள்ள வேண்டும் என நினைக்கிறேன். அறுபதுகளும் எழுபதுகளும் அதுவரை நிலவிய விடுதலைக் கோட்பாடுகள், அமெரிக்க சமூக அமைப்பு முன்னிறுத்திய தனிநர் சுதந்திரம், முதலாளித்துவ தாராளவாத கருத்தியல் போன்றவற்றை சோவியத் சமூக அமைப்பு முன்னிறுத்திய சோசலிசப் பொருளாதாரம் மற்றும்

வெகுமக்கள் விடுதலை எனும் அனுபவங்கள் கேள்விக்கு உள்ளாகின. இளைஞர்கள், மாணவர்கள், இளம்பெண்கள் புதிய கருத்து நிலைகளைத் தேடினார்கள். பாரிஸ், கல்கத்தா மாணவர் எழுச்சி, நக்சலிசம், பெண்ணிலைவாதம், பெண்களினிடையில் பாலியல் சுதந்திரம் குறித்த விழிப்புணர்சசி, இதுவரையிலும் நிராகரிக்கப்பட்ட விளிம்புநிலை மற்றும் சிறுபான்மை மக்களிடையிலான எழுச்சி என்பன திரைக்கலைஞர்களையும் பாதித்தது.

மேற்கு ஐரோப்பாவில் நியோ ரியலிசம், நியூ வேவ், கிழக்கு ஐரோப்பாவில் விமர்சன சோசலிச யதார்த்தவாத செக்கோஸ்லாவாக்கிய சினிமா என்பவை இதிலிருந்துதான் தோன்றின. இந்தியாவில் இளைஞர்கள் மாணவர்களிடையிலான அமைதியின்மை, நக்சலிசம், சாதிய எதிர்ப்புணர்வு, இந்திய மத்தியதரவர்க்கப் பெண்களிடையிலான பாலியல் விழிப்புணர்வு என்பன இக்காலகட்டத்தில்தான் தோன்றின. ரித்விக் கடக், சத்யஜித் ரே போன்றவர்களின் பிற்காலப்படங்களிலும் மிருணாள் சென்னின் படங்களிலும், விட்டல்ராவ் குறிப்பிடும் தீவிர அல்லது புதிய அலை இந்திய சினிமாவின் பிற இயக்குனர்களிடமும் இப்பிரச்சினைகள்தான் வெளிப்பட்டன.

மேற்கில் நேர்ந்த மாற்றம் இந்தியாவில் நேர்ந்த மாற்றம் போல் இல்லை என்றே கருதவேண்டியிருக்கிறது. கிழக்கு ஐரோப்பாவைச் சேர்ந்த கீஸ்லாவ்ஸ்க்கி, ஆந்த்ரே வாட்ஜா, இங்கிலாந்தைச் சேர்ந்த கென்லொச், பிரான்சின் கோதார்த், மேற்கு ஐரோப்பாவின் பிற இயக்குனர்களான லார்ஸ் வான் டிரையர், மைக்கேல் ஹெனக்கே, காலஞ்சென்ற தியோ ஆஞ்சலபெலோஸ் போன்றவர்கள் எப்போதும் தாம் விரும்பியபடிதான் படமெடுத்துக்கொண்டிருந்தார்கள், இருக்கிறார்கள். இவர்கள் அனைவருமே ஹாலிவுட் பகாசுர சினிமாவுக்குச் சவாலான திரைக்கலைஞர்கள் என்பதையும் இங்கு குறிப்பிட விரும்புகிறேன்.

இந்திய தீவிர சினிமா எதிர்கொண்ட சவால் வேறுவிதமானது. காரண காரியமற்ற அமைப்பாக இறுகின பாடல்களாலும் நடனங்களாலும் சண்டைகளாலும் மெலோ டிராமாக்களாலும் நிறைந்தது இந்திய சினிமா. தீவிர சினிமாவுக்கு வாழ்வை அருகில் போய் சொல்வதற்கு தொழில்துறைக் கட்டுமானமாக இறுகிப்போன இந்த வடிவம் மிகப்பெரும் பிரச்சினையாக இருந்தது. இச்சூழலில் இரண்டுவிதமான மாற்றங்கள் நடந்தன. இந்திய தீவிர சினிமா பேசிய பிரச்சினைகளை மக்களிடம் நெருங்கிச் சென்று பேசுவதற்கான தந்திரோபாயமாக மாமூல் சினிமா எடுத்துக் கொண்டது, சமவேளையில் தனது

கனவுமயமான இறுகிய அமைப்பையும் அது அப்படியே வைத்துக் கொண்டது. மறுதலையில், தொழில்துறை அமைப்பாக இறுகிப்போன நிலவிய சினிமாவில் தமது தொடர் இருப்புக்கான வழிகளைக் கண்டடையுமாறு, அரசுதரும் நிதி ஆதாரங்கள் நிறுத்தப்பட்ட நிலையில், தீவிர சினிமா சார்ந்தவர்கள் உந்தப்பட்டார்கள். நிலவிய சினிமா வடிவத்தில் இந்தச் சமரசம் என்பது பாடல்களை எவ்வாறு தீவிரத்தன்மையுடன் சமரசப்படுத்துவது என்பதாகவே இருந்தது.

இங்கு ஒன்றை நாம் தெளிவுபடுத்திக் கொள்ள வேண்டும் தீவிர சினிமா அல்லது புதிய அலை சினிமா என்பது உலகெங்கிலும் அது பேசிய பிரச்சினைகளாலும், அப்பிரச்சினைகளை அது சித்தரித்த விதத்திலும், பிரச்சினைகள் சார்ந்து அப்படங்கள் எடுத்த நிலைபாட்டினாலும்தான் தீவிர சினிமா அல்லது புதிய அலை சினிமா என்று அது அழைக்கப்பட்டது.

இந்நிலைமையில் சமாந்தர சினிமா என நிஹலானி எடுக்கும் சினிமாவையும் மணிரத்னத்தின் சினிமாவையும் பொதுப்படையாக நாம் சொல்ல முடியாது. இந்து முஸ்லீம் பிரச்சினை பற்றி கமல்ஹாசன் எடுக்கும் படங்களையும் நந்திதா தாசின் படங்களையும் ஒருபடித்தானவையாக நாம் கொள்ள முடியாது. நிஹலானி, நந்திதா தாஸ் போன்றவர்களின் படங்களை இடதுசாரிப் பார்வை கொண்ட அல்லது இடதுசாரிகளின் தவறுகள் குறித்த விமர்சனப் பார்வை கொண்ட இடதுசாரி அணுகுமுறை எனக் கொண்டால், மணிரத்னத்தின் பார்வை மதச்சார்பற்ற தாராளவாத வலதுசாரிப் பார்வை எனவும், திராவிட மற்றும் இடதுசாரி மரபுகளுக்கு எதிரான அகண்ட இந்தியதேசியப் பார்வை எனவும் நாம் தெரிவுசெய்து கொள்ள முடியும்.

நக்சலிச அரசியல் அல்லது இளைஞர்கள், மாணவர்களின் கொந்தளிப்பு எனும் பிரச்சினையும், பெண்களிடையில் முகிழ்த்த பாலுறவு விழிப்புணர்வு என்பதும், சாதிய எதிர்ப்புணர்வு என்பதும் இந்திய தீவிர சினிமா அல்லது புதிய அலை சினிமாவின் பிரச்சினைகளாக இருந்தன. தமிழ் வெகுஜன சினிமாவிலும் இப்பிரச்சினைகள் பேசப்பட்டன. பாலச்சந்தரின் அபூர்வ ராகங்கள் 1975ஆம் ஆண்டு வெளியானது. தமிழகம் தவிர பிற மாநிலங்கள் போன்று நக்சலிசம் என அடையாளப்படுத்தி தமிழ் சினிமா இப்பிரச்சினையை அணுகவில்லை. எண்பதுகளின் ஆரம்பத்தில் வெளியான கோமல் சுவாமிநாதனின் 'அனல்காற்று', கதையாக 'தண்ணீர் தண்ணீர்', 'ஒரு இந்தியக் கனவு' தவிர பாலச்சந்தர்,

கமல்ஹாசன், மணிரத்னம் போன்றவர்கள் உருவாக்கிய வன்முறை அரசியல் கொண்ட இளைஞர்கள் குறித்த படங்கள் இப்பிரச்சினையை நேரடியாக அணுகவேயில்லை. அபூர்வ ராகங்கள், வன்முறை அரசியல் கொண்ட இளைஞன் மற்றும் கணவனிடமிருந்து பிரிந்து வாழும் மத்தியதர வயதுப்பெண் போன்றவர்களைத் தனது பாத்திரங்களாகக் கொண்டிருந்தது.

பாலு மகேந்திராவின் கோகிலா 1977ஆம் ஆண்டு கன்னடத்தில் எடுக்கப்பட்டது. முறைசாரா பாலுறவு குறித்தது அப்படம். பாலு மகேந்திராவின் மூன்றாம் பிறை 1982ஆம் ஆண்டு வெளியானது. அப்படத்தின் ரயில் நிலைய உச்சக்காட்சி பல்லவி அனுபல்லவி உட்பட எண்ணிலடங்காத படங்களில் திரும்பத்திரும்ப பிரதி செய்யப்பட்டது. 1986ஆம் ஆண்டில் வெளியான மணிரத்னத்தின் மௌனராகம் வன்முறை அரசியல் கொண்ட இளைஞன், விவாகரத்துப் பிரச்சினை போன்றவற்றை எடுத்துக்கொண்டிருந்தது. பிற இந்திய மொழிகளில் அல்லாது, தமிழிலேயே எடுக்கப்பட்ட ஏழாவது மனிதன், அவள் அப்படித்தான் போன்ற தீவிர சித்தரிப்புகள் அல்லாதவை யாகவே இப்பிரச்சினைகள் பாலச்சந்தரிடமும் மணிரத்னத்திடமும் வெளிப்பட்டன.

1983ஆம் ஆண்டு வெளியான மணிரத்னத்தின் பல்லவி அனுபல்லவிக்கு முன்பாக பாலச்சந்தரின் அபூர்வ ராகங்களும், பாலுமகேந்திராவின் மூன்றாம் பிறையும், மகேந்திரனின் முள்ளும் மலரும், உதிரிப் பூக்களும் இருந்தன. "இவர்கள் போன்று இன்னும் நிறையப்பேர் தமிழ் சினிமாவில் இருந்திருந்தால் தான் படமெடுக்கவே வந்திருக்க மாட்டேன்" என்று குறிப்பிடுகிறார் மணிரத்னம்.

இச்சூழலில் பாலுமகேந்திரா சிந்தனைப் பள்ளி குறித்து சில அவதானங்கள் மேற்கொள்வது பொருத்தமானது. நூற்றாண்டை அண்மித்துக் கொண்டிருக்கும் தமிழ் சினிமாவின் உச்சபட்ச படைப்புகள் என பாலுமகேந்திராவின் வீடு மற்றும் சந்தியாராகம் என இரண்டையுமே நான் கருதுகிறேன். பிற தமிழ் இயக்குனர் எவரும் இந்த உச்சத்தை எட்டவும் இல்லை, இதைக் கடந்து போகவும் இல்லை. பாலுமகேந்திரா பள்ளியின் முக்கியத்துவம் யதார்த்தத்தை அண்மிப்பதற்காக அவர் கைக்கொள்ளும் நிறநீக்க ஒளிப்பதிவிலும், தீவிர சினிமாவை வெகுஜன சினிமாவுடன் சமரசப்படுத்த அவர் கைக்கொள்ளும் இயல்பான மனித நடவடிக்கையின் பின்னணியாக மட்டுமே பாடலைப் பயன்படுத்தும் அவரது மேதமையிலும் இருக்கிறது. நீங்கள் கேட்டவை இதில் முற்றிலும் சறுக்கிய ஒரு படம். இதனைப்

புரிந்துகொண்டால் மணிரத்னத்தின் பல்லவி அனுபல்லவியின் வெளிப்பாட்டு முறையிலும் கதை சொல்வதிலும் பாலுமகேந்திரா செலுத்தியிருக்கும் தீர்மானமான பாதிப்பினை ஒருவர் உணரமுடியும்.

பல்லவி அனுபல்லவி படத்தில் ஆண்பெண் உறவு தொடர்பாக இடம்பெறும் படத்தின் பாடல்கள் அனைத்துமே பின்னைய மணிரத்னம் படங்களின் ஆட்டபாட்ட பாடல்களோடு ஒப்பிட முடியாதவை. பாலுமகேந்திராவின் நிறநீக்க ஒளிப்பதிவுதான் பல்லவி அனுபல்லவிக்கு குறைந்தபட்ச நம்பகத் தன்மையையும் யதார்த்தத் தன்மையையும் தருகிறது. பாலுமகேந்திரா நீங்கள் கேட்டவையில் பாவித்த அதே பகட்டு ஒளியமைப்பு ஒரு வெளியரங்க காட்சியில் இப்படத்திலும் இருக்கிறது. இவ்வகையிலான பகட்டுவண்ணக் காட்சிகள் மணிரத்னத்தின் பிற்காலத்திய படங்களான அக்னி நட்சத்திரம், திருடா திருடா போன்ற படங்களில் இடம்பெற்றன. வெளிப்பாட்டு வடிவம் எனும் அளவில் பல்லவி அனுபல்லவியின் சொல்முறை பாலுமகேந்திராவின் கதைசொல்முறைதான்.

கதை எனும் அளவில் அனுபல்லவியின் கதை, மௌனராகத்தில் தொடர்கிறது, அலைபாயுதே என அது திரும்பவும் காலமாறுதலுக்கேற்ப ஒரே மாதிரி நிகழ்கிறது. அனுபல்லவியின் கதை இதுதான், பொருளாதார வசதியற்ற நடுத்தரவர்க்கக் கல்லூரி மாணவி. தனது மகளின் காதலை அங்கீகரிக்கும் தாராளமனப்பான்மையுள்ள தகப்பன். அவளைக் காதலிக்கும் விளையாட்டுத்தனம் கொண்ட அதி உயர்வர்க்க எஸ்டேட் முதலாளியின் மகன். அந்தப் பெண்ணுக்கு ஸ்காலர்ஷிப் கிடைத்தால்தான் மேற்படிப்பைத் தொடரமுடியும் எனும் நிலை.

விளையாட்டுப் பிள்ளையின் தகப்பன் தனது மகனுக்கு பொறுப்பு வரவேண்டி அவனை எஸ்டேட் வேலைக்கு அனுப்புகிறார். அங்கே அவன் ஒரு மத்தியதரவயதுப் பெண்ணைச் சந்திக்கிறான்.

உயர்வர்க்கத்தைச் சேர்ந்த அந்த மத்தியதரவயதுப் பெண் தனது மகனுடன் அந்த மலைப்பிரதேசத்திற்கு வந்திருக்கிறாள். தனது கணவன் வேறொரு பெண்ணுடன் கட்டிலில் இருந்ததைக் கண்டுவிட்ட அப்பெண் கணவனைப் பிரிந்து தனது மகனுடன் அங்கு வந்திருக்கிறார். சிறுவனுடன் இளைஞன் பழக்கம் கொள்கிறான். தொடர்ந்து மத்தியதரவயதுப் பெண்ணுடன் நெருக்கமாகிறான். தனது மகனுடன் நெருக்கமாக இருக்கும் இளைஞனை நினைத்து அவள் மனம் தளும்பவும் செய்கிறது. அதேவேளையில் தனது கணவனை அவள் தொடர்ந்து நேசிப்பதாகவும் சொல்கிறாள். ஊராரின் பழிக்கு பதில் சொல்ல அப்பெண்ணைத் தான் மணந்து கொள்ளப்போவதாக இளைஞன் சொல்வதை அவனைக் காணவந்திருந்த அவனது காதலி கேட்டுவிட்டு ஊர் திரும்புகிறாள். பிரிந்து வாழும் தன் மனைவியைக்காண கணவன் அவளைத் தேடிவருகிறான். பிரிந்தவர்களை இளைஞன் ஒன்று சேர்க்கிறான். இருவரும் ஓடிவந்து கட்டிக்கொள்கிறார்கள். தனது காதலியைத் தேடி விமானநிலையம் வருகிறான் இளைஞன். ஸ்காலர்ஷிப் கிடைத்து அவனை விட்டு வெளிநாடு போகிறாள் கல்லூரி மாணவி.

இக்கதையும் இந்தக் கதையின் பல காட்சிகளும் எவருக்கும் அபூர்வ ராகங்களையும் மணிரத்னத்தின் பிற்கால மௌனராகத்தையும் ஞாபகப்படுத்தும். தமிழ் சினிமாவின் சாதாரணமான ரசிகன் கண்ணுக்குப்படுகிற சாத்தியம் அன்று பல்லவி அனுபல்லவி கன்னடப் படத்திற்கு குறைவு என்பதால் ஒப்பீடுகள் இல்லாது போயிருக்கிறது. ஆபூர்வராகங்களிலும் தனது கணவனிடமிருந்து பிரிந்து வாழும் பெண்ணிடம் ஈடுபாடு கொள்கிறான் ஒரு இளைஞன். சில நொடிகளேனும் அவனிடம் அவளது மனம் தளும்பத் தொடங்குவதை அப்பெண் உணர்கிறாள். பல்லவி அனுபல்லவி முடிச்சும் அப்படித்தான் இருக்கிறது. விவாகரத்து வரை போகும் மௌனராகம் தம்பதியருக்கு இடையிலான பிரிவு, விவாகாரத்து எனும் நிறுவனம் உச்சப் பிரச்சினையாகிவிட தாம் பரஸ்பரம் உள்ளார்ந்து காதலிப்பதை உணர்ந்து இணைகிறார்கள். பல்லவி அனு பல்லவியிலும் அப்படித்தான் இருக்கிறது. ஆபூர்வ ராகங்களில் வன்முறை அரசியல் இளைஞன் வருகிறான். மௌனராகத்திலும் வன்முறை அரசியல் இளைஞன் வருகிறான். இரண்டு படங்களிலும் இவனுக்கு நக்சலைட் என்கிற ஸ்தூல அடையாளம் கிடையாது.

கமல்ஹாசனின் குருதிப்புனலிலும் இந்த ஸ்தூலமான சித்தரிப்பு இருக்காது. மூலப்படமான துரோகாலில் அது அரசியலுடன் காத்திரமாகச் சித்தரிக்கப்பட்டிருக்கும். அனுபல்லவியில் கல்லூரி மாணவியை அவளது காதலன் தொடர்ந்து சந்திக்கும் காட்சியமைப்புகள் மௌனராகத்தில் பிரதிபண்ணப்பட்டிருக்கும்.

ஆண் பெண் உறவும் மனவிலகலும், பிறன்மனை விழைதலும் என நிஹலானி எடுத்த 'திருஷ்டி' மற்றும் பாலுமகேந்திரா எடுத்த 'மறுபடியும்", இதன் மூலப்படம் மகேஷ்பட் என்றாலும் கூட, இதே பிரச்சினைகள் குறித்த மணிரத்னத்தின் படங்களான பல்லவி அனுபல்லவி, மௌனராகம் மற்றும் அலைபாயுதே படங்களோடு ஒப்பிட, பாலு மகேந்திராவினதும் நிஹலானியினதும் படங்கள் பெண்ணின் விடுபடுதல் மற்றும் சுயாதீனம் என்பதை முன்வைக்கிறது. மணிரத்னத்தின் படங்கள் ஆண்-பெண் உறவின் முரண்களின் ஆழத்திற்கு ஒருபோதும் செல்வதில்லை. அது பிரச்சினையை எப்போதும் நிபந்தனையற்ற உணர்ச்சிவசமான இணைவு என்பதை நோக்கியே செலுத்துகிறது. மணிரத்னத்தைப் பொருத்து ஆண்-பெண் உறவு தொடர்பான பிரச்சினையும் சரி, மதங்களுக்கிடையிலான பிரச்சினையும் சரி, தேசிய இனங்களுக்கு இடையிலான பிரச்சினைகளும் சரி, சாதிகளுக்கு இடையிலான முரண்களும் சரி இவ்வாறுதான் தீர்க்கப்பட முடியும். பல்லவி அனுபல்லவியிலேயே மணிரத்னம் இந்த வேர்களை விதைத்திருக்கிறார்.

உணரு
(மலையாளம்-1984)

1984ஆம் ஆண்டு வெளியாகிய மணி ரத்னத்தின் இரண்டாவது திரைப்படம் மலையாள மொழியில் எடுக்கப்பட்ட உணரு. இளையராஜா இசையமைக்க பி.லெனின் படத்தொகுப்பை ஏற்ற திரைப்படம். ஐ.வி.சசி இயக்கி பெருவெற்றி பெற்ற ஜனரஞ்சகப் படங்களான "ஈநாடு", 'இனியெங்கிலும்' போன்ற படங்களையடுத்து இப்படங்களது தயாரிப்பாளர் என்.ஜி.ஜான் உருவாக்கிய கேரள தொழிற்சங்க அரசியல் குறித்த படம் 'உணரு'. 'ஈநாடு' படம் ஊழல் பிரச்சினையை எடுத்துக் கொண்டது. 'இனியெங்கிலும்' இந்திய மக்களுக்கு இருக்க வேண்டிய ஜப்பானிய வகை நிர்வாகம் மற்றும் ஒழுக்கத்தைப் போதித்தது. உணரு திரைப்படம் 'இந்தியாவைக் குட்டிச் சுவராக்கிக் கொண்டிருக்கக் கூடிய' தொழிற்சங்க இயக்கத்தைத் தோலுரிப்பதற்காக ஈநாடு, இனியெங்கிலும் கூட்டணியால் எடுக்கப்பட்ட திரைப்படம்.

ஈநாடு, இனியெங்கிலும் படங்களுக்கு கதையும் வசனமும் எழுதிய பள்ளிக்கூட உடற்பயற்சி ஆசிரியரான தாமோதரன் உணரு படத்தின் கதையையும் எழுதினார். உடற்பயிற்சி ஆசிரியர்கள், நேரம் தவறாமை, உடல்பலம், நல்லொழுக்கம், வாகைசூடுதல், நல்ல குடிமகனாக இருத்தல், நாட்டின் வளர்ச்சி போன்றவற்றைப் போதிப்பவர்கள். தாமோதரன் குறிப்பிட்ட மூன்று மலையாளப் படங்களிலும் இதனைத்தான் போதிக்கிறார். உணரு திரைப்படம் தொழிற்சங்க இயக்கத்தினுள் இருக்கிற ஊழலைப் பேசும் படம் எனும் மணிரத்னம், இந்தப் படத்தில் சொல்லப்பட்டபடி சகலவற்றையும் கட்டுப்படுத்தும் வலிமையான தொழிற்சங்க இயக்கம் இன்றும் இருந்து கொண்டிருக்கிறது என்கிறார். உணரு படமானது வாய்ப்புகளைத் தேடித் திரியும் புதிய தலைமுறையினருக்கும், பழைய பாணியையே இன்றும் கடைபிடிக்கும் பழைய தலைமுறையினருக்கும் இடையிலான பிரச்சினை குறித்தது என்கிறார் மணிரத்னம்.

உணரு திரைப்படம் தனது கட்டுப்பாட்டில் இல்லாத, தனது சிந்தனைப் பள்ளியின் தாக்கத்தில் உருவாக்க முடியாது போன திரைப்படம் என்கிறார் மணிரத்னம். திரைக்கதையில் தயாரிப்பாளரான ஜான், கதாசிரியரான தாமோதரன் இருவருடன் தானும் பங்குபற்ற வேண்டியிருந்தது, இயக்கம் எனும் அளவில் அறுதித் திரைப்படத்தின் மீது தனது கட்டுப்பாட்டைக் கொண்டிருக்க முடியவில்லை என்கிறார். மணிரத்னம் இங்கு தனது சிந்தனைப் பள்ளி எனக் குறிப்பிடுவது பட உருவாக்கம் தொடர்பான அழகியல் சார்ந்த குறிப்பீடு எனவே நாம்

புரிந்துகொள்ள முடியும். அரசியல் திரைப்படமாயினும் உறவுகள் சார்ந்ததாகவும் மானுட நாடகமாகவும் அதனைச் சித்தரிப்பது தனது சிந்தனைப் பள்ளி என்கிறார் மணிரத்னம்.

நாம் ஒருவரது சிந்தனைப் பள்ளி என்பதனை இருவகைகளில் அணுகவேண்டும். முதலாவதாகத் திரைமொழியை ஊடகமாகக் கொண்டவர் எனும் அளவில் மணிரத்னம் கதை சொல்லத் தேர்ந்து கொண்டதும், தனது தனித்துவமானதும் எனக் கருதுகிற பாணியை அவரது ஊடகம் சார்ந்த சிந்தனைப் பள்ளி எனலாம். பிறிதொன்று, அவர் பேசும் பிரச்சினைகள் சார்ந்து அவருள் உருவாகி வந்திருக்கும் அரசியல், சமூகப் பார்வையை அவரது சிந்தனைப் பள்ளியின் இன்னொரு பரிமாணம் எனலாம்.

இருவர், குரு, ராவணன் போன்ற அவரது படங்கள் முறையே திராவிட இயக்கம், தேசிய முதலாளி உருவாக்கம், காவல்துறையின் வனவேட்டை போன்ற அரசியல் பிரச்சினைகளைப் பேசினாலும், இவற்றில் அரசியல் பிரச்சினைகளை விடவும் உறவுச் சிக்கலில் விளையும் மானுட நாடகமே அழுத்தம் பெறுவதை நாம் காணவியலும். இந்தப் பண்பு உணரு திரைப்படத்திலும் இருக்கிறது. நண்பர்களுக்கிடையிலான உறவும் பிரிவும், வேலையற்ற படித்த இளைஞனின் சகோதரி விலைமகளிராக மாறும் நிலை என இதனையே அவர் மணிரத்னம் பாணி எனவும் குறிப்பிடுகிறார்.

அரசியலைப் பொறுத்து அவரது சிந்தனைப் பள்ளியில் உணரு

முதல் ராவணன் வரை அதனது வலதுசாரி தாராளவாத இந்திய தேசபக்திக் கண்ணோட்டத்தின் தர்க்க நீட்சியை நாம் சுத்தமாகக் காணமுடியும். அனைத்து முரண்பாடுகளும் நிரவப்பட்ட, ஒன்றுபட்ட, பொருளியல் வளர்ச்சி நோக்கிய வல்லரசு இந்தியா அவரது கனவு ராஜ்ஜியம். மேல் மத்தியதர வர்க்கத்தவரது உலகப் பார்வை மற்றும் ஒரு நிதி மேலாண்மயாளரது இலாப நோக்குப் பார்வை போன்றனதான் மணிரத்னத்தின் அரசியல் சிந்தனைப்பள்ளி. அந்த வகையில் ஜான், தாமோதரன் போன்றவர்களுக்கும் மணிரத்னத்திற்கும் இடையில் அரசியல் ரீதியில் உணரு படத்தில் வித்தியாசங்கள் ஏதும் இல்லை. அவர்களுக்கு இடையிலான வித்தியாசம் திரைப்பாணி அல்லது சொல்முறை சம்பந்தமான வித்தியாசம் மட்டும்தான்.

பிற்காலத்தில் இந்தியப் புகழ்பெற்ற தமிழ் சினிமா இயக்குனராக ஆன மணிரத்னத்தின் தாய்நிலமான தமிழகம் பொதுவாகத் தொழிற்சங்க இயக்கம் தொடர்பாக எத்தகைய படங்களை உருவாக்கி இருக்கிறது? 1960ஆம் ஆண்டு ஜெமினி வாசன் இயக்கத்தில் இரும்புத்திரை வெளியானது. தொழிற்சங்க இயக்கத்திற்கு முற்றிலும் எதிரானது அந்தத் திரைப்படம். இதற்கு முப்பது ஆண்டுகள் கழித்து, 1992ஆம் ஆண்டு வெளியாகி பெருவெற்றி பெற்ற ரஜினிகாந்தின் மன்னன் திரைப்படத்தை பிற்காலத்திய பாமர தமிழ்த்திரைப்பட ரசிகனின் இரும்புத்திரை எனலாம். இதிலிருந்து இருபது ஆண்டுகள் கழித்து 2012ஆம் ஆண்டு வெளியாகிய கிருஷ்ணவேணி பஞ்சாலை கூட பஞ்சாலையின் அழிவுக்கு தொழிற்சங்க இயக்கத்தை முக்கிய காரணமாகக் காட்டியது. தெலுங்கில் பெருவெற்றி பெற்று தமிழில் மொழிமாற்றம் செய்யப்பட்ட சிவப்புமல்லி எம்ஜிஆர், ரஜினிகாந்த் பாணி செங்கொடித் தொழிற்சங்கப்படமாக அமைந்தது. ஹரிஹரன் இயக்கிய ஏழாவது மனிதன் திரைப்படம் மட்டுமே சூழலியல் சீர்கேட்டுக்கு எதிராக உருவாகும் தொழிலாளர் ஒற்றுமை அமைப்பைச் சித்தரித்தது. விதிவிலக்கான இந்தப் படத்தைத் தவிர, தொழிற்சங்க விரோத தமிழ்சினிமாவில் இருந்த அதே தொழிற்சங்க விரோதக் கண்ணோட்டத்துடன்தான் மணிரத்னம் மலையாள மொழிக்குப் போனார்.

மலையாள மொழி திரைப்பட உலகம் இடதுசாரி இயக்கத்தின் சமூகப் பங்களிப்பையும், அந்த இயக்கத்தின் ஊழியர்களின் அர்ப்பணிப்பையும் போற்றி படங்களைத் தந்திருக்கிறது. தோப்பில் பாசி, பேக்கர், டி.வி.சந்திரன், லெனின் ராஜேந்திரன், அடூர் கோபால கிருஷ்ணன் போன்றவர்கள் இத்தகைய படங்களை எடுத்திருக்கிறார்கள். மார்க்சியர்களின் அர்ப்பணிப்பை அங்கீகரித்து காலமாற்றத்தில் தேய்ந்து

வந்திருக்கும் அவர்களது நம்பிக்கையை முகாமுகம், கதாபுருஷன் போன்ற படங்களில் அடூரும் நெய்துக்காரனில் பிரியாநந்தனும் சித்தரித்துக் காட்டினார்கள். இடதுசாரிகள் மற்றும் தொழிற்சங்க இயக்கம் குறித்த இவர்களது விமர்சனம் என்பது தொழிற்சங்க இயக்கத்தை இழிவுபடுத்தும் பண்புகொண்டது இல்லை.

தோப்பில் பாசியின் துலாபாரம் 1968ஆம் ஆண்டு மலையாள மொழியில் வெளியாகி பிறகு ஏ.வி.எம்.ராஜனும் சாரதாவும் நடிக்க தமிழில் மறு ஆக்கம் செய்யப்பட்டு வெளியானது. தொழிற்சங்க இயக்கம் பற்றிய அந்தத் திரைப்படம் தமிழ் மலையாளம் என இரு மொழிகளிலும் பெருவெற்றி பெற்றது. தொழிற்சங்க இயக்கத்தை முளையிலேயே அழிப்பதற்காக ஆலை முதலாளிகளும் அரசும் மேற்கொள்ளும் நடவடிக்கைகளைப் பேசிய அப்படம், தொழிலாளர்களுக்கு இடையில் இயல்பான வர்க்க உணர்வு திரளுவதையும் தோழமையையும் மானுட நேயத்தையும் பேசியது. அறுபதுகள் முதல் எண்பதுகளின் ஆரம்ப ஆண்டுகள் வரையிலான இந்திய, கேரள, தமிழக யதார்த்தம் துலாபாரம் பேசிய யதார்த்தம்தான்.

பெரும் பஞ்சாலைகளும், இன்ஜினியரிங் தொழிற்சாலைகளும், சிறு சிறு இயந்திர உறுப்புகள் உருவாக்கும் தொழிற்சாலைகளும் நிறைந்த கோயமுத்தூரில் வளர்ந்தவன் எனும் அளவிலும், கம்யூனிஸ்ட் கட்சி தொழிற்சங்க அமைப்பின் முழுநேர தொழிற்சங்க ஊழியரது மகன் எனும் அளவிலும், தாயும் சகோதரர்களும் பஞ்சாலைத்தொழிலாளர்கள் எனும் அளவிலும், ஒரு ஸ்டீல் பர்னிச்சர் தொழிற்சாலையிலும் ஒரு வார்ப்புத் தொழிற்சாலையிலும் அலுவலராக சில ஆண்டுகள் பணியாற்றியவன் எனும் அளவிலும், தொழிற்சங்க இயக்கம், அது எதிர்கொண்ட பிரச்சினைகள், அதனது அரசியல் என்பதை குடும்பப் பிரச்சினையாக அன்றாட அனுபவமாக உணர்ந்தவன் எனும் அளவில், தொழிற்சங்க இயக்கம் குறித்த படைப்புகள் பற்றிய எனது சொந்த அவதானங்கள் சிலவற்றை என்னால் முன்வைக்க முடியும்.

பெரும்பாலுமான தொழிற்சாலைகளில் தொழிலாளர் பாதுகாப்புக்காக தொழிலாளர் நலத்துறையால் உருவாக்கப்பட்ட தொழிலாளர் விபத்துப் பாதுகாப்புச் சட்டங்கள் எதுவும் முதலாளிகளால் கடைபிடிக்கப்படுவதில்லை. இலஞ்சம் பெற்றுக் கொண்டு தொழிலாளிகளின் உயிரோடு விளையாடுவது தொழிற்சாலைக் கண்காணிப்பாளர்களது வழமை. குறைந்த கூலிக்கு குழந்தைத் தொழிலாளர்களை வைத்து இரவுபகலாக வேலை வாங்குவதும், குறைந்த கூலிக்குப் பெண்களைச் சுரண்டுவதும் தொழிற்சாலை

முதலாளிகளின் வாடிக்கை. தொழிலாளிகளை நிரந்தரமாக்கினால் அவர்களுக்குச் சட்டப்படி தரவேண்டியதைத் தரவேண்டும் என்பதால் அவர்களை அன்றாடக் கூலிகளாக வைத்திருக்கவே முதலாளிகள் விரும்புவர். இவ்வாறு தமது நலன்களைப் பாதுகாக்க உரிமைகளுக்காகச் சளையாது போராடுகிற தொழிற்சங்கத் தலைவர்களைக் கொலை செய்ய முதலாளிகள் தமக்கான குண்டர் படையை உருவாக்கி வைத்துக் கொண்டனர்.

உரிமைகளுக்காகப் போராடுகிற தொழிற்சங்கத்தைப் பலவீனப்படுத்த முதலாளிகள் இலஞ்சம் கொடுத்து தாமே தலைவர்களை உருவாக்கி தமக்குச் சாதகமான தொழிற்சங்கங்களையும் அவர்களே உருவாக்குவார்கள். பற்பல தொழிற்சங்கங்கள உருவாக இதுவே காரணம். இதுவன்றி அனைத்து அரசியல் கட்சிகளும் தமக்கென தொழிற்சங்கங்களைக் கொண்டிருந்தன. தமது அரசியல் கொள்கைகளுக்கு ஒப்ப அவை முதலாளி தொழிலாளி உறவை அணுகின. இவ்வகையில் இடதுசாரிகள் முதலாளிகளிடம் உரிமைகளைப் போராடிப் பெறும் நோக்கத்தில் ஒரு அணியிலும், பிற கட்சிகள் முதலாளியிடம் இணக்கம் கண்டு ஆதாயம் பெறுவது எனும் நோக்கில் பிறிதொரு அணியிலும் தொழிலாளர்கள் திரண்டனர். இது தொழிற்சங்க இயக்கத்தின் ஒரு பரிமாணம்.

தொழிற்சங்க இயக்கத்தின் பிறிதொரு பரிமாணம் பொருளாதாரக் கோரிக்கைகளையும் அரசியல் கோரிக்கைகளையும் எவ்வாறு வேறுபட்ட தொழிற்சங்கங்கள் சார்ந்தவர்கள் அணுகுகிறார்கள்

என்பது குறித்ததாகும். இடதுசாரி தொழிற்சங்கங்களில் பொருளாதாரக் கோரிக்கைகள் என்பது நாடும் சமூகமும் மாற்றம் பெறவேண்டும் எனும் அரசியலோடு முன்னெடுக்கப்படவேண்டும் என மார்க்சியர்கள் வலியுறுத்தி வருகிறார்கள். மார்க்சிஸ்ட்டு தொழிற்சங்க அரசியலில் இது ஒரு மையமான பிரச்சினை. அரசியலைப் பின்தள்ளிவிட்டு பொருளாதார ஆதாயங்களுக்காக மட்டுமே தொழிற்சங்கப் போராட்டங்களை முன்னெடுப்பவர்கள் முதலாளிகளிடம் இருந்து கையூட்டு பெறும் நிலைக்குப் போகிறார்கள். இவர்களை இந்த நிலைக்குத் தள்ளிய இரு புறநிலைச் சக்திகள் இருக்கின்றன.

வெறும் கூலி உயர்வு, ஓவர் டைம் சம்பளம், அதிக நட்ட ஈடு என்பதை மட்டும் முன்வைத்து அரசியலை முற்றிலும் புறந்தள்ளிய வீராவேசமான அரசியல் சாரா தொழிற்சங்கங்களின் தோற்றம் இதில் முதலானது. இரண்டாவது, மார்க்சிஸ்ட்டுகள் அல்லாத தொழிற்சங்கங்களைச் சேர்ந்தவர்கள் பெரும்பாலும் பொருளாதார ஆதாயங்களுக்கு மட்டுமே முக்கியத்துவம் கொடுத்தார்கள் எனும் புறநிலை உண்மை.

இரும்புத்திரை, துலாபாரம், முகாமுகம், உணரு போன்ற தொழிற்சங்க இயக்க அனுபவங்கள் குறித்த தமிழகக் கேரளப் படங்களோடு நிஹ்லானியின் ஆகாத் இந்திமொழித் திரைப்படமும் இந்த தொழிற்சங்க அரசியலில்தான் தத்தமது களங்களை அமைத்துக் கொள்கின்றன. இச்சூழலில் அறுபதுகள் முதல் எண்பதுகள் வரையிலான தொழிற்சங்க இயக்கத்தின் அர்ப்பணிப்புகளையும் தியாகங்களையும் சாதனைகளையும், தொழிலாளிகளுக்கு எதிரான ஆலை முதலாளிகளின் கொலைகாரத்தனமான அத்தனைக் கொடுமை களையும் ஒரு சேர நிராகரித்தபடி, முழுமையாகத் தொழிற்சங்க இயக்கத்தைக் கொச்சைப்படுத்தியபடி மணிரத்னத்தின் உணரு திரைப்படம் வெளியாகிறது.

நிஹ்லானியின் ஆகாத்தும் மணிரத்னத்தின் உணரு திரைப்படமும் ஒரே ஆண்டில், 1984ஆம் ஆண்டு வெளியாகின்றன. இரண்டும் தொழிற்சங்க இயக்கத்தின் சீரழிவையும் நெருக்கடியையும் பேசும் படங்கள். நிஹ்லானி மும்பை நகரத்தை மையமாக வைத்தும், மணிரத்னம் எர்ணாகுளம் நகரத்தை மையமாக வைத்தும் தொழிற்சங்க இயக்கத்தைப் பற்றி பேசினாலும், இருவரது அணுகுமுறைகளும் பார்வைகளும் எதிரெதிர் திசையிலானது. இடதுசாரி தொழிற்சங்க இயக்கம் குறித்த இடதுசாரி விமர்சனம் நிஹ்லானியுடையது எனக் கொள்வோமானால், மணிரத்னத்தின் விமர்சனம் ஒரு கடைந்தெடுத்த

வலதுசாரி பிற்போக்குவாதியின் விமர்சனம் என வரையறை செய்ய முடியும்.

நிஹ்லானி படத்திற்கும் மணிரத்னம் படத்திற்கும் இருக்கும் மிகமுக்கியமான வித்தியாசம், நிஹ்லானி எப்போதும் அரசியல் குறிப்பீடுகளை துல்லியமாகச் செய்வார். மணிரத்னம் எப்போதுமே குறிப்பான விஷயங்களை நீர்த்துப்போகச் செய்து, பொதுமைப்படுத்தி பிரச்சினைக்குத் தீர்வை போதிப்பார். இதற்கான காரணம், யதார்த்தமும் நடைமுறையும் அது குறித்த அறிவுத்தேடலும் இருவருக்கிடையிலும் திட்டவட்டமாக மாறுபடுவதுதான்.

ஆகாத் படத்தில் ஓம்பூரி ஏற்கும் பாத்திரம் கம்யூனிஸ்ட் கட்சி தொழிற்சங்கவாதியின் பாத்திரம். அவருக்கு எதிரியாக பாத்திரம் ஏற்கும் நஸ்ருதின் ஷா அரசியல் சாரா தொழிற்சங்கவாதி. அரசியல் சமூகக் கோரிக்கைகளோடு பொருளாதார கோரிக்கைகளையும் இணைப்பது ஓம் பூரியின் பார்வை. உச்சபட்ச பொருளியல் ஆதாயக் கோரிக்கைகளை முன்வைக்கும் அரசியல் சாராத நஸ்ருதின் ஷா, மறுபுறத்தில் ஆட்குறைப்பு மற்றும் இயந்திரமயமாக்குதல் போன்றவற்றை ரகசியமாக ஏற்று முதலாளிகளுக்கு உதவி செய்கிறார். இவரது பொருளாதாரக் கோரிக்கைகளை ஏற்கும் முதலாளிகள், அதைவிடவும் அதிக இலாபம் தரும் ஆட்குறைப்பு, இயந்திரமயமாக்கம் போன்றவற்றை சாதித்துக் கொள்கிறார்கள். இத்தகைய தொழிற்சங்கங்களை முதலாளிகள் ஆதரிப்பதால், தமது பொருளாதார நலன்களை மட்டுமே முன்னிறுத்தும் தொழிலாளிகள் கம்யூனிஸ்ட் தொழிற்சங்கங்களை விட்டு இத்தகைய தொழிற்சங்கங்களை நோக்கிப்போகிறார்கள். இந்தச் சூழலில் வன்முறையான தொழிற்சங்க அரசியலில் இறங்கி, தாமும் உச்சபட்ச பொருளாதாரக் கோருதல்களை முன்வைக்க வேண்டும் என கம்யூனிஸ்ட் தொழிற்சங்க அமைப்புகளிலுள்ள ஒரு சாரார் விரும்புகிறார்கள். தனது மார்க்சிய தார்மீக நெறிகள் சவாலுக்கு ஆளாகி வருவதை முகாரியின் சோகத்துடன் எதிர்கொள்கிறார் ஓம் பூரி. இது நிஹ்லானியின் ஆகாத் படத்தின் கதைக்கரு.

மணிரத்னத்தின் உணரு படத்தின் கதை என்ன? எர்ணாகுளத்திற்கு வெளியிலிருந்து யாருமற்றவரான மோகன்லால் வேலைதேடி எர்ணாகுளம் வருகிறார். எங்கு போனாலும் தொழிற்சங்க அடையாள அட்டை கேட்கிறார்கள். தொழிற்சங்கத்திற்குப் போய் தொழிற்சங்க ஊழியரிடம் உறுப்பினர் அட்டை கேட்டால் அவர் 5000 ரூபாய் இலஞ்சம் கேட்கிறார். நியாயம் கேட்கப்போன ரத்தீசும் மோகன்லாலும் சண்டைபோட போலீஸ் அவர்களைக் கைது செய்கிறது. வேலை

இல்லாதவர்களுக்கு வேலை என்பதற்காகவே அவர்கள் வேலையற்ற ஒரு வழக்குரைஞரை வைத்து தொழிற்சங்கம் ஆரம்பிக்கிறார்கள்.

மேலே குறிப்பிட்ட வேறுபட்ட இரண்டு தொழிற்சங்கவாதிகளுக்கும் என்ன அடையாளம்? இரண்டு பேரும் சிவப்புக் கொடி வைத்திருக்கிறார்கள். முதலாமவர் தோழர், தொழிலாளி வர்க்கம் என்றெல்லாம் பேசுகிறார். இரண்டாமவர் அரசியல் சாதி மத பேதமற்றது தனது தொழிற்சங்கம் என்கிறார். முதலாவது தொழிற்சங்கவாதியை மார்க்சிஸ்ட் எனவும் இரண்டாவது தொழிற்சங்கவாதியை அரசியல் அற்றவர் எனவும் பார்வையாளன் ஊகித்துக் கொள்ளலாம்.

நிஹ்லானியின் ஆகாத் திரைப்படத்தில் ஓம் பூரியின் தொழிற்சங்க அலுவலகத்தில் மார்க்ஸ் லெனின் படங்களும் எப்போதும் தொழிலாளர்களின் பிரசன்னமும் உண்டு. மணிரத்னம் படத்தில் எல்லா தொழிற்சங்கங்களதும் கொடி சிவப்பு. குறிப்பான அரசியல் உரையாடல் என்பதே துப்புரவாக இல்லை. படத்தில் வரும் அனைத்துத் தொழிற்சங்கவாதிகளும் தமது அரசியல் மாறுபாடுகளை விட்டு ஒரே அணியாக உருவாகிறார்கள். கூட்டாக இலஞ்சம் வாங்குகிறார்கள். கூட்டாக தொழிலாளிகளுக்கு ஓவர் டைம் கேட்கிறார்கள். இனி உருவாகப் போகிற தொழிற்சாலைகளையும் கூட்டாகத் தமது கட்டுப்பாட்டுக்குள் கொணர ஒன்றிணைந்து முனைகிறார்கள். ஒரு அபத்தக் காட்சியும் படத்தில் உண்டு. ஒரு ஊர்வலம் காண்பிக்கப்படுகிறது. அனைத்து கட்சிக் கொடிகளும் அதில் இருக்கிறது. ஆலைகளைத் தமது கட்டுப்பாட்டுக்குள் கொணர

முயலும் தொழிற்சங்கங்கள் கூட்டாக அதனை ஏற்பாடு செய்கின்றன. எந்த உலகத்தில் இப்படி இருக்கிறது என்றே புரியவில்லை.

மணிரத்னத்தின் படத்தில் தொழிற்சங்கவாதிகள் அரசியல்வாதிகளையும் அரசையும் முதலாளிகளையும் என அனைவரையும் ஆட்டி வைக்கிறார்கள். தொழிலாளிகள் சமூக விரோதக் குண்டர்படையோடு சேர்ந்து வேலையற்ற வாலிபர்களுக்கு எதிராகத் திரளுகிறார்கள். அரசியல், தத்துவம் எல்லாம் கடந்த தாதாக்களான தொழிற்சங்கவாதிகள் தமக்குச் சவாலாக வரும் தொழிலாளி ரத்தீசை லாரி ஏற்றி கொல்லவும் செய்கிறார்கள். படத்தின் கடைசியில் ஒன்றுபட்ட தாதாக்களான தொழிற்சங்கவாதிகளை தொழிலாளர், வேலையற்ற இளைஞர்கள் அனைவரும் புறக்கணிக்கிறார்கள்.

சாதி, மதம், இனம், அரசியல் கட்சி மாறுபாடுகள் எல்லாம் கடந்த, தம்மையே ஒரு தனித்த வர்க்கமாக உருவாக்கிக் கொண்ட தொழிற்சங்க இயக்கம் தொடர்பான சிறுபிள்ளைத்தனமான ஒரு படத்தை இதைவிடவும் ஒருவர் எடுக்க முடியாது. தொழிலாளிகளும் தொழிற்சங்க இயக்கமும் தொடர்பான மணிரத்னத்தின் இந்த விரோதப் பார்வை அவரது பின்னாளைய குரு படத்தில் எவருக்கு இணக்கமான பரிவுப் பார்வையாக ஆகிறது என்பதை ஒருவர் இப்போது ஒப்பிட்டுப் பார்த்துக்கொள்ள முடியும்.

இவ்வாறு அவரது முதல்படமும் கன்னடப் படமுமான பல்லவி அனு பல்லவியும், அவரது இரண்டாவது படமும் மலையாளப் படமுமான உணருவும் எவ்வாறு அவரது பிற்காலத்திய மத்தியதர வர்க்க உறவுகள் தொடர்பான படங்களுக்கும், இனம், சாதி, தேசியம் தொடர்பான அவரது பிற்கால அரசியல் படங்களுக்கும் அடிப்படைகளாக அமைகின்றன என இன்று ஒருவர் அவதானிக்க முடியும். மணிரத்னம் இந்திய தேசிய உலக இயக்குனராவதற்கான பூர்வ வேர்கள் அவரது முதல் இரண்டு பிறமொழிப்படங்களிலேயே ஆழமாக ஊன்றப்பட்டிருக்கின்றன.

பெருந்தேசியம்:
இந்து முஸ்லீம் பிரச்சினை

ரோஜா (1993)

காஷ்மீர் பிரச்சினை குறித்து ரோஜா, வடகிழக்கு மாநிலமான அசாம் பிரச்சினை குறித்து தில் சே, ஈழப் பிரச்சினை குறித்து கன்னத்தை முத்தமிட்டால் என மூன்று படங்களில் தேசிய இனப் பிரச்சினையின் அரசியல் பற்றி மணிரத்னம் பேசுகிறார். இந்தப் படங்களை முறையே சத்தியவான் சாவித்திரியின் பதிபக்தி, லைலா மஜ்னுவின் அமரக்காதல், ஈழ அகதிக் குழந்தையின் தத்துப் பிரச்சினை என்பதாக மணிரத்னம் முன்வைக்கிறார். மேலேயுள்ள வாக்கியத்தில் நான் குறிப்பிட்ட வார்த்தைகளை தனது மூன்று படங்கள் குறித்துப் பேசும்போது மணிரத்னம் பாவிக்கிறார். காஷ்மீர், அசாம், ஈழம் போன்றவற்றின் வரலாறும் போராட்டமும் வன்முறையும் அவரைப் பொறுத்து இந்தக் கதைகளைச் சொல்வதற்கான 'பின்புலம்' என்பதாக மட்டுமே அவர் தேர்ந்து கொள்கிறார். முதல் காதல், புதுமணத்

தம்பதியர், அகதிக் குழந்தைக்கும் வளர்ப்புப் பெற்றோருக்கும் ஆன உறவுச் சிக்கல்களையே அவர் கதைகூறுதலில் 'பிரதானமானதாகத்' தேர்ந்து கொள்கிறார். அமெரிக்காவுக்குக் குடிபெயர்ந்த பிலிப்பைன்ஸ் குழந்தையொன்றின் அனுபவத்தையே கன்னத்தை முத்தமிட்டால் படத்தில் தான் ஈழத்துக்குப் பெயர்த்ததாகவும் அவர் குறிப்பிடுகிறார்.

'வரலாறு' அவரைப் பொறுத்து அவரிடம் 'ஏற்கனவே' இருக்கிற உறவுச் சிக்கல்களைத் தீட்டிக் காட்டுவதற்கான திரைச்சீலைமட்டும்தான்; அதுவும் அழுத்தமான நிறங்களில் தீட்டிக்காட்டும் திரைச்சீலை. இங்கு ஒரு அடிப்படையான சிக்கல் இருக்கிறது. குறிப்பிட்ட வரலாற்றுக்கு வெளியிலிருந்து உறவுச் சிக்கல்களைக் கொண்டு சென்று சொல்ல வேண்டிய தேவை என்ன? குறிப்பிட்ட வரலாற்றுக்குள் மனிதர்கள் இல்லையா? அவர்களுக்கிடையில் உறவுகள் இல்லையா? அவர்களது உறவுகளில் சிக்கல்கள் இல்லையா? போராட்டத்தினிடையிலும் வன்முறையினிடையிலும் அவர்களிடத்து அன்பு, பாசம், காமம், குரோதம், துரோகம், காதல், திருமணம், பிரிவு, மரணம் போன்ற பிணைப்புகளும் முறிவுகளும் நெகிழ்வுகளும் அழிவுகளும் சிக்கல்களும் இல்லாமலா ஆகிப் போகிறது? இனப் பிரச்சினை அதனது வரலாறு, உறவுகள் என உலக அளவிலும் இந்திய அளவிலும் படங்கள் வெளியாகி இருக்கின்றன. அவற்றுடன் மணிரத்னம் படங்களை வைத்துப் பேசும்போது அவரது படங்களில் மானுடத்துவ நோக்கில் பொக்கையான உள்ளீடற்ற தன்மை எவ்வாறு செயல்படுகிறது எனப் புரிந்து கொள்ள முடியும்.

அல்ஜீரியப் பிரச்சினை குறித்த பொன்டெ கர்வோவின் பேட்டில் ஆப் அல்ஜியர்ஸ், அயர்லாந்து பிரச்சினை குறித்த கென்லோச்சின் த வின்ட் தட் சேக்ஸ் த பார்லி போன்ற இனப் பிரச்சினை குறித்த உலகக் கிளாசிக்குகளோடு இணை வைத்துப் பேசமுடியாவிட்டாலும் இந்திய அளவில் இனப் பிரச்சினை குறித்த காத்திரமான இரு படங்களை நாம் குறிப்பிட முடியும். ஒன்று கவிஞர் குல்ஸார் இயக்கிய சீக்கிய இனப் பிரச்சினை தொடர்பான மச்சிஸ் எனும் திரைப்படம். பிறிதொன்று காஷ்மீர் பிரச்சினை பற்றிய லம்ஹா எனும் திரைப்படம். லம்ஹா திரைப்படத்தினை இயக்கியவர் குஜராத் முஸ்லீம் படுகொலைகள் குறித்த அதியற்புதமான படமான பர்சானியாவை உருவாக்கிய தொலாக்கியா.

பேட்டில் ஆப் அல்ஜியர்ஸ் திரைப்படம் அல்ஜீரிய விடுதலைப் போராட்டத்தில் நேரடியாக ஈடுபட்ட போராளியொருவரின்

அனுபவங்களின் அடிப்படையில், அவரது நாட்குறிப்புகளை வைத்து உருவாக்கப்பட்ட திரைப்படம். குறிப்பிட்ட போராளி அந்தப் படத்தின் முக்கியமான பாத்திரங்களிலொன்றாகவும் வேடமேற்றார். குறிப்பிட்ட வரலாற்றுக்கும் அதில் பங்குபெற்ற மாந்தரின் அனுபவத்துக்கும் வெளியில் இருந்து கதை பண்ணுகிற வேலையை பொன்டெகார்வோ செய்யவில்லை. கென்லோச்சின் தி விண்ட் தட் சேக்ஸ் த பார்லி நேரடியாக அயர்லாந்து பிரச்சினைக்குள் சென்றுவிடுகிறது. போராளிகளுக்கிடையிலான தோழமை, பிற்பாடாக அவர்களுக்குள் வளரும் துரோகம், பிரிட்டிஷ் ராணுவத்தினரின் காட்டுமிராண்டித்தனம், அயர்லாந்து மக்களின் விடுதலை வேட்கை என வாழ்வும் மரணமும் குறித்ததாக அந்தத் திரைப்படம் இருந்தது. கதை சொல்வற்கான 'பின்புலம்' என்கிற பிரச்சினையே இங்கு இல்லை. கதை நிகழிடம் இங்கு குறிப்பிட்ட வரலாறு. உறவுகள் குறித்த பிரச்சினை என்பது அந்த வரலாற்றில் வாழ்ந்த மனிதர்களின், ஆண்கள் பெண்கள் குழந்தைகள் முதியவர்களின் பிரச்சினைகள்தான். மச்சீஸ் திரைப்படம் இந்திராகாந்தியின் படுகொலை அதனைத் தொடர்ந்து தில்லியில் நடந்த சீக்கிய மக்களுக்கு எதிரான இனப்படுகொலை, காலிஸ்தான் பிரிவினை இயக்க நடவடிக்கைகள், பஞ்சாபில் கட்டவிழ்த்து விடப்பட்ட இந்திய அரசின் அடக்குமுறை அனைத்தையும் தனது கதைக்குள் கொண்டிருக்கிறது.

மணிரத்னத்தின் ரோஜா (1992) திரைப்படத்தினை முன்வைத்து அகில இந்திய சினிமாவை நோக்கி தமிழ் சினிமா தலைநிமிரலாம்

அல்லது கேவலப்பட்டு தலை குனிந்து கொள்ளவும் வேண்டியிருக்கும். 1992ஆம் ஆண்டு துவக்கம் 2008ஆம் ஆண்டு முடிய பதினேழு ஆண்டுகளில் காஷ்மீர் பிரச்சினையின் அரசியல் பரிமாணம் குறித்து இந்திய அளவில் 22 முழுநீளத் திரைப்படங்கள் இந்தி, மலையாளம், தமிழ் என வெளியாகி இருக்கிறது. 1992ஆம் ஆண்டு வெளியான மணிரத்னத்தின் ரோஜா திரைப்படம்தான் 'அகில இந்திய அளவில் அரசியல் பரிமாணத்துடன் காஷ்மீர் பிரச்சினையைப் பேசிய முதல் இந்தியத் திரைப்படம்'.

என்ன ஆச்சர்யம், பயங்கரவாதத்தையும் இஸ்லாம் மதத்தையும் இணைத்து, காஷ்மீர் மக்களின் அசலான தேசிய இனப் பிரச்சினையைத் திரைவெளியில் திரிபுபடுத்தி முன்வைத்த முதல் இயக்குனர் அகில இந்தியாவிலும் மணிரத்னம்தான். அன்று ரோஜாவின் செய்தியை மிகத் தெளிவாகப் புரிந்துகொண்டார் லால் கிஷன் அத்வானி. ஆகவேதான் அவர் ரோஜா திரைப்படத்தைப் பார்த்துவிட்டு வெகுவாகப் பாராட்டினார்.

காஷ்மீர் குறித்து வந்த அரசியல் திரைப்படங்கள் என்பதனை நாம் மூன்று பிரதான வகைகளாக பகுத்துப் பாரக்க வேண்டும். முதலாவதாக, இந்தியக் காஷ்மீரின் பகுதியான கார்கில் மாவட்டத்தினுள் 1999ஆம் ஆண்டு பாகிஸ்தானியப் படைகள் ஊடுருவிய பின்னான இந்திய—பாகிஸ்தான் யுத்தத்தை முன்வைத்து காஷ்மீர் குறித்த படங்கள், *LOC: Kargil (2003: Hindi: JP Dutta), Eeram (2003:Tamil: Bharathi Rajah),Lakshya (2004 : Farhan Akhtar), Tango Charlie (2005:Hindi: Mani Shankar), Heroes (2008 : Hindi:Samir karnik)* போன்ற 5 திரைப்படங்கள் இவ்வகைப் படங்களுக்கான எடுத்துக்காட்டுக்கள். இரண்டாவதாக, கார்கில் யுத்தம் தோற்றுவித்த இந்திய தேசபக்தியின் வெப்பத்தில், ஹாலிவுட் படமான டர்ட்டி டஜன் அல்லது கிரேட் எஸ்கேப் பாணியில், 1971 பங்களாதேஷ் யுத்தத்தின்போது பாகிஸ்தானியரால் கைது செய்யப்பட்டு பிற்பாடு பாகிஸ்தான் சிறைகளிலிருந்து தப்பிவரும் இந்திய ராணுவத்தினரின் சாகசங்கள் பற்றிய திரைப்படங்கள். 1971ஆம் ஆண்டு நடந்து முடிந்த பங்களாதேஷ் யுத்தத்தின் போது, பாகிஸ்தான் படைகள் யுத்தத்தின் இறுதியில் கிழக்கு வங்கத்தில் முஜிபிர் ரஹ்மானின் முக்திபாகினி மற்றும் இந்தியக் கூட்டுப் படைகளிடம் சரணடைந்தன. மறுதலையில் அந்த யுத்தத்தில் பிடிக்கப்பட்ட இந்தியப் படையினர் பாகிஸ்தான் சிறைகளில் வதைக்கப்படுகிறார்கள் எனும் செய்தி சர்வதேசிய ஊடகங்களில் அன்று செய்தியாகி இருந்தன. அந்தச் செய்திகளை அடியொற்றிய

இத்திரைப்படங்கள், *1999*ஆம் ஆண்டில் நடந்து முடிந்த கார்கில் யுத்தத்தின் பின்புதான் தயாரிக்கப்பட்டு வெளியாகின. *Border 1997:Hindi:J.P.Dutta), Deewar (2004:Hindi:MilanRuthria), 1971 (2007:Hindi:Amrit Saagar)* போன்ற *3* திரைப்படங்கள் இவ்வகையிலான படங்களுக்கான எடுத்துக்காட்டுக்கள்.

மூன்றாவதாகவும் பிரதானமான காஷ்மீர் சினிமா வகையினமாகவும் காஷ்மீரின் அரசியல் பரிமாணம் பற்றி வந்த திரைப்படங்கள். ஜம்மு காஷ்மீரின் பிரதான இனக்குழுக்களான பூர்வீக இஸ்லாமியர்கள், பூர்வீக காஷ்மீர் பண்டிட்கள், சீக்கியர்கள், தோக்ராக்கள், குஜ்ஜார்கள், பத்தான்கள் போன்றவர்களையும் இந்திய ராணுவத்தினரையும் மையமான அரசியல் பாத்திரங்களாகக் கொண்டு இந்தப் படங்கள் அமைந்தன. ஆப்கானியர்கள், பாகிஸ்தானியர்கள் இப்படங்களில் இந்தியக் காஷ்மீரில் ஊடுருவும் சக்திகளாகவும், இவர்களால் பயிற்றுவிக்கப்படும் பூர்வீக இஸ்லாமிய பயங்கரவாதிகளுக்கும் இந்திய ராணுவத்தினருக்கும் காஷ்மீரில் யுத்தம் நடைபெற்று வருவதாகவும் இந்தப்படங்கள் சித்தரித்தன.

இந்தப் படங்கள் அனைத்திலுமே காணக்கிடைக்காத அரசியல் யதார்த்தம் ஒன்று உண்டு. அந்த யதார்த்தம், காஷ்மீரில் பயங்கர வாதத்தையும் இந்திய—பாகிஸ்தான் என இரு நாடுகளின் தலையீடுகளையும் நிராகரித்த சுயாதீனமான காஷ்மீருக்கான ஒரு இயக்கமும் காஷ்மீரில் இருக்கிறது. அந்த இயக்கம் ஜம்மு காஷ்மீர் விடுதலை முன்னணி. இந்த இயக்கத்தின் தலைமையை இந்தியா பாகிஸ்தான் என இரண்டு நாடுகளினதும் ராணுவங்களும் திட்டமிட்டு அழித்தன. இந்த இயக்கத்தின் பிரசன்னம் என்பது இந்தத் திரைப்படங்களில் துப்புரவாக இல்லை.

மேலாக, காஷ்மீர் குறித்த திரைப்படங்களில் காஷ்மீரில் வாழும் இஸ்லாமிய மக்களின் இருத்தல் என்பதோ காஷ்மீரி மக்களின் கலாசாரம் என்பதோ காட்சியளவில் கூட சித்தரிப்பு பெறுவதில்லை. இந்தப் படங்கள் அனைத்திலும் காஷ்மீர் தீவிரவாதிகளும் அவர்களைத் தேடி அழிக்கும் இந்திய ராணுவத்தினரும், அவர்களிடையில் நடமாடித்திரியும் அருவ உருவங்களாக காஷ்மீர் மக்களும் சித்தரிக்கப்படுகிறார்கள். மணிரத்னத்தின் ரோஜாவில் துவங்கி சந்தோஷ்சிவனின் தஹான் வரையிலும் இவ்வகையில் மட்டும் *13* திரைப்படங்கள் உருவாக்கப்பட்டு இருக்கின்றன. *Roja(1992:Tamil: Maniratnam), Gunehgaar(1994: ikramBhatt), Kashmeeram (1994: Malayalam: Rajiv*

Anchal),Kohram (1999:Mahul Kumar), Mission Kashmir(2000: Vidhu Vinod Chopra), Aran or Kurukshetra(2000: Tamil and Malayalam : major ravi),Puka(2000: Rajkumar santhosi), Zameen(2003: rohit Shetty).Jaal-The Trap(2003: Kuddu Jhanoa),Sheen (2004: ashok Pandit),Yahaan(2005: Shoojit Sircar), Fanaa(006:Kunal Kohli), Tahaan(2008:Santhosh Sivan) போன்றனவே இந்தத் திரைப்படங்கள்.

கடந்த பதினேழு ஆண்டுகளில், 1992ஆம் ஆண்டில் தனது ரோஜாவுடன் காஷ்மீர் குறித்த முதல் அரசியல் திரைப்படத்தினை தமிழக இயக்குனரான மணிரத்னம் துவங்கி வைக்க, 2008ஆம் ஆண்டில் இந்தத் தொடரின் கடைசிப்படமான தஹானை மலையாள இயக்குனரான சந்தோஷ்சிவன் எடுத்திருக்கிறார். சந்தோஷ்சிவன் இத்தகைய படங்களில் மிகுந்த ஆர்வம் கொண்டவர். ஒரு வகையில் அவரது திரைப்படப் பள்ளி மணிரத்னத்தின் திரைப்படச் சிந்தனைப் பள்ளியை ஒத்ததுதான். ரோஜாவின் ஒளிப்பதிவாளரான சந்தோஷ்சிவன் ராஜீவ்காந்தி படுகொலையை வைத்து தற்கொலைப் பெண்போராளி பற்றி டெரரிஸ்ட் படம் எடுத்தார். இதே வகையிலான தற்கொலைப் பெண் போராளி பற்றி அஸாம் போடா விடுதலை இயக்கப் பின்னணியில் மணிரத்னம் உயிரே எடுத்தார்.

1971ஆம் ஆண்டு பங்களாதேஷ் விடுதலை குறித்த திரைப்படங்களும், கார்கில் இந்தியா—பாகிஸ்தான் யுத்தம் குறித்த திரைப்படங்களும் காஷ்மீர் பிரச்சினை குறித்த திரைப்பட வகையினத்தின் ஒரு அங்கமாகவே வெளியாகின. அதுவும் காஷ்மீர் பிரச்சினை குறித்த மணிரத்னத்தின் ரோஜா திரைப்படத்தினை அடுத்தே இத்திரைப்படங்கள் வெளியாகின. குடும்ப அமைப்பின் புனிதம்—தேசபக்தியின் புனிதம்—இதற்காகத் தியாகம் மேற்கொள்ளும் அல்லது வாழ்வை இழக்கும் இந்திய தேசபக்த ஆண்மகன் என்பதுதான் பெரும்பாலுமான இக்காலகட்டத்திய திரைப்படங்களின் கதையமைப்பாக இருக்கிறது.

கார்கில் பிரச்சினை, காஷ்மீர் பிரச்சினை இரண்டுக்கும் பொதுவான மலைப் பிரதேசங்கள் எனும் பிம்பம், காஷ்மீர் பிரச்சினையின் தனித்தன்மை வாய்ந்த அரசியல் குணாம்சத்தை வெகுஜனங்களின் மனங்களை எட்டுவதிலிருந்து தடுக்கிறது. வெகுஜனங்களுக்கு காஷ்மீர், கார்கில், பங்களாதேஷ் யுத்தம் போன்ற அனைத்தும் பாகிஸ்தானின் ஆக்கிரமிப்புக்கு எதிரான யுத்தம்தான். பாகிஸ்தானிய ஆக்கிரமிப்பாளர்களை எதிர்த்து இந்திய ராணுவத்தினர் நடத்தும் தேசபக்த யுத்தம் என்கிற சித்திரமே வெகுமக்களின் நினைவுகளில் பதிந்திருக்கிறது. வடமாநிலங்களில் எக்கச்சக்கமாத் தயாரிக்கப்படும் இந்தித் திரைப்படங்கள் இந்த

வேலையைக் கச்சிதமாகச் செய்கின்றன. காஷ்மீர் குறித்த நேரடி வரலாற்றுணர்வற்ற தென்மாநிலங்களில் தமிழ் மலையாள திரைப்பட இயக்குனர்கள் காஷ்மீர் பிரச்சினையின் அடிப்படைகளுக்குச் செல்லாமல் இதனையே செய்து கொண்டிருக்கிறார்கள்.

சுமார் ஒரு கோடி மக்கட்தொகை கொண்ட காஷ்மீரில் ஏழு இலட்சம் இந்திய ராணுவத்தினர் தற்போது நிலை கொண்டிருக்கிறார்கள். காஷ்மீரில் இருவிதமான எதிர்ப்பு இயக்கங்கள் இருக்கின்றன. இஸ்லாமியக் குடியரசை முன்வைக்கும் பாகிஸ்தானிய மற்றும் ஆப்கானிய ஆயுதப் பின்னணியுடன் கூடிய ஒரு அரசியல். மற்றது இந்தியாவுடனும் நாங்கள் இருக்க விரும்பவில்லை. பாகிஸ்தானுடனும் நாங்கள் இருக்க விரும்பவில்லை. எமக்கென சுயாதீனமான காஷ்மீர் வேண்டும் எனக் கோரும் ஒரு அரசியல். இவர்களது உத்தேச சுதந்திரக் காஷ்மீரில் சிறுபான்மையின காஷ்மீர் பண்டிட்களும் பெரும்பான்மையின பூர்வீக இஸ்லாமியர்களும் தத்தமது தனித்தன்மைகளுடன் வாழ்வார்கள் என்பதாக இருக்கிறது. இப்படியான இரண்டு விதமான இயக்கங்களில் முதலாவது இயக்கம் இந்துக்களின் மீது தாக்குதல் தொடுப்பதன் மூலம் பீதியூட்டி அவர்களை நிரந்தரமாகக் காஷ்மீரிலிருந்து விரட்ட நினைக்கிறது. இந்திய எதிர்ப்பு பாகிஸ்தானிய ஆதரவு மட்டுமே அவர்களது நோக்கம். பிறிதொரு இயக்கம் சுயாதீன காஷ்மீரைக் கோரும் இயக்கம். இந்த இரண்டு எதிர்ப்புக்களையும் சம அளவில்

பயங்கரவாதம் எனப் பார்க்கும் இந்திய அரசு, இரு விதமான எதிர்ப்புக்களையும் ஆயுத முனையில் எதிர்கொள்கிறது. பாலியல் வல்லுறவுகளிலும் மனித உரிமை அத்துமீறல்களிலும் இந்திய ராணுவம் ஈடுபட்டதற்கான சான்றுகளை உலகளாவிய மனித உரிமை அமைப்புக்களான அம்னஸ்டி இன்டர்நேசனலும், ஹியூமன் ரைட்ஸ் வாட்ச்சும் ஆவணப்படுத்தியிருக்கின்றன.

காஷ்மீர் பற்றிய வெகுஜனப் படங்களில் இருவிதமான பண்புகள் துலக்கமாக இருக்கின்றன. பயங்கரவாதிகளால் கடத்தப்படும், இந்திய அரசு அமைச்சரின் மகள், இந்திய ராணுவ அதிகாரியின் மகள், காஷ்மீர் போலீஸ் மேலதிகாரியின் மகள் போன்றவர்களை மீட்பதற்காக ராணுவ வீரர்கள் மேற்கொள்ளும் சாகசவகை படங்கள் முதலாவது. கடத்தப்பட்டவர்களுக்குப் பதிலியாக, பயங்கரவாதிகள் இந்தியச் சிறையில் இருக்கும் தமது தலைவரை விடுதலை செய்யுமாறு கேட்பார்கள். பயங்கரவாதியான தலைவரையும் விடுவிக்காமல் தந்திரம் செய்து கடத்தப்பட்ட பெண்ணையும் விடுவிப்பார் கதாநாயகன். கதாநாயகனான இந்திய ராணுவத்தினனை நினைத்து உருகி, அமைச்சரின், ராணுவ அதிகாரியின், போலீஸ் மேலதிகாரியின் மகள் காஷ்மீர் பள்ளத்தாக்கின் பச்சைப் பசேல் சரிவுகளில் நான்கு பாடல்களும் பாடுவார். இது முதல் வகைப் படங்கள். *Gunehgaar(1994: VikramBhatt),Kashmeeram (1994: Malayalam: Rajiv Anchal),Kohram (1999:Mahul Kumar), Aran or Kurukshetra(2000: Tamil and Malayalam : Major Ravi),Pukar(2000: Rajkumar santhosi), Zameen(2003: Rohit Shetty),Jaal-The Trap(2003: Kuddu Jhanoa)* போன்றவை இம்மாதிரிப் படங்கள்.

குணேகரில் காஷ்மீர் போலீஸ் உயரதிகாரியின் சகோதரி கடத்தப்படுகிறார். காஷ்மீரத்தில் நீதிபதியின் மகள் கடத்தப்படுகிறார். ஜமீன் படத்தில் இந்திய விமானம் கடத்தப்படுகிறது. ஜால்—தி டிரேப் படத்தில் இந்திய உள்துறையமைச்சரின் மகள் கடத்தப்படுகிறாள். கோரம் படத்தில் காஷ்மீர் கவர்னரின் மகள் கடத்தப்படுகிறாள். புகார் படத்தில் தன் காதலன் மேல் கொண்ட மட்டுமீறிய காதலில் காதலியானவள் நாட்டின் ரகசியத்தை பயங்கரவாதிகளுக்குக் காட்டிக் கொடுக்கிறாள். தமிழில் அரண் என்றும் மலையாளத்தில் குருட்சேத்திரம் என்றும் வந்த மலையாளப் படத்தில், மணமான இளம் கதாநாயகன் பயங்கரவாதிகளுடனான சண்டையில் மரணமுற, ராணுவ உயரதிகாரியின் குழந்தையும் மனைவியும் பயங்கரவாதிகளால் கொல்லப்படுகிறார்கள். அரசியல் எனும் அளவில் இந்திப் படத்தின் பார்முலா கதைகள் காஷ்மீர் பின்னணியில் இந்தப்படங்களில்

சொல்லப்படுகின்றன. அரண் படத்தில் ஆப்கானிலிருந்து பயங்கரவாதிகள் காஷ்மீரத்தில் நுழைந்து பாகிஸ்தான் ஆதரவுடன் உள்ளூர் காஷ்மீர் பெண்களை கதறக்கதற பாலியல் வல்லுறவு கொள்கிறார்கள். இந்திய சினிமாவில் விஸ்தாரமான, மிகக் கொடுமையான பாலியல் வல்லுறவுக் காட்சியைக் கொண்ட திரைப்படம் அரண் எனும் திரைப்படம். தமது சொந்த இஸ்லாமியப் பெண்களையே பயங்கரவாதிகள் குப்புறக்கிடத்தி பாலியல் வல்லுறவு கொண்டு கொலை செய்வதை இந்தப் படம் காட்சியாகச் சித்தரித்தது. ஜால்—தி டிரேப் படத்தில் பயங்கரவாதிகளின் தலைவனான தனது கணவனை விடுவிக்க, ஜாலம் செய்து இந்திய ராணுவ அதிகாரியின் மகனைக் காதலித்து ஏமாற்றும் பெண்ணாக தபு நடித்திருக்கிறார். படத்தில் அவரது ஜாலத்திற்கு காஷ்மீர் பண்டிட் பெண் பெயர் பாவனையாகிறது.

இந்தத் திரைப்படங்களில் ராணுவத்தினரும், கடத்தி அடைக்கப்பட்ட பெண்ணும்தான் பாத்திரங்களாக வருவார்கள். காஷ்மீரின் தெருக்களோ அல்லது காஷ்மீர் மக்களோ இந்தப்படங்களில் துப்புரவாக இருக்க மாட்டார்கள். எந்தவிதமான குறிப்பிட்ட வரலாற்றுத் தகவல்களின் அடிப்படையிலோ அல்லது குறிப்பாக காஷ்மீரை பாகிஸ்தானுடன் முழுமையாக இணைக்கும் இஸ்லாமிய நிகழ்வுகளின் அடிப்படையிலோ இந்தப் படங்கள் உருவாகவில்லை. ஏற்கனவே இருக்கும் பெண்கடத்தல், மீட்கும் நாயகன், முகத்தைக் கோணலாக்கும் கொடூரமான வில்லன் என்பதற்கு அப்பால் இந்தப் படங்களில் வெறித்தனமாக இளித்துக் கொண்டிருப்பது, விகாரமான காரண காரியமற்ற இந்திய தேசபக்தி என்பது தவிர வேறேதும் இருப்பதில்லை. கதை சொல்லல் அல்லது தொழில்நுட்பம் எனும் அளவில் இத்தகைய படங்கள் வெறும் குப்பை கூளங்களாகவே எஞ்சுகின்றன.

பிறிதொரு வகையிலான காஷ்மீர் திரைப்படங்கள் இருக்கின்றன. தேர்ந்த தொழில்நுட்பக் கலைஞர்களைக் கொண்டு, வெகுஜன நினைவுகளில் பதிந்திருக்கிற குறிப்பான அரசியல் நிகழ்வுகளின் அடிப்படையில், பிரபலமான நடிகர்களுடன், அற்புதமான தொழில்நுட்பப் பாவனையுடன், தேர்ந்த கதை சொல்லலில் உருவாக்கப்படும் திரைப்படங்கள் இவ்வகையிலானவை. *Roja(1992:Tamil: Maniratnam), Mission Kashmir(2000: Vidhu Vinod Chopra), Sheen (2004: Ashok Pandit), Yahaan(2005: Shoojit Sircar),Fanaa(2006:Kunal Kohli), Tahaan(2008:Santhosh Sivan).* இந்தத் திரைப்படங்களை காஷ்மீரில் வாழ்ந்துபட்ட அனுபவம் கொண்டவர்களும் உருவாக்குகிறார்கள். மேலே குறிப்பிட்ட ஆறு

படங்களில், மிஸன் காஷ்மீர் படமும், சீன் படமும் காஷ்மீர் பண்டிட்களால் உருவாக்கப்பட்ட திரைப்படங்கள். ரோஜாவும் தஹானும் இரண்டு தென்னிந்திய இயக்குனர்களால் உருவாக்கப்பட்ட திரைப்படங்கள். மேற்குறிப்பிட்ட ஆறு திரைப்படங்களும் முக்கியமான அரசியல் பிரச்சினையொன்றினை கதையின் ஆரம்பம் முதல் இறுதி வரை கொண்டிருக்கின்றன. கதையின் தர்க்கத்துடன் சேர்ந்ததாகவே பொழுதுபோக்குத் தப்பித்தல் அம்சமான பாடல் காட்சி என்பது இருக்கிறது.

இரத்தத்தை விடவும் இந்தத் திரைப்படங்களில் ஏரிகளும், படகுகளில் வழியும் பலவண்ண மலர்களும், பச்சைப் பசேல் காட்சிகளும்தான் இடம்பெறுகின்றன. சம அளவில் வன்முறை என்பது நேரடியிலான வன்முறை என்பதாக அல்லாமல், வன்முறைக்கிடையில் வாழத்தலைப்பட்ட உறவுகளினிடையிலான அவலம் என்பதாகவே இந்தப் படங்களின் கதைகள் அமைகின்றன. ஒப்பீட்டளவில் காஷ்மீர் மக்களதும் அம்மக்களினது கலாச்சாரம் மற்றும் அவர்களது இருப்பிடங்கள் என்பதும் இந்தத் திரைப்படங்களில் இடம் பெறுகின்றன. என்றபோதிலும் கதாபாத்திரங்கள் எனும் அளவில் இந்தப் படங்களின் திரையை நிறைப்பவர்கள், இந்திய ராணுவத்தினர், அவர்களது குடும்பத்தவர் மற்றும் பயங்கரவாதிகள் என்பவர்கள் தவிர காஷ்மீரத்து மக்கள் இல்லை.

ரோஜா படம் காஷ்மீர் பயங்கரவாதிகளால் கடத்தப்பட்ட தமிழக கணினித் தொழில்நுட்பவியலாளர் பற்றி பேசுகிறது. நிஜத்தில்

அக்காலகட்டத்தில் தமிழகத் தொழில்நுட்பவியலாளர் ஒருவர் காஷ்மீர் தீவிரவாதிகளால் கடத்தப்பட்டார். கொஞ்சம் முன்பாக அமைச்சர் ஒருவரது மகளும் கடத்தப்பட்டிருந்தார். இதனோடு காஷ்மீர் பிரச்சினைகளும் இந்திய தேசபக்தரான மணிரத்னத்திற்குத் தெரிந்திருந்தது. தேசிய இன எழுச்சியை ஒரு ஜனநாயகத்திற்கான அவா என ஒப்புகிறவர் இல்லை மணிரத்னம். சாதி மதம் இனம் என அனைத்திலும் அரசு சார்பில் நின்று இந்திய தேசிய ஒற்றுமை பேசுகிற நல்ல உள்ளம் கொண்ட 'கணவான்' மனிதர் அவர். இந்திரா, பம்பாய், உயிரே என அவரது படக் கதைகள் இதற்கான சான்றாக இருக்கிறது. அகில இந்திய அளவிலான இயக்குனராக அவர் ஆனது இவ்வாறான இந்திய தேசபக்த பிரச்சினைகளைத் தனது பேசுபொருளாக எடுத்துக் கொண்டதனால்தான். குருவும் இப்படித்தான் அகில இந்திய சினிமாவாக இருந்தது.

மிகப் பச்சையான தேசியவெறி கொண்ட படமாக ரோஜா இருந்தது. அதே வேளையில் அதிகாரவர்க்கம், குறிப்பாக அரசு அதிகாரிகள் குறித்த விமர்சனமாகவும் அப்படம் தோரணை காட்டியது. நவீன சத்தியவான் சாவித்திரியாக கதாநாயகி இருந்தாள். திருநெல்வேலி மாவட்டம், சென்னை, தீவிரவாதிகளால் நிறைந்த காஷ்மீர் தெருக்கள், காஷ்மீரின் இந்துக்கோவில், தமிழ் ஜோசியக்காரர், கற்கள் பாவிய பாழடைந்த காஷ்மீர் வீடுகள், துப்பாக்கி ஏந்தியபடி நமாஸ் செய்யும் இஸ்லாமிய பயங்கரவாதிகள், இந்திய ராணுவத்தின் அணிவகுப்புகள் என்பதாகவே அவரது ரோஜா படத்தின் சட்டகங்கள் இருந்தன. நல்ல மனம் கொண்ட, காதலுக்கு உதவுகிற வழமையான தமிழ் சினிமா முக்காட்டுப் பெண் தவிர வேறுவிதமான காஷ்மீரத்து மக்கள் அவரது படத்தில் பிரசன்னமாகியிருக்கவில்லை.

சந்தோஷ் சிவனின் தஹான் படத்திலும் டெரரிஸ்ட் படத்தில் வருகிற மாதிரி வன்முறையின் இடையில் சிக்குண்ட ஒரு சிறுவன் வருகிறான். அவனுக்கும் அவனது கோவேறு கழுதைக் குட்டிக்கும் ஆன உறவுதான் கதை. இந்தக் கதையின் பின்னணியாக காஷ்மீர் பிரச்சினை ஆகிறது. ஒரு முதியவர். அவரது ஊமை மகள். அவளது மகன். அச்சிறுவனின் தந்தை இந்திய ராணுவத்தினிடம் அகப்பட்டிருக்கிறான். அவன் ஏன் இந்திய ராணுவத்தினிடம் அகப்பட்டான் எனும் காரணம் எவருக்குமே தெரியாது. பெண்ணின் கணவனது கைது பற்றியும், அவளது கணவனை அவள் தேடித் திரிகையில் இந்திய ராணுவத்துடனான அவளது அனுபவம் பற்றியும் சொல்லக் கூடிய இருவர் இருக்கிறார்கள். முதியவர், அவர் இடையில் இறந்துவிடுகிறார்.

மனைவி ஊமையாக இருக்கிறாள். அவள் பேசினால் நமக்குத் தெரியும். அவள் ஏன் ஊமையாக உருவாக்கப்பட்டிருக்கிறாள்? சந்தோஷ்சிவனுக்கு அது தெரியும் என்பதை நாம் அறிவோம் என்பது சந்தாஷ்சிவனுக்கும் தெரியும். இதுதான் வன்முறையின் காரண காரிய தொடர்பு குறித்த விசாரணையில் சந்தோஷ் சிவனது பாணி.

வறுமையில் கோவேறு கழுதையை தாய் விற்று விடுகிறாள். பல்வேறு வழிகளில் அதனை மீட்க முனையும் சிறுவன் கதைப் போக்கில் இந்திய ராணுவ முகாமில் கிரானைட் வீசுமாறு காஷ்மீர் தீவிரவாதிகளால் வழிகாட்டப்படுகிறான். குழந்தை கொக்கியைக் கழற்றி வீச எத்தனிக்கும்போது, அவனது தந்தையை இந்திய ராணுவ முகாமில் பார்க்கிறான். கிரானைடைக் கொண்டு சென்று பக்கத்து ஆற்றில் வீசுகிறான். அவனது தந்தையும் அவனது நண்பனும் காப்பாற்றப்படுகிறார்கள். பையனின் விளையாட்டுத் தனிமையிலேயே அவனுக்கு கோவேறு கழுதை திரும்பக் கிடைக்கிறது. அவனது அம்மாவுக்கும் அவனுக்கும் கணவனும் தந்தையுமான குடும்பத்தலைவன் கிடைக்கிறான். இந்திய ராணுவத்தினர் இந்தச் சிறுவனிடம் இரண்டு தருணங்களில் மிக மிக அன்பாக நடந்துகொள்கிறார்கள். காஷ்மீர் சூபிகளின் பாடல் இருக்கிறது. அழகான ஒளிப்பதிவு இருக்கிறது. சரிகா, அனுபம்கெர், ராகுல் போஸ் என தேர்ந்த நடிகர்கள் இருக்கிறார்கள். படத்தின் அரசியல் செய்தியாக, காஷ்மீர் தீவிரவாதிகள் கள்ளமற்ற பிஞ்சுக் குழந்தைகளைக் கூட வெடிகுண்டு வைக்கப் பாவிக்கிறார்கள் என்று சொல்கிறார் சந்தோஷ் சிவன். பயங்கரவாதம் குறித்து வந்த படங்களில் இது கலையழகுமிக்க படம் என என்னால் நம்ப முடியவில்லை

காஷ்மீர் பிரச்சினை என்று பார்க்கிறபோது இந்தியா—பாகிஸ்தான் எல்லைச் சண்டை என்கிற பரிமாணத்தில் அலலது பங்களாதேஷ் யுத்தம் என்கிற பின்னணியில் காஷ்மீர் அரசியல் பிரச்சினையைப் பார்க்க முடியாது. ஆனால் ரோஜாவை அடியொற்றி வந்த திரைப்படங்கள் அனைத்தும் காஷ்மீர் பிரச்சினை என்பதே ஏதோ இந்தியா—பாகிஸ்தான் எல்லைப் பிரச்சினை என்பது மாதிரியே சித்தரிக்கிறது. பங்களாதேஷ் யுத்தமும் தேசபக்த யுத்தம். கார்கில் யுத்தமும் தேசபக்த யுத்தம். காஷ்மீர் பிரச்சினையும் தேசபக்த யுத்தம் என்கிற சித்திரம் இப்படங்களில் முன்வைக்கப்படுகிறது. பிரச்சினையை ஒற்றைப் பரிமாணமுள்ளதாக்கும் மிகக் கொச்சையான வரலாற்றுப் பார்வை இது. இந்தப் பார்வையைத் தான் இந்தத் திரைப்படங்கள் அனைத்தும் முன்வைக்கின்றன.

காஷ்மீர் பிரச்சினையில் கலைஞர்களை ஈர்த்திருக்க வேண்டிய மிக முக்கியமான பிரச்சினை, இந்திய ராணுவ பிரசன்னத்தின் பின்னணியில் அந்த மக்கள் அன்றாடம் எதிர்கொள்ளும் அனுபவங்களின் அவலம். விசாரணை கைதிகளாகக் கொல்லப்படுபவர்கள், சந்தேகத்தின் பேரில் கொல்லப்படுபவர்கள், காணாமல் போனவர்கள், பாலியல் வல்லுறவுக்கு ஆளாகிறவர்கள் பற்றியெல்லாம் நிறைய ஆவணங்களும் அறிக்கைகளும் இருக்கின்றன. காஷ்மீரி மக்களது ஜனநாயகப்பூர்வமான எதிர்ப்புகள் கூட வன்கரம் கொண்டு ஒடுக்கப்படுகின்றன. அவர்களது அரசியல் கோரிக்கைகள் இருக்கின்றன. கிராமப்புற மக்களின் வறிய வாழ்க்கை இருக்கிறது. காணாமல் போனவர் பற்றின பிரச்சினைகள் இருக்கின்றன. இவை எதுவுமே துப்புரவாக காஷ்மீர் குறித்த திரைப்படங்களில் இடம்பெறுவதில்லை. காஷ்மீர் பண்டிட்களின் மீது மேற்கொள்ளப்பட்ட மீறல்களைப் பேசுபவர்கள் இந்து மன்னர்களால் காஷ்மீரி இஸ்லாமியர் மீது ஏவப்பட்ட வன்முறைகள் குறித்து பேசுவதில்லை.

கலைநேர்த்தியுடன், திரைக்கதை தர்க்கத்துடன் சித்தரிக்கும் மணிரத்னம் சந்தோஷ்சிவன் வகைத் திரைப்படங்கள், பிரச்சினை வெறுமனே பாகிஸ்தான் ஆதரவு காஷ்மீர் பயங்கரவாதிகளுக்கும் இந்திய தேசபக்த இராணுவத்திற்கும் இடையிலானதாகச் சித்தரிக்கிறது. இத்தகைய திரைப்படங்களின் காஷ்மீர் பிரச்சினை பற்றிய சித்தரிப்பு என்பது, காஷ்மீரின் சுயாதீனத்திற்காகவும், மதச்சார்பற்ற தன்மைக்காகவும் போராடும் மக்கள் பற்றிய சித்தரிப்பையும் கொண்டிருக்க வேண்டும். முக்கியமாக இந்திய ராணுவத்தின் மனித உரிமை மீறல்களும் அவர்களது பாலியல் வல்லுறவுகளும், கடந்த இருபது ஆண்டுகளாக அம்மக்கள் எதிர்கொள்ளும் உடல் ரணங்களும் மனோவேதனைகளும் குறித்தனவாக நிச்சயமாக இருக்க வேண்டும். காஷ்மீரில் இதுவரையிலும் ஒரு இலட்சம் மக்கள் கொல்லப்பட்டிருக்கிறார்கள், பத்தாயிரம் இஸ்லாமிய மக்கள் காணாமல் போயிருக்கிறார்கள். இரண்டு இலட்சத்து ஐம்பதினாயிரம் இந்துப் பண்டிட்கள் பாகிஸ்தான் ஆதரவு இஸ்லாமிய அடிப்படைவாதிகளால் அவர்களது பூர்வீகமான இடங்களில் இருந்து விரட்டப்பட்டிருக்கிறார்கள்.

மணிரத்னத்தின் ரோஜா (1992) ஒரு முக்கியமான காரியத்தை இந்தியத் திரைச் சரித்திரத்தில் துவங்கி வைத்தது. காஷ்மீர் பிரச்சினையின் ஒரு பகுதியான பாகிஸ்தானிய ஆதரவு தீவிரவாதிகளை முன்வைத்து, காஷ்மீர் மண்ணின் ஆதாரமான விடுதலை வேட்கையைப் புறந்தள்ளி,

அதனை வெறும் இந்து முஸ்லீம் கலவரப் பிரச்சினையாக்கி, அத்வானியின் அரசியலுக்கு கலைத்துறை சாட்சியமாக அது ஆகியது. தொடர்ந்து ரோஜாவின் ஒளிப்பதிவாளரான சந்தோஷ் சிவன், மணிரத்னம் ரோஜாவில் செய்த அதே பணியைத்தான் பதினாறு ஆண்டுகளின் பின் தனது தஹான் *(Tahaan: 2008)* படத்தில் செய்து காட்டினார்.

2005ஆம் ஆண்டில் பிரான்ஸில் இயங்கும் மெடிசன்ஸ் ஸான்ஸ் பிரான்டியர்ஸின் ஓர் ஆய்வறிக்கையின்படி உலகிலேயே காஷ்மீரப் பெண்கள்தான் அதிக அளவிலான பாலியல் அத்துமீறல்களுக்கு உள்ளானவர்கள் என்று தெரிவிக்கிறது. காணாமல் போனவர்களில் அறுபது சதவீதமானவர்கள் சாதாரண குடிமக்கள். பிற நாற்பது சதவீதத்தினர் தீவிரவாதிகள எனக் கருதப்படுபவர்கள. இந்திய ராணுவமே இவர்கள் அனைவரையும் சந்தேகத்தின் பெயரில் இழுத்துச் சென்றிருக்கிறது. இவர்களது இருப்பு குறித்த எந்தத் தடயமுமின்றிப் போனதால் பிற்பாடு இவர்கள் காணாமல் போனவர்கள் என மனித உரிமை அமைப்புக்களால் இனம் காணப்பட்டவர்கள். இவ்வாறு காணாமல் போனவர்களின் மனைவியர் 'பாதி விதவைகள்' எனும் பெயரில் வாழ்கிறார்கள். இவ்வாறான பாதி விதவைகளில் அறுபது சதவீதமானவர்கள் ஏழ்மை நிலையிலுள்ள வறியமக்கள். 1500 முதல் 2000 வரையிலான 'பாதி விதவைகள்' இருப்பதாக அவர்களுக்கான கூட்டமைப்பு தெரிவித்திருக்கிறது.

காஷ்மீர் மக்களதும், அவர்களது இயற்கையையும்—பனிமலைகளில் தெறிக்கும் இரத்தம், வெடிகுண்டுப் புகை கறுத்த வானம்—பிணங்கள் மிதக்கும் ஏரிகள்—பாதி விதவைகள் செறிந்த, குழந்தைகள் ஓடித் திரியும் வறிய கிராமங்கள் குறித்த சித்திரத்தை, அழகும் அழிவும் குறித்த சித்திரத்தை, சொர்க்கம் நரகமாகின இந்தச் சித்திரத்தை, இந்த வரலாற்றை, இந்த மக்களின் கதையை மணிரத்னமும் சந்தோஷ்சிவனும் சொல்லியிருக்கிறார்களா? பிறகு எப்படி இவர்களது கதையைக் குதறாமல், அடித்து உடைக்காமல், நிஜக் கதையைச் சொல்ல முடியும்? வன்முறை குறித்த திரைப்படங்கள் மீதான விமர்சன எழுத்தில் வன்முறைப் பண்பு இல்லாமல் இருப்பது சாத்தியமில்லை.

பன்னூறாண்டு வரலாறு கொண்ட பிரச்சினையை சத்தியவான் சாவித்திரி பிரச்சினையாக ஆக்க முடியாது. பழங்குடியின மக்களின் வாழ்வாதாரத்திற்கான போராட்டத்தை வெறுமனே இருபத்தியோராம் நூற்றாண்டு இராமாயண மறுவாசிப்பில் நிகழ்த்திக் காட்ட முடியாது.

காஷ்மீரில் படம் பிடிக்கப்பட்ட இந்தியப் படங்கள் நூற்றுக் கணக்கிலானவை. அதில் காஷ்மீர் மக்களின் வாழ்வு இருக்கவில்லை. மணிரத்னம் தோற்றுவித்த இந்திய தேசபக்த மரபில் *1992* முதல் இதுவரையிலும் *25* முழுநீளத் திரைப்படங்கள் வந்திருக்கின்றன. அதில் காஷ்மீர் மக்களது வாழ்வைச் சொன்ன படங்கள் ஏதுமில்லை. இரண்டே இரண்டு திரைப்படங்கள் நிஜமான காஷ்மீரையும், அந்த மக்களது பிரச்சினைகளையும், அந்த மண்ணின் சிக்கல்களையும் தொட்டுக் காட்டியதாக இருக்கின்றன. சமர் கான் இயக்கிய சவுர்யா *(Shaurya: 2008)* முதலாவது திரைப்படம், குஜராத் இனக்கொலை பற்றிய அதியற்புதமான திரைப்படத்தினைக் கொடுத்த ராகுல் தொலாக்கியா இயக்கிய லம்ஹா *(Lamha : 2010)* இரண்டாவது திரைப்படம். சவுர்யா திரைப்படம் ஜேக் நிக்கல்சன், டோம் குருஸ் மற்றும் டெமி மூர் போன்றோர் நடித்த ஒரு ஹாலிவுட் *(A Few Good Men : 1992)* படக்கதையைத் தழுவி எடுக்கப்பட்டதாலும், படத்தின் இறுதிக் காட்சிகளில் மட்டும் இந்து முஸ்லீம் உறவுகளை காஷ்மீர் பின்னணியில் பேசுவதாலும், இத்திரைப்படம் உருவாக்கியிருக்க வேண்டிய ஆதாரமான விளைவுகளை ஏற்படுத்தியிருக்கவில்லை.

இந்திய ராணுவத்திலுள்ள தனது சக தோழனைச் சுட்டுக் கொன்ற, ராணுவ விசாரணையில் உள்ள ஒரு ராணுவத்தினனுக்குச் சார்பாக வாதாட வருகிறார் ஒரு படைத்துறை வழக்குரைஞர். அவரை எதிர்த்து வாதிடுபவர் அவரது நண்பர். இது ஏற்கனவே ஒரு முடிந்துபோன வழக்கு, இதில் நிரம்ப நேரத்தைச் செலவழிக்க வேண்டாம் என தனது நண்பனுக்கு அவர் அறிவுறுத்துகிறார். ராணுவச் சிறையில் கொலையாளியைச் சென்று பார்க்கும் வழக்குரைஞரிடம் கொலையாளி எந்தவிதமான கேள்விகளுக்கும் பதில் சொல்லாமல் மௌனத்தைக் கடை பிடிக்கிறான். ஒரு பத்திரிக்கையாளரான பெண்ணின் உதவியுடன் இந்தச் சிக்கலின் முடிச்சை எவ்வாறு வழக்குரைஞர் அவிழ்க்கிறார் என்பதுதான் திரைக்கதையாக இருக்கிறது.

பயங்கரவாதிகள் ஒளிந்திருக்கிறார்கள் எனும் சந்தேகத்தில் முஸ்லீம் மக்கள் வாழும் ஒரு குடியிருப்பை இந்தியப் படையினர் சுற்றி வளைக்கிறார்கள். ஆண்களும் குழந்தைகளும் பெண்களும் விசாரணை செய்யப்படுகிறார்கள். ஒரு ராணுவத்தினன் குடும்பத்தின் ஒரு ஆணின் நெற்றியில் துப்பாக்கியை வைத்து பயங்கரவாதம் பற்றியும் ஆயுதங்கள் பற்றியும் சொல்லிவிடுமாறு வற்புறுத்துகிறான். திரும்பத் திரும்ப அந்த ஆண் தனக்கு எதுவும் தெரியாது என அழுதபடி

மன்றாடுகிறான். சக ராணுவத்தினர் பார்த்துக் கொண்டிருக்க அம்மனிதனை நெற்றியின் பக்கவாட்டில் சுட்டுக் கொல்கிறான் படையினன்.

படுகொலையைக் கண்டு ஒரு சிறுவன் வீறிட்டு அலறுகிறான். தாய் அவனை இறுக்கிப் பிடிக்கிறாள். சிறுவனைத் தாயிடமிருந்து பிடுங்கி எடுக்கும் கொலை செய்த படையினன், அந்தச் சிறுவனது நெற்றியில் துப்பாக்கியை வைத்து, இவன் குழந்தையல்ல பயங்கரவாதி, இவன் மனித வெடிகுண்டு என்கிறான். சிறுவன் அடுத்து சுட்டுக் கொல்லப்படப் போகிறான் என்பதை அறிந்த சக படையினர் வெறித்தபடி நிற்கிறார்கள். அவர்களில் ஒருவன் இது கூடாது என்கிறான். அவனது சொற்களைப் புறக்கணித்துவிட்டு சிறுவனைச் சுட எத்தனிக்கிறான் படையினன். சிறுவனைக் கொல்லக் கூடாது என்று சொன்னவன் இப்போது அவனைப் பார்த்துச் சுடுகிறான். படையினன் வீழ்ந்து மடிகிறான். சுட்டவன் தன்னைத் தானே ஒப்புவித்துக்கொள்ள, இராணுவத்தினரால் அவன் கைது செய்யப்படுகிறான்.

கொலை நடந்த சூழல் குறித்த விசாரணைகள் எல்லாவற்றையும் மறைத்துவிட்டு, அவன் மீது கொலைக் குற்றம் சுமத்தி அவனைக்

குற்றவாளியாக நிறுத்தி வைக்கிறான் ராணுவ மேலதிகாரி. இந்த முடிவுக்கு மேலதிகாரி வருவதற்கான காரணம், அடிப்படையில் முஸ்லீம்களை வெறுக்கிற, முன்பாக இந்து முஸ்லீம் கலவரத்தில் தனது உறவுகளை இழந்த, இப்போது இந்துத்துவத்திற்கு ஆட்பட்ட மேலதிகாரியாக அவர் இருக்கிறார் என்பதுதான். சக ராணுவத்தினனை அவனது தவறான நடத்தைக்காகச் சுட்டுக் கொன்றவன் ஒரு முஸ்லீம் படைவீரனாக இருக்கிறான் என்கிற காரணத்திற்காகவே அவனைக் குற்றவாளியாக அறிவிக்கிறான் மேலதிகாரி. விசாரணையின் இறுதிக்கட்டத்தில் மேலதிகாரியின் இந்துத்துவ அரசியல் அப்பட்டமாக அவரது வார்த்தைகளில் தர்க்கபூர்வமாக வெளிப்பட, அவர் பதவி நீக்கம் செய்யப்படுகிறார். முஸ்லீம் ராணுவ வீரனிடம் பறிக்கப்பட்ட அவனது ராணுவ உடை அவனுக்குத் தரப்படுகிறது. தனது சீருடையை அணிந்த பின், தனது வழக்குரைஞருக்கு ராணுவ ஒழுங்குடன் அவ்வீரன் வீரவணக்கம் செய்வதுடன் படம் முடிகிறது. இப்படத்தின் முக்கியத்துவம் என்பது இதுதான், இந்திய ராணுவம் தொடர்ந்து காஷ்மீரில் மேற்கொண்டு வந்திருக்கும் மனித உரிமை மீறல்கள் குறித்த ஆவணங்களை இந்தத் திரைப்படம் தனது இறுதிக் காட்சியின் பின்னான கருந்திரையில் விரிவாகப் பதிவு செய்திருந்தது. இது இந்தியச் சினிமாவில் தென்பட்ட காஷ்மீர் குறித்த முதன்முதல் மாற்றுச் சித்திரம் எனத் தயங்காமல் சொல்லவேண்டும்.

நஸ்ருதீன் ஷாவும் சரிகாவும் நடிக்க, ராகுல் தொலாக்கியா குஜராத் இனப்படுகொலை குறித்து உருவாக்கிய பர்ஸானியா (Parzani: 2007) இஸ்லாமிய வெகுமக்களின் மீது குஜராத்தின் நரேந்திரமோடி அரசு நடத்திய நரவேட்டையின் சாட்சியமாக என்றும் நிலைத்து நிற்கும் திரைப்படம். காஷ்மீரின் இஸ்லாமிய மக்கள் குறித்த ஒரு எதிர்மறையான சித்திரத்தினையே மணிரத்னம் முதல் சந்தோஷ்சிவன் வரையிலானவர்கள் கொடுத்திருக்கிறார்கள் என்பதனால் அரசியல் ரீதியிலும், வெகுமக்கள் அளவிலும் தொலாக்கியாவின் லம்ஹா, ஒரு திரைப்படம் எனும் அளவில் அதன் உருவாக்கக் கட்டத்திலேயே கடுமையான எதிர்ப்பை எதிர்கொண்டது. தொலாக்கியா தனது காஷ்மீர் பிரச்சினை குறித்த புரிதலையும், தான் சேகரித்த வரலாற்றுத் தரவுகளையும் அவர்களின் முன்வைத்து அவர்களது ஒப்புதலின் பின்பே அவரால் லம்ஹா திரைப்படத்தினை உருவாக்க முடிந்தது.

லம்ஹா படத்தில் இடம்பெறும் பூமியிலேயே மிகப் பயங்கரமான இடம் காஷ்மீர் எனும் வசனத்திற்காக அப்படத்தின் டிரெயிலரை இந்திய தணிக்கைத்துறை தடை செய்தது. ஐந்து மத்தியக் கிழக்கு

நாடுகள் லம்ஹா படத்தினைத் தமது நாடுகளில் தடை செய்தன. காஷ்மீரில் பணிபுரியும் இரு இந்திய ராணுவ அதிகாரிகள், திரைப்படம் ராணுவ வீரர்களை எதிர்மறையாக விமர்சிப்பதால் படத்தைத் தொலைக்காட்சியில் திரையிடுவதைத் தடைசெய்யுமாறு தில்லியில் வழக்குப்பதிவு செய்தார்கள். காஷ்மீரில் செயல்படும் ஒரு அடிப்படைவாத இஸ்லாமிய இயக்கத்தின் பெண் தலைவியும் படத்திற்குத் தடை கோரினார். இந்திய அரசு, மத்தியக் கிழக்கு இஸ்லாமிய அரசுகள், காஷ்மீரில் பணியாற்றும் இந்திய ராணுவம், அங்கு செயல்படும் இஸ்லாமிய அடிப்படைவாதிகள் எல்லோரினதும் விமர்சனத்தைச் சந்தித்து வெளியான லம்ஹா படத்தில் சித்தரிப்புப் பெறும் காஷ்மீர் எத்தகையது? விடுபடல்கள் யாது?

லம்ஹா வரலாற்றுரீதியாக ஆய்வு செய்யப்பட்ட யதார்த்தங்களையும் கொண்டிருக்கிறது, சமவேளையில் வெகுஜன சினிமா நட்சத்திரங்களுக்கு இயைந்தவகையிலான புனைவுப் பண்புகளையும், அவர்களது முக்கியப் படுத்தலையும் கொண்டிருக்கிறது. சஞ்சய் தத் அறிமுகமாகும் காட்சியில் ஸ்லோமோஷனில்தான் அறிமுகமாகிறார். அந்தக் காட்சியுடன் ஸ்லோமோஷன் இல்லாமல் போகிறது. படம் வேகமான கதையமைப்பு கொண்ட ஒரு திரில்லர் படம். இந்தப் படத்தினை எடுத்த எடுப்பில், காஷ்மீர் குறித்த அரசியல் புரிதல் இல்லாமல் முழுக்க அனுபவிப்பது என்பது சாத்தியமில்லை. காட்சிக்குக் காட்சி புதிது புதிதாக அறிமுகமாகும் பாத்திரங்கள், ஒன்றையடுத்து பின்னொன்றாக பல்லடுக்குகளாக விரியும் அரசியல் விவரணைகள், திடீரென்று இடைவெட்டும் சம்பவங்கள் மற்றும் பிம்பங்கள் என, வழமையான சஞ்சய்தத் படங்களை எதிர்பார்ப்பவர்களுக்கு இது காட்சியளவில் சிரமத்தைக் கொடுக்கவே செய்யும். திரைப்படத்தின் ஒருவரிக் கதையை நாம் இப்படிச் சொல்லவேண்டும் காஷ்மீரில் நடைபெறவிருக்கும் தேர்தலைச் சீர்குலைக்கவும் வெகுமக்களைப் படுகொலை செய்யவுமான ஒரு சதியை முறியடிக்க, ஒரு முன்னாள் ராணுவ அதிகாரி அரசின் கோரிக்கைக்கு ஏற்ப பத்திரிக்கையாளர் வேடத்தில் வந்து அந்தச் சதியைக் கண்டுபிடித்து முறியடிக்கிறார்.

பத்திரிக்கையாளராக வருகிற விக்ரம், இஸ்லாமிய மதத்தலைவர் ஒருவரின் வளர்ப்பு மகளும், காஷ்மீர் விடுதலைப் போராட்டத்தில் ஈடுபடுபவளுமான ஆஸிஸாவுடன் நட்பு கொள்கிறார். ஆஸிஸா காஷ்மீர் விடுதலைப் போராட்டத்தில் ஈடுபட்டிருக்கும் ஆதிப்பைக் காதலிக்கிறாள். ஆதிப் காஷ்மீர் பிரச்சினையில் பாகிஸ்தான் இந்தியா என இரு தரப்பையும் நிராகரிப்பவன். காஷ்மீர் விடுதலையில்

காஷ்மீரிகள் மட்டுமே நிர்ணயிக்கும் சக்தியாக இருக்க வேண்டும் என்பவன். காணாமல் போனோரின் உறவுகளின்பால் அன்புகொண்டு அவர்களுக்குப் பரிவுடன் உதவுபவன். பயங்கரவாதத்தை நிராகரிப்பவன். ஆஸிஸாவின் வளர்ப்புத்தந்தையான இஸ்லாமிய மதத் தலைவர் பாகிஸ்தான் உளவுத்துறையான ஐஎஸ்ஐயுடனும், அமெரிக்காவினால் ஊட்டி வளர்க்கப்பட்ட, டாலர் நோட்டுக்களில் புரள்கிற தலிபான்களுடனும் தொடர்பு கொண்டவர். அவர் கடுமையாக இந்தியாவுக்கு மட்டும் எதிராக மத அடிப்படைவாதத்தை ஊட்டி வளர்ப்பவர். தலிபான்களின் உதவியுடன் சிறுவர்களைத் தற்கொலைக் குண்டுதாரிகளாகப் பயிற்சியளிப்பவரும் அவர்தான். இந்தியா, பாகிஸ்தான், ஆப்கானிஸ்தான் என மூன்று நாடுகளினதும் கடவுச்சீட்டு கொண்டவர் அவர்.

இவரைக் கொல்வதற்காக இந்தியப் பாதுகாப்புத் துறையினர் திட்டம் தீட்டுகிறார்கள். இப்படிச் செய்வது ராஜ்ஜிய அளவில் குற்றத்தன்மை கொண்டது அல்ல எனவும் கருதுகிறார்கள். இவர்களுக்கு இஸ்லாமிய மக்களிடமும் உளவு சொல்பவர்கள் இருக்கிறார்கள். அதே உளவாளி இஸ்லாமியத் தீவிரவாதிகளுக்கும் உளவு சொல்பவனாகவும் இருக்கிறான். மதத்தலைவரால் முன்னெடுக்கப்படும் இயக்கம் இருமுனைகளில் வேலை செய்கிறது. இந்திய அரசுக்கு எதிரான மக்கள் எழுச்சிகளை உருவாக்குவதோடு, பயங்கரவாதிகளையும் அவர் உருவாக்குகிறார். பிறிதொரு முனையில் கலாசாரக் காவலர்களாக பெண்பிரிவு ஒன்றினையும் செயல்படுத்துகிறார். ஆஸிஸாவின் தலைமையில் இப்பெண்கள் ஒரு பாலுறவுத் தொழிலிடத்திற்குள் நுழைந்து அங்கு இருக்கும் பெண்களின் முகத்தில் கரிபூசி அவர்களை நடுத்தெருவில் அவமானப்படுத்துகிறார்கள். மதத்தலைவர் திட்டமிட்டுச் செய்கிற வன்முறைகளுக்கு ஆதிப் அகப்பட்டு இராணுவத்தினரின் வன்முறைக்கு இரையாகிறான். ஆஸிஸா தனது வளர்ப்புத் தந்தையின் இரட்டை வேடத்தைக் கண்டுபிடிக்கிறாள். அதற்கு விலையாக அவரது பெண்களின் படையினரால் நடுத்தெருவில் துணி உரியப்பட்டு, கரிபூசப்பட்டு வேசை எனும் அவமானத்தைப் பெறுகிறாள்.

கதையின் போக்கில் காஷ்மீரின் பல்வேறு யதார்த்தங்கள் காட்சிகளாக வந்துபோகின்றன. ஆதிப் பரிவு காட்டும் காணாமல் போனோரின் மனைவியர் இந்தியப் பாதுகாப்புப் படை அலுவலகத்தின் முன்பு ஆவேசமாக நீதிகேட்டு ஆர்ப்பாட்டம் செய்கிறார்கள். இந்திய ராணுவத்தினர் வீட்டுப் பெண்களின் முன் வெகுசாதாரணமான மனிதர்களை சந்தேகத்தின் பெயரில் சித்திரவதை செய்து இழுத்துப்

போகிறார்கள். வெகுமக்கள் இராணுவத்தினரின் நடவடிக்கைக்கு எதிராகத் திரண்டெழுந்து தெருக்களை நிறைத்து ஆர்ப்பாட்டம் செய்கிறார்கள். எல்லை கடந்து பாகிஸ்தானுக்குள் பயிற்சி பெறப் போகிறார்கள். துருவவேறுபாடுகளால் விளக்கப்படக் கூடியதல்ல இன்றைய காஷ்மீரின் அரசியல் என்கிறது திரைக்கதை. தேர்தலில் போட்டியிடும் இஸ்லாமிய அரசியல்வாதிகள், ஆட்சிப் பொறுப்பிலுள்ள இஸ்லாமிய அரசியல்வாதிகள், இந்திய ராணுவ அதிகாரிகள், இஸ்லாமிய மதவாதிகள் அனைவருமே ஊழலில் திளைக் கிறார்கள் என்கிறது படம். வேறு வேறு விதங்களில் வன்முறையையும் பயங்கரவாதத்தையும் உற்பத்தி செய்யும் ஒரு நியமமான இயந்திரமாக இன்றைய காஷ்மீர் இருக்கிறது எனும் படம், இந்த அதிகாரப் போட்டியில் சாதாரணமான பிரஜைகள் மடிந்து கொண்டிருக்கிறார்கள் என்பதையும் சொல்கிறது.

படம் இஸ்லாமிய மதத் தலைவரை பதினேழாவது முறையாக கொலை செய்ய எடுக்கப்படும் முயற்சியில் வெடித்த வெடிகுண்டு சம்பவத்திலிருந்து துவங்குகிறது. இறுதியில் அதே மதத்தலைவர் காஷ்மீர் விடுதலைக்காக வன்முறையற்ற வழியில், மக்கள் ஆதரவைத் திரட்டும் வகையில் போராடும் ஆதிப்பின் பொதுக் கூட்டமொன்றில் ஒரு சிறுவனைத் தற்கொலையாளி ஆக்குவதன் மூலம் வெகுமக்கள் படுகொலையை நிகழ்த்தவிருந்தது முறியடிக்கப்படுவதுடன் முடிகிறது. விக்ரம் அச்சிறுவனைக் கொல்கிறான். மரணமுற்ற சிறுவனைக் கையில் ஏந்தியபடி ஒளிவெள்ளத்தில் மறைகிறான். ஆஸிஸா தனது வளர்ப்புத் தந்தையின் சதிகளையும் படுகொலைகளையும் தொலைக்காட்சி நேர்காணலில் வலியுறுத்தியதனையடுத்து அவர் கைதுசெய்யப்படுகிறார். விக்ரம் தனது பணியிலிருந்து விலகி காஷ்மீர் சிறுவர்களுக்கான அனாதையில்லத்தில் பணியாற்றுகிறார். ஆஸிஸா காணாமல் போனவரின் மனைவியருக்கான சேவையில் ஈடுபடுகிறாள். ஆதிப் தேர்தலில் வெற்றி பெற்று சட்டமன்றம் செல்கிறான். 'பாதி விதவைகள்' அமைப்பின் பர்வீனா தனது கணவனுக்காகக் காத்திருக்கிறாள்.

படம் சொல்லத் தவறிய, விடுபட்ட முக்கியமான விடயங்கள் நிறைய இருக்கிறது. இந்திய ராணுவத்தினரால் இழுத்துச் செல்லப்படுபவர்களுக்கு என்ன நேர்கிறது? ஆதிப் சித்திரவதை செய்யப்படும் மிகக் குறுகிய காட்சி ஒன்று மட்டுமே இதற்கான சாட்சியமாக இருக்கிறது. காணாமல் போனவர்கள் 10,000 பேர் என்கிறது திரையின் இறுதி வாசகம். அவர்களுக்கு என்ன நேர்ந்தது? கொல்லப்பட்டவர்கள் ஒரு இலட்சம்

பேர் என்கிறது இறுதி வாசகம். எவரால் கொல்லப்பட்டார்கள்? உலகிலேயே அதிகம் பாலியல் வல்லுறவுக்கு உள்ளானவர்கள் காஷ்மீரத்துப் பெண்கள் என்கிறது மனித உரிமை அமைப்புக்கள். அதற்கான சாட்சி திரைப்படத்தில் எங்கே இருக்கிறது?

தொலாக்கியாவின் முதல் படமான பர்ஸானியா திரைப்படத்தில் குஜராத் இனப்படுகொலை விசாரணை தொடர்பான காட்சிகள் வருகின்றன. கொலை செய்தவர்கள் அரசு சார்புடன் அதனைச் செய்தார்கள். இந்துத்துவம் அரசின் கொள்கையாக இருந்தது. அரசின் காவல்துறை அதனைச் செய்தது எனும் திட்டவட்டமான செய்தி அப்படத்தில் இருந்தது. பாதிக்கப்பட்ட குடும்பத்து ஆண் பெண்களின் பார்வையில், குழந்தைகளின் பார்வையில் அப்படத்தின் கதை சொல்லப்பட்டிருந்தது.

லம்ஹா படத்தின் கதை சொல்லிகள் இருவர். ஒருவர் இந்திய ராணுவத்தின் மனசாட்சியுள்ள, கடமையுணர்வுள்ள ஒரு அதிகாரி. பிறிதொருவர் அடிப்படைவாத இஸ்லாமியப் பெண்ணாக இருந்து, அதே அடிப்படைவாதத்தினால் பாதிக்கப்பட்டு, பாகிஸ்தானிய எதிர்ப்பாளராகின, காஷ்மீர் தாராளவாத அரசியலைத் தேர்ந்த பெண்மணி. இவர்கள் இருவருமே இந்திய ராணுவத்தினால் பாதிக்கப்பட்டவர்கள் இல்லை. பர்ஸானியாவில் இந்து அடிப்படைவாதத்தைப் பெண்களின் பார்வையில் சொன்ன தொலாக்கியா, காஷ்மீர் பிரச்சினையில் புதைந்து போயிருக்கும் இஸ்லாமிய அடிப்படைவாதத்தை ஒரு பெண்ணின் அனுபவத்தின் வழி சொல்லியிருக்கிறார் எனக் கொண்டாலும், அதே வகையில் இந்திய ராணுவத்தினால் பாலியல் வல்லுறவுக்கு உட்படுத்தப்பட்ட பெண்களின் வலி குறித்தும் அவள் பேசியிருக்க முடியும். தொலாக்கியாவின் படத்தில் துப்புரவாக இந்த பரிமாணம் என்பது இல்லை. லம்ஹா படத்தின் மிகப்பலவீனமான கண்ணி இது எனச் சொல்ல வேண்டும்.

படத்தின் மிகப் பெரிய முரண் அதனது இறுதி வாசகத்தில் இருக்கிறது. காஷ்மீரில் நீதியையும் அமைதியையும் நிலைநாட்டப் போராடும் வெகுமக்களுக்கும் படையினருக்கும் படம் தனது தலைதாழ்ந்த வணக்கத்தைச் சொல்கிறது. லம்ஹா திரைப்படம் முன்வைக்கும் காட்சிகளுக்கும் அது சொல்லும் இறுதிச் செய்தியும் மிகப்பெரும் முரண் நிறைந்தது. இந்த விடுபடல்களுக்கான பதில்களை தணிக்கைத்துறை நெருக்குதல்களுக்கு உள்ளான தொலாக்கியாவோ அல்லது அவரால் வெட்டப்பட்ட காட்சிகளோ அல்லது

வசனங்களோ கொண்டிருக்கவும் கூடும். இத்தகைய விடுபடல்கள் இருந்தபோதிலும் காஷ்மீர் பற்றி இதுவரை வந்த படங்களிலேயே குறிப்பிடத்தகுந்ததும், முதன் முதலான காத்திரமான படம் என நாம் லம்ஹாவைத் தயங்காது சொல்லலாம்.

மணிரத்னத்தின் ரோஜாவில் அரவிந்தசாமி காண்பித்த தமிழ் திமிரல்லாத இந்தியத்திமிர் ஒரு வகையில் இயக்குனரின் தேசபக்தத் திமிராக இப்படத்தில் வெளிப்பட்டிருந்தது. இந்தியக் கொடி எரிப்பதும் கதாநாயகன் அதன்மீது விழுந்து புரள்வதுமான காட்சி அப்பட்டமாக இட்டுக்கட்டப்பட்ட, யதார்த்தம் மீறிய, வெறித்தனமான காட்சியாக அந்தப்படத்தில் இடம் பெற்றிருந்தது. காஷ்மீர் பிரச்சினையை தென்னிந்திய சினிமாப் பார்வையாளர்களுக்கு மட்டுமல்ல, முழு உலகுக்கும் வரலாற்றுத் திரிபாக அறிமுகப்படுத்திய திரைப்படம்தான் மணிரத்னத்தின் ரோஜா.

பம்பாய் (1995)

இன்றைய இந்தியாவில் இந்து முஸ்லீம் பிரச்சினையின் கொதிநிலங்கள் என மூன்று இடங்களைக் குறிப்பிடலாம். பாப்ரிமஜீத் இடிக்கப்பட்ட இடம், மும்பை எனும் படுகொலை நகரம், குஜராத் கொலை பூமி என்பனவே அந்த அந்த மூன்று பிரதேசங்கள். இந்து முஸ்லீம் பிரச்சினையை எடுத்துக் கொண்டு, பாப்ரி மஜீத் உடைப்பின் பின்பான 3 ஆண்டுகளின் பின் அதன் பின்னிருக்கும் அரசியல் சரிபிழைகளைப் பேசாமல் இந்தியனாக இரு என்பதுதான் 1995ஆம் ஆண்டு வெளியான பம்பாய் படத்தில் மணிரத்னம் தரும் உணர்ச்சிவயமான அரசியல் தீர்வு. பம்பாய் படத்தில் மணிரத்னம் சித்தரித்த புனைகதைக்கு அடிப்படையான வரலாற்றுத் தரவுகள் இப்போது ஏராளமாக வந்துவிட்டன. மும்பை மதக் கலவரங்களுக்கு ஆதாரமான பாப்ரி மஜீத் இடிப்பு, அந்தப் படுகொலை

நாட்களின் பின் இந்துத்துவவாதிகள் அரங்கேற்றிய மும்பை மற்றும் குஜராத் படுகொலைகள் குறித்து ஆவணப்படங்களும் முழுநீளக் கதைத் திரைப்படங்களும் இப்போது தொகையாக வந்துவிட்டன. மணிரத்னத்தின் பம்பாய் குறித்து பேசுவதற்கு முன்னால் இத்தகைய மூன்று படைப்புகள் முன்வைக்கும் தரவுகள் குறித்து நாம் குறித்துக் கொள்வோம்.

ஆனந்த் பட்வர்த்தனின் இன் த நேம் ஆப் காட் ஆவணப்படம் 1991ஆம் ஆண்டு வெளியானது. பாப்ரி மஜீத் இந்துத்துவவாதிகளால் இடிக்கப்படுவதற்கு முன்னான காலச்சூழலை ஆய்வுசெய்கிறது இந்த ஆவணப்படம். அயோத்தி நோக்கிச் செல்லும் இந்துக்களின் ஊர்வலத்தோடு படம் துவங்குகிறது. நாங்கள் ராமபிரானின் வானர சேனை எனச் சொல்கிறார் ஒரு விஸ்வஹிந்து பரிஷத் ஊழியர். கப்பல் போன்ற கார்களில் பட்டில் நெய்யப்பட்ட காவி உடைகளில் வந்து இறங்குகிறார்கள் இந்து மடாதிபதிகள். மதவெறி பிடித்த கூட்டத்தின் கர்ஜிப்பு. அப்பட்டமாக வன்முறையைத் தூண்டும் இரத்த வெறிப்பேச்சு. நெற்றியில் குருதிபோல் வடியும் குங்குமத் தீற்றல். அத்வானியின் டயோட்டா ரதம் இரவு பகலாக நகர்ந்து போகிறது.

இந்துமத அரசியல் அயோத்தியில் நுழைவதற்கு முன் அயோத்தி ஓர் அழகான பூமி. ஆயிரக்கணக்கிலான கோயில்கள். வீடுகளே கோவில்களாக ஆகின இடம். கோவில்களுக்கு மலர் மாலை தொடுப்பவர்கள் முஸ்லீம்கள். வீடுகளைப் போலவே மசூதிகளும் ஆலயங்களும் அருகருகே அமைந்த ஊர் அது. மண்டல் கமிஷன் தலித் மக்களுக்கு இட ஒதுக்கீடு செய்தது. பிற்படுத்தப்பட்ட, தலித் மக்களுக்கு 69 சதவீதம் கல்வி வேலை வாய்ப்பு. இதை எதிர்த்து பார்ப்பனர்கள் ஆர்ப்பரித்தனர். தீக்குளித்தனர். மண்டல் கமிஷன் பாரதீய ஜனதாவின் அரசியலுக்கு வேட்டு வைத்தது. பாரதீய ஜனதா இந்துக்கள் அனைவரையும் ஒருங்கிணைப்பதற்காக இந்து மதவெறி அரசியலைத் தனது கையிலெடுத்தது. முழு முஸ்லீம் மக்களும் எதிரிகளாக்கப்பட்டார்கள். இந்திரா காங்கிரசும் பல்வேறு மட்டங்களில் பாரதீய ஜனதாவின் இந்து மதவெறி அரசியலுக்குத் துணைபோனது. இந்திய தேசமெங்கிலும் மதவெறித் தீ ஊழிபோல எழுந்தது. தலித் மற்றும் ஒடுக்கப்பட்ட மக்களின் பிரச்சினைகள், வேலையில்லாத் திண்டாட்டம், இந்தியாவின் பல்வேறு பிரச்சினைகள் பின்னுக்குத் தள்ளப்பட்டன. இந்து முஸ்லீம் பிரச்சினையே முன்னிலைப்படுத்தப்பட்டு பூதாகரமாக ஆக்கப்பட்டது.

இன் த நேம் ஆப் காட் படத்தில் இந்து மத வெறியர்களைக் கடுமையாக விமர்சித்ததற்காகப் பின்னாளில் கொலை செய்யப்படும் பாபா லால்தாஸ், 1993 ஜூலையில் புதுதில்லிக்கு வந்திருந்தபோது இந்தியாவின் புகழ்பெற்ற பெண்ணிலைவாதியான மது கிஸ்வர் அவரோடு ஒரு உரையாடல் நிகழ்த்தியிருந்தார். அந்த உரையாடலில் லால்தாஸ் இவ்வாறு சொல்லியிருந்தார், காலிஸ்தான் பிரிவினையாளர்களுக்கும் இந்து மதவெறி ஆர்.எஸ்.எஸ்.காரர்களுக்கும் எதுவும் வித்தியாசம் இல்லை. காலிஸ்தானிகளுக்கு முழு பஞ்சாபின் மீதும் கட்டுப்பாடு வேண்டும். ஆர்.எஸ்.எஸ்.காரர்களுக்கு முழு இந்து சமூகத்தின் மீதும் சர்வாதிகாரமான கட்டுப்பாடு வேண்டும். அவர்கள் என்னவெல்லாம் சொல்கிறார்களோ அதனையெல்லாம் மக்கள் ஒப்புக்கொள்ள வேண்டும் என அவர்கள் விரும்புகிறார்கள்.

இந்துத்துவவாதிகள் நிகழ்த்திய பாப்ரி மஜீத் தகர்ப்பு, அதனைத் தொடர்ந்து மும்பை இந்து—முஸ்லீம் பிரச்சினை, தொடர்ந்து இந்துத்துவவாதிகள் குஜராத், மாலேகான் என நடத்தி முடித்த இஸ்லாமிய மக்களின் மீதான கொலை வெறியாட்டம் என இந்தியாவில் இந்து முஸ்லீம் வன்முறைகளின் நம் காலத்திய துவக்கம், பாப்ரி மஜீத் தகர்ப்பில்தான் துவங்கியது. அரைநூற்றாண்டுக்கு முன்பு தேசப் பிரிவினையின் போது நிகழ்ந்த இரு மதத்தவர்களுக்கும் இடையிலான படுகொலைகளின் பின், அரைநூற்றாண்டுக்குப் பின்பாக, இரண்டாவது முறையாக அது பாப்ரி மஜீத்தில்தான் துவக்கம் பெற்றது. வெகுமக்கள் படுகொலைகளைக் குறிப்பிட்ட அரசியல் திட்டத்தின்

பகுதியாக, ஒரு அரசியல் அமைப்பு திட்டமிட்டுச் செய்யுமானால், அதனை பயங்கரவாதம் என நாம் கொள்வோமானால், பாப்ரி மஜீத்தைத் தொடர்ந்து, மும்பை, குஜராத், மாலேகான் போன்ற இடங்களில் நிகழ்ந்தது இந்துத்துவவாதிகளின் பயங்கரவாதம் என நாம் வரையறுக்கலாம்.

அனுராக் கஸ்யப்பின் 2004 ஆண்டுப் படமான பிளாக் பிரைடே, 1993இல் துவங்கி, 1993—1992 என முன்னும் பின்னுமாக நகர்கிறது. வேகமான காட்சி மாற்றங்கள் கொண்ட இந்தத் திரைப்படம் இன்று வரையிலான இந்து—முஸ்லீம் பிரச்சினையின் அரசியல் வேர்களையும், அதனது பற்பல பரிமாணங்களையும் பேசுகிறது. அதே வேளை, ஒரு திரில்லர் படத்திற்கான அத்தனை அம்சங்களையும் கொண்டிருக்கிறது. மும்பையில் 1993ஆம் ஆண்டு மார்ச் 9 ஆம் திகதி, பற்பல இடங்களில் குண்டு வெடிக்கிறது. காவல் துறையினர் ஆதாரங்களுக்காகத் தேடித் திரிகிறார்கள். கைவிடப்பட்ட வாகனங்கள் கிடைக்கிறது. கைவிடப்பட்ட வேன் ஒன்றும் வெடிகுண்டுகள் நிரப்பப்பட்ட வெடிக்காத ஸ்கூட்டர் ஒன்றும் கிடைக்கிறது. வாகனங்கள் யார் பெயரில் பதிவு செய்யப்பட்டிருக்கிறது எனும் விவரம் கிடைக்கிறது. டைகர் மேமனின் முகவரி கிடைக்கிறது.

திட்டத்திற்கு ஏற்பாடு செய்த டைகர் மேமன் குண்டுவெடிப்புகள் நிகழ்வதற்கு முன்பாகவே குடும்பத்துடன் துபாய் சென்று விடுகிறான். தாவூத் இப்ராகிமும் திட்டத்தை வகுத்துக் கொடுத்தவர்களில் முக்கியமானவன் எனும் தகவல் தெரிகிறது. சுங்க இலாக்கா அதிகாரிகள், காவல்துறை அதிகாரிகள் அனைவருமே பாகிஸ்தானிலிருந்து ஆர்டிஎக்ஸ் வெடிமருந்தை இந்தியாவுக்குள் கடத்தி வருவதற்காக மேமனிடம் லஞ்சம் பெற்றுக் கொள்கிறார்கள். இந்தக் கும்பலுடன் தொடர்பு கொண்டிருந்த விடுதி முதலாளி ஒருவர், தன் கண்ணெதிரில் தனது மனைவியும் மகளும் போலீசினால் துகிலுரியப்படுவதைப் பார்த்து தற்கொலை செய்து கொள்கிறார்.

டைகர் மேமன் வாக்குக் கொடுத்தபடி குண்டுவெடிப்பில் ஈடுபட்ட சிலரைக் காப்பாற்றாமல் அவர்களைக் கைவிடுகிறான். மாநிலம் மாநிலமாக அலைந்து திரியும்போதே கான் என்பவர் காவல் துறையின் அப்ரூவராக ஆகிறார். குண்டுவெடிப்புக்கான திட்டம் தீட்டியவர்கள் டைகர் மேமனும் தாவுத் இப்ராஹிமும் என்பது நிரூபணமாகிறது. துபாயில் அவர்கள் திட்டம தீட்டினார்கள் என்கிற செய்தியும் நிரூபணமாகிறது. பாகிஸ்தான் உளவுத்துறையினரான

ஐ.எஸ்.ஐ. மூலம் குண்டுவெடிப்பாளர்கள் பாகிஸ்தான் சென்று பயிற்சி பெற்றது நிரூபணமாகிறது. படம் ஒரு துப்பறியும் படம், அல்லது போலீஸ் கதை சொல்லும் ஒரு சாகசப்படம என்றால், கதை இத்துடன் நின்றிருக்க வேண்டும்.

'பிளாக் பிரைடே' திரைப்படம், இந்து—முஸ்லீம் என இரண்டு அடிப்படைவாதம் பற்றியும் கேள்வியெழுப்புகிறது. அதே வேளையில், இஸ்லாமியத் தீவிரவாதம் வேர்கொண்டெழுந்ததற்கான திட்டவட்டமான காரணங்களாக, பாப்ரி மஜீத் இடிப்பையும், 1992 டிசம்பர் மற்றும் 1993 ஜனவரி மாதங்களில் இஸ்லாமிய வெகுமக்கள் மீது மும்பையில் நடந்த திட்டவட்டமான தாக்குதல்களையும் சொல்கிறது. இந்தக் குண்டுவெடிப்பின் பின்னிருந்த மனிதர்களின் மனநிலைக்குக் காரணம் என்ன? பாப்ரிமஜீத் பிரச்சினையின் பின் மும்பையில் இந்துத்துவாதிகளின் தாக்குதல் தீவிரமாகிறது. தமது கண்களின் முன்னே தமது சகோதரியரும் தாயார்களும் பாலியல் பலாத்காரத்திற்கு உள்ளானதை பாதிக்கப்பட்டவர்கள் விவரிக்கிறார்கள். தம் கண்ணெதிரிலேயே தமது உறவுகளும் உடைமைகளும் எரிக்கப்பட்டதை அவர்கள் நினைவு கூர்கிறார்கள். டைகர் மேமனது உடைமைகளும் இந்தக் கலவரத்தில் தீக்கிரையாக்கப்படுகின்றன. சொந்த இழப்பும், அரசியல் இஸ்லாமின் ஜிகாதிய போதனைகளும், பாகிஸ்தான் உளவுத்துறையும் சேர்ந்து தர்க்கபூர்வமாக குண்டுவெடிப்பாக இது பரிமாணம் பெறுகிறது. சதித் திட்டத்தில் பங்கு பற்றியவர்கள், காவல்துறையின் தேடுதலில் இன்னும் சிக்காதவர்கள் எனும் பட்டியல்

75 யமுனா ராஜேந்திரன்

திரையில் தோன்ற படம் முடிகிறது.

அயோத்தியா மற்றும் மும்பையைத் தொடர்ந்து 2002ஆம் ஆண்டு பிப்ரவரி—மார்ச் மாதங்களில் குஜராத்தில் இந்துத்துவவாதிகள் முஸ்லீம் மக்கள் மீது இனக்கொலையைக் கட்டவிழ்த்துவிட்டார்கள். இந்தப் படுகொலையின் காரணியாகச் சொல்லப்படுகிற கோத்ரா இரயில் எரிப்புச் சம்பவத்தில் மரணமுற்ற இந்துக்கள் கூட அயோத்திக்குச் சென்று திரும்பிய இந்துத்துவ அமைப்புக்களான பஜ்ரங்தள் மற்றும் ஆர்.எஸ்.எஸ். அமைப்பின் கரசேவகர்களாகவே இருந்தனர். கோத்ரா இரயிலில் வந்த கரசேவகர்கள் கோத்ரா இரயில் நிலையத்திலிருந்த முஸ்லீம்களோடும் முஸ்லீம் பெண்களோடும் கேவலமாக நடந்துகொண்டதற்கான ஆவணங்கள் இருக்கின்றன. கோத்ரா இரயிலை முஸ்லீம்கள்தான் எரித்தார்கள் என்பதற்கான எந்த விதமான ஆதாரங்களும் இன்று வரையிலும் இல்லை. கோத்ரா சம்பவத்தின் பிற்பாடாக அடுத்து வந்த மூன்று நாட்களில் குஜராத்தின் முஸ்லீம் குடியிருப்புகள் தீக்கிரையாக்கப்பட்டன. நூற்றுக் கணக்கிலான பெண்கள் வல்லுறவுக்கு உட்படுத்தபட்டு எரிக்கப்பட்டார்கள். குழந்தைகளும் பெண்களும் நிர்வாணப்படுத்தப்பட்டு எரியூட்டப்பட்டார்கள். கருவிலிருந்த குழந்தைகள் கருப்பையைக் கிழித்துக் கொல்லப்பட்டன. பாசிசம் மறுபடி நடைமுறைக்கு வந்து, பேரழிவு மறுபடி நிகழந்தது. மனிதகுலம் வெட்கித் தலைகுனிந்தது.

2,500 முஸ்லீம் மக்கள் அந்த மூன்று நாட்களில் இந்துத்துவவாதிகளால் கொல்லப்பட்டார்கள். குஜராத்தின் முழு இந்து சமூகமும் எந்தவிதமான குற்றமனமும் அற்று, பொதுஜனக் கொண்டாட்டமாக, திட்டமிடப்பட்டு, தர்க்கபூர்வமாக இந்தக் கொலைகளைச் செய்து முடித்தார்கள். பாரதீய ஜனதா, பஜ்ரங் தள், ஆர்.எஸ்.எஸ், நரேந்திர மோடியின் அரசு இயந்திரம், நீதித்துறை, காவல்துறை என அனைத்தும் முழுமையாக ஒன்றிணைந்து இந்தப் படுகொலைகளைச் செய்துமுடித்தார்கள். குஜராத்திலுள்ள முஸ்லீம் மக்களை முதலில் குஜராத்திலிருந்து விரட்டியடிப்பதும், பிற்பாடு முழு இந்தியாவிலிருந்தும் அவர்களை பாகிஸ்தானுக்கு விரட்டியடிப்பதும், பாகிஸ்தானை அழிப்பதும்தான் இவர்களது அரசியலாக, கருத்தியலாக, எதிர்காலத் திட்டமாக இருந்தது.

குஜராத் படுகொலைகள் பற்றி இடதுசாரி நாடகக் கலைஞரும் சிறந்த இந்திய குணச்சித்திர நடிகையும் ஆன நந்திதா தாஸ் இயக்கியிருக்கும் திரைப்படம், 2008ஆம் ஆண்டு வெளியான ஃபிராக்.

குஜராத் படுகொலையின் பின்னான ஒரு மாதம் கழித்து நடக்கும் சம்பவங்களே கதைக்களன். இந்தப் படுகொலையின் சூத்திரதாரியான நரேந்திர மோடி, குஜராத்தின் முதல்வர் எனும் அளவில் இந்தத் திரைப்படத்தினை நந்திதா தாஸ் தனக்குத் தனியே போட்டுக் காட்ட வேண்டும் எனக் கேட்டார். "திரைப்படம் குஜராத்தின் எல்லா தியேட்டர்களிலும் வெளியாகிறது. விரும்பினால் எவரும் போய்ப் பார்க்கலாம். நரேந்திர மோடிக்குத் தனியே போட்டுக் காட்ட வேண்டிய அவசியமிருப்பதாக எனக்குத் தெரியவில்லை" என வெளிப்படையாக பத்திரிகைககளுக்குச் சொன்னார் நந்திதா தாஸ். பம்பாய் படத்தினை சிவசேனாவின் தலைவர் பால்தாக்கரேவுக்குப் போட்டுக் காட்டியபின் பொதுமக்களுக்கென வெளியிட்ட மணிரத்னம் இங்கு தவிர்க்க இயலாமல் ஞாபகம் வருகிறார்.

ஃபிராக் திரைப்படம், தமிழ் சினிமாவின் அதியற்புதமான நடிகர்களில் ஒருவரான நாஸரின் கலங்கிய முகம் திரையில் தோன்றுவதுடன், வெகுமக்கள் புதைகுழியில் துவங்கி, இஸ்லாமியர்களின் அகதி முகாமில் வெறித்திருக்கும் அவரது முகத்தின் அருகாமைக் காட்சியுடன் முடிகிறது. நாஸர் இந்த இரு காட்சிகளில்தான் தோன்றுகிறார் என்றாலும், இந்த இரு காட்சிகளிலும் நமது மனத்தினைக் கரைத்துவிடுகிற குணச்சித்திரத்தினை அவர் காட்டியிருக்கிறார்.

படுகொலைத் தாக்குதலில் தமது வீட்டைவிட்டு வெளியேறிய ஒரு இளம் இஸ்லாமியக் குடும்பத்தின் கணவனும் மனைவியும் தமது கைக்குழந்தையுடன் தமது எரிந்துபோன வீட்டைப் பார்க்கவென மறுபடியும் வீடு திரும்புகிறார்கள். சூறையாடப்பட்டு மூடுண்ட தனது வியாபாரத் தளத்தைத் திறக்க முடியாத நிலையில், ஒரு இஸ்லாமிய இளைஞர் தனது இந்து மனைவியுடன் தனது இந்து பாகஸ்தரின் வீட்டுக்குச் சென்றுவிட்டு வீடுதிரும்பிக் கொண்டிருக்கிறார். இஸ்லாமியப் பாடகர் ஒருவர் கலவரத்தின் பின் தனது இசைவகுப்புக்கு வருகிற மாணவர்கள் குறைந்துபோக, அவரிடம் அப்போதும் வந்து போகும் இந்துக் குடும்பத்தவரினதும் அவர்தம் பெண்குழந்தையின் வரவுக்காகவும் காத்திருக்கிறார். தனது வாசலில் நின்று கதறியழுத ஒரு இஸ்லாமியப் பெண்ணுக்கு அடைக்கலம் தரமுடியாத தனது கையறுநிலையைக் குறித்து குற்றவுணர்வுடன், இந்துத்துவவாதியான கணவனுக்கு எதிராகக் குரலுயர்த்த முடியாதவளான இந்துப் பெண்ணாருத்தியின் வாழ்வு அடிமைத்தனத்தில் நகர்கிறது. தனது பெற்றோரைப் பறிகொடுத்து வீதி வீதியாய் பிச்சையெடுத்து திரியும் ஒரு அனாதை இஸ்லாமியச் சிறுவன் திரைச்சட்டகமெங்கிலும்

அலைந்து கொண்டே இருக்கிறான்.

பிணவண்டியின் முன்னுள்ள தாமரைச் சின்னம் அருகாமைக் காட்சியில் வர, மரணித்துத் தொய்ந்த உடல்களைக் கொண்டு வந்து கொட்டுகிறது. அந்த உடல்களைக் கொத்தாக அள்ளி புதைகுழியில் நிரப்பிக்கொண்டிருக்கிறார்கள் இருவர். அதில் பெண்ணொருத்தியின் பிணத்தைப் பார்த்து கோபத்துடனும் கதறலுடனும் தன் கையிலுள்ள மண்வெட்டியை அந்தப் பிணத்தினை நோக்கி ஓங்குகிறான் ஒரு வெட்டியான். மற்றவன் அவனைத் தடுக்கிறான். மரணித்த அந்தப் பெண்ணின் உடல் அந்த வெட்டியானின் மனைவியாக இருக்க வேண்டும். குழந்தைகள், ஆண்கள், பெண்கள், முதியவர், மழலைகள் என சிதைந்து, மரணித்த உடல்கள் ஆழமான வெகுமக்கள் புதைகுழிக்குள் புழுதியைச் சேர்த்துக் கொண்டு சரியும்போது, அக்காட்சி நம் நெஞ்சை உறையச் செய்கின்றது.

வீடு எரிந்துபட்ட இளம்பெண் தனது அண்டை வீட்டாரான சிநேகிதி தனது வீட்டை எரித்ததில் சம்பந்தப் பட்டிருப்பாளோ எனச் சந்தேகப்படுகிறாள். குங்குமப்பொட்டு வைத்துக்கொண்டு அவள் நடமாட வேண்டியிருக்கிறது. இஸ்லாமிய மக்களின் மீதான வெறுப்பு இந்துக்களின் குடும்ப விசேஷங்களில் கூட வெளிப்படுவதை அவள் அனுபவம் கொள்கிறாள். அவளது இந்துச் சிநேகிதியே அவளுக்கு ஆறுதலாக இருக்கிறாள். எரிந்துபோன அவளது வீட்டை மீட்கவும் அவளே உதவிக்கு முன்வருகிறாள். இரவில் வீடு திரும்பும் வழியில் போலீஸினால் எதிர்கொள்ளப்படும் இஸ்லாமியக் கணவனை இந்து என அறிமுகப்படுத்துகிறாள் வியாபாரியின் மனைவி. கணவன் தனது நிஜமான அடையாளத்தை மிகுந்த மனத்துணிவுடன் அறிவிக்கும்போது போலீஸ் அதிகாரி "நீ பாகிஸ்தானுக்குத் திரும்பிப் போ" என்கிறான். குஜராத் அவனைக் கைவிட்டுவிட்டது.

இஸ்லாமியப் பெண்ணின் கதறல் இந்துப் பெண்ணின் மனசாட்சியில் திகிலூட்டும் சித்திரமாக நெஞ்சில் நிலைத்திருக்கிறது. பிராயச்சித்தமாக தெருவில் அலைந்துதிரியும் இஸ்லாமியச் சிறுவனை வீட்டுக்கு அழைத்து வந்து, இந்துப் பெயரை அவனுக்குச் சூட்டி அவனுக்குச் சோறு படைக்கிறாள் அவள். இஸ்லாமியப் பெண்களைக் கும்பலாகப் பாலியல் வல்லுறவு செய்தவனும் அந்த வீட்டில் வாழ்கிறான். அவன் அவளது கணவனின் சகோதரன். அந்த வீட்டில் மரணத்தை எதிர்நோக்கியிருக்கும் ஒரு முதியவருக்குக் கூட இஸ்லாமியரைப் பிடிக்காது என்பதால், சிறுவனது பெயரை

இந்துவாக்குகிறாள் அந்தப் பெண்.

கணவன் சதா மனைவியின் மீது வன்முறை செலுத்துகிறவன். இஸ்லாமியப் பெண்களைக் கும்பலாக பாலியல் வல்லுறவு மேற்கொண்ட தம்பியைக் காப்பாற்றத் திரிகிறவன். அவனது சகோதரனின் குணச்சித்திரத்திற்குச் சான்றாக ஒரு காட்சி வருகிறது. அவன் தொலைக்காட்சி முன்பாக அமர்ந்திருக்கிறான். தனது பெண்குழந்தைகள் இருவரையும் தனது கண்ணெதிரிலேயே பாலியல் வல்லுறவு கொண்டதை, கொலை செய்தததை உருக்கமாக ஒரு முஸ்லீம் தாய் சொல்லிக் கொண்டிருக்கிறாள். “மானமே இல்லாத உங்களுக்கு எதற்கு மானம்?” என்கிறான் இவன். இதனைச் செவியுறவும் செய்கிறாள் அவனது அண்ணி. கணவனது தளைகளை உதறிவிட்டு ஒரு விடிகாலையில், அனாதையான இஸ்லாமியச் சிறுவனைத் தேடியபடி ஆட்டோ ரிக்ட்சாவில் நகரத்தின் தெருக்களில தேடிச்சென்று கொண்டிருக்கிறாள் மனசாட்சியுள்ள இந்துப் பெண். நகரத்தின் அமைப்பே மாறிப்போன சூழலில், தாம் ஒதுக்கப்படுகிறோம் என்பதை எல்லாத் தளங்களிலும் உணர்ந்தாலும், நம்பிக்கையோடு காத்திருக்கும் இஸ்லாமிய இசைக் கலைஞனின் வீட்டுக்கு, அவரைக் கவனித்துக் கொள்ளும் மருத்துவரும் அவனது மனைவியும் அவர்களது பெண்குழந்தையும் வந்து அவர் முன் அமர்கிறார்கள். பாடல் துவங்குகிறது.

திரைப்படம், ஆயிரக்கணக்கிலான இஸ்லாமிய வெகுமக்கள் படுகொலை செய்யப்பட்ட சம்பவங்கள் குறித்தது. கர்ப்பிணியின் வயிற்றைக் கிழித்து குழந்தையை உருவியெடுதது வெட்டிக் கொலை செய்தார்கள். உயிருடன் மனிதர்களைப் புதைகுழியில் இட்டு மூடினார்கள். மனிதர்கள் உள்ளிருக்க, அவர்கள் கதறக் கதற வீடுகளுடன் எரித்தார்கள். நூற்றுக் கணக்கான பெண்களைப் பாலியல் வல்லுறவுக்கு ஆட்படுத்தினார்கள். மனித மனத்தின் இருள் மட்டுமே செயல்பட்ட நாட்கள் அவை. ஆனால், திரைப்படத்தில் வன்முறையோ இரத்தம் சிந்தும் காட்சிகளோ இல்லை.

படத்தின் நெடுகிலும், எல்லா இடங்களிலும், பாத்திரங்கள் உரையாடிக் கொண்டிருக்க, பின்னணியில் தொலைக்காட்சியின் பிம்பங்கள் வந்து போய்க்கொண்டேயிருக்கின்றன. பாதிப்புற்ற இஸ்லாமிய மக்கள் தொடர்ந்து தமது துயரக் கதைகளைச் சொல்லிக் கொண்டேயிருக்கிறார்கள். குஜராத்தின் காற்றில் மரணவாடை மிதந்து கொண்டேயிருக்கிறது என்பதற்கான சாட்சியமே அந்த

பிம்பங்கள். இன்னொரு சாட்சியம், படத்தின் சட்டகமெங்கிலும் தனது பெற்றோரைத்தேடி அலைந்து கொண்டிருக்கும் இஸ்லாமிய அனாதைச் சிறுவன். அந்தச் சிறுவன் அலைந்து அலைந்து இஸ்லாமிய அகதிகள் தங்கியிருக்கும் முகாமுக்கு வருகிறான். இருபுறமுமான வெறித்த மனிதர்களில் தனது பெற்றோரின் முகங்களைத் தேடி தளிர்நடை நடக்கிறான். விழிகள் வெறித்த நிலையில் முதல் காட்சியில் பிணங்களைப் புதைத்தபடியிருந்த வெட்டியானான நாஸர் இப்போது அங்கே வெறித்தபடி அமர்ந்திருக்கிறார். திரைப்படம் முடிகிறது. பெற்றோரைத் தேடியலையும் சிறுவனின் முகம் நமக்குக் கூடவே வந்து கொண்டிருக்கிறது.

பிஜேபி, விஸ்வ ஹிந்து பரிசத், பஜ்ரங்தள் போன்றவற்றால் திட்டமிட்டு நடத்தப்பட்ட பாப்ரி மஜீத் உடைப்பையடுத்து, அதே அரசியல் மற்றும் மதவெறி அடிப்படையில் சிவசேனா தலைவர் பால்தாக்கரேவின் 'சாம்னா' பத்திரிக்கையால் விசிறிவிடப்பட்ட கொலை வெறி 1992, மும்பை டிசம்பர் படுகொலைகளாக ஆனது. இதில் கொல்லப்பட்டவர்களில் 575 பேர் முஸ்லீம்கள், 275 பேர் மட்டுமே இந்துக்கள். இதற்கு வஞ்சம் தீர்க்கவென தாவூத் இப்ராகிமினால் நெறிப்படுத்தப்பட்ட 1993 மார்ச் 12 மும்பை குண்டுவெடிப்புகளில் கொல்லப்பட்ட 257 பேரில் பெரும்பான்மையானவர்கள் இந்துக்கள். கோயமுத்தூரில் நடந்த 1997ஆம் ஆண்டு முதல் கலவரத்தில் 18 முஸ்லீம்கள் கொல்லப்பட்டார்கள். 1998ஆம் ஆண்டு நடைபெற்ற கோயமுத்தூர் குண்டுவெடிப்பில் 16 இந்துக்கள் கொல்லப்பட்டார்கள். குஜராத்தில் கொல்லப்பட்ட 2000 பேர்களில் 1800 பேர் முஸ்லீம்கள். *(Religious Identity of the Perpetrators and Victims of Communal Violence in Post-Independence India By K. Jaishankar and Debarati Haldar : Erecs Quarterly Review*

: Volume 1, Issue 2, 2004). இந்தத் தரவுகளில் இருந்து ஒருவர் இன்றுவரை கொளுந்துவிட்டு எரிந்து கொண்டிருக்கும் இந்து முஸ்லீம் பிரச்சினை குறித்த ஒரு மதிப்பீட்டுக்கு வரமுடியும்.

இந்தியப் பிரிவினை நாட்களின் பின், அரைநூற்றாண்டு கழிந்த பின்னால், ஆட்சியதிகாரம் பெறுவதற்கான அரசியல் பிரச்சினையாக, ஒரு கருத்தியலாக இதனைக் கையிலெடுத்தவர்கள் பிஜேபி, ஆர்எஸ்.எஸ், விஸ்வ ஹிந்து பரிசத், பஜரங்தள், சிவசேனா மற்றும் தமிழகத்தில் இந்து முன்னணி போன்ற அமைப்புகள்தான். இந்த அரசியல் மற்றும் மதவெறி அமைப்புகள், இந்துத்துவத்தினால் பாதிப்புற்ற காவல்துறையினரில் ஒரு பகுதி எனும் ஆயுத அமைப்பின் அனுசரணையுடன் நடத்தி முடித்த அழிவுகரமான படுகொலை நிகழ்வுகள்தான் முதல் கட்டத்தில் அயோத்தியா, மும்பை, கோயமுத்தூர் மற்றும் குஜராத் என நான்கு இடங்களிலும் முஸ்லீம்கள் குறிப்பாகக் கொல்லப்பட்ட நிகழ்வுகள். இந்த நான்கு இடங்களிலும் முதலில் கொல்லப்பட்டவர்களும், அறுதியில் அதிகமாகக் கொல்லப்பட்டவர்களும் இஸ்லாமிய மக்கள்தான். கொல்லப்பட்டவர்களில் எண்பது சதவீதமானவர்கள் முஸ்லீம் மக்கள். இதனை நடத்தி முடித்தவர்கள் இந்துத்துவ அமைப்புகள் மற்றும் இந்துத்துவத்தினால் பாதிப்புற்ற, அரசமைப்பின் ஆயுத உறுப்பான காவல்துறை சார்ந்தவர்கள். இஸ்லாமிய மக்கள் தாம் கையறுநிலையில் விட்டுவைக்கப்பட்டிருக்கிறோம் எனும் உணர்வுக்கு வந்து சேர்வதற்கு இதைவிடவும் என்ன சான்று வேண்டும்? விளைவாகவே மும்பை நகரம் தாவூத் இப்ராகிமினாலும், பாகிஸ்தானிய அரசின் அனுசரணையில் இயங்கும் இஸ்லாமிய பயங்கரவாத அமைப்புகளாலும் மும்பை குண்டுவெடிப்பாகப் பரிமாணம் பெற்றது. இந்த வஞ்சம் தீர்க்கும் நடவடிக்கையில் பெரும்பாலும் மரணமுற்றவர்கள் இந்துக்கள்தான். மும்பை மற்றும் கோயமுத்தூர் குண்டுவெடிப்புகள் புலப்படுத்தும் உண்மை இது. குஜராத்தைப் பொருத்து எந்தவிதமான தாக்குவலுவும் அற்ற நிலையில் மௌனமாக மரணமுற்றார்கள் அங்கு வாழும் இஸ்லாமிய வெகுமக்கள்.

மணிரத்னத்தின் அரசியல் படங்களில் பெரும் விவாதங்களைத் தூண்டிய படங்கள் மூன்று: இந்தியாவெங்கிலும் ரோஜா மற்றும் பம்பாய் மிகப்பெரும் விவாதங்களைத் தூண்டின. இருவர் திரைப்படம் தமிழகத்தில் திராவிட இயக்க அரசியல் சார்ந்தவர்கள் மத்தியில் பெரும் விவாதங்களைத் தூண்டியது. பம்பாய் படத்தைப் பொருத்து மும்பை படுகொலைகள் காட்சிப்படுத்தப்பட்ட விதம் குறித்து,

தரவுகளின் அடிப்படையில் படம் சமநிலையைக் கொண்டிருக்கவிலை என்பது சுட்டிக்காட்டப்பட்டது. தணிக்கை செய்யப்பட்ட காட்சிகள் படத்தின் சமநிலையின்மைக்கான காரணம் என்கிற சம்சயத்தையும், பால்தாக்கரே மற்றும் மகாராஷ்ட்டிர அரசின் தலையீடுகளும் படத்தின் சமநிலையின்மைக்கான காரணம் என்பதான தோற்றத்தை மணிரத்னம் ஏற்படுத்தியிருந்தார். இது குறித்து பிரன்ட்லைன் சஞ்சிகையிலும், எகனாமிக் அன்ட் பொலிடிகல் வீக்லி சஞ்சிகையிலும் கட்டுரைகள் வெளியாகின. பிரன்ட்லைன் சஞ்சிகையில் மணிரத்னம் தனது நிலைப்பாட்டை முன்னிறுத்தி ஒரு நேர்காணலும் வழங்கியிருந்தார். மணிரத்னம் தனது நேர்காணலில் சொல்லியவை குறித்த தொகுப்பு பின்வருமாறு அமைகிறது,

படத்தில் போலீஸ் துப்பாக்கிச் சூடு சம்பந்தமான சில காட்சிகள் வெட்டப்பட்டன. பால்தாக்கரே அல்ல எந்தத் தனிமனிதருக்கும் தணிக்கை செய்யும் உரிமை இல்லை. அவர் பற்றிய முழுப்பாத்திரமும் விலக்கப்பட வேண்டும் என்றார். நாங்கள் விலக்கவில்லை. வேறொரு பாத்திரத்தை வைத்து அக்காட்சிகள் மறுபடி எடுக்கப்பட வேண்டும் என்றார். நாங்கள் செய்யவில்லை. பம்பாய் பெயரை மும்பாய் என மாற்றச் சொன்னார் நாங்கள் செய்யவில்லை. கலவரக் கொலைகளுக்கு தான் வருத்தப்படவில்லை என்றார். வருத்தப்படாத மனிதரின் காட்சியை உண்மையில் நிகழாததை ஏன் வைக்க வேண்டும்? அதை நீக்கினேன். அப்பாவியான பெண், போலீஸ் துப்பாக்கிச் சூட்டுக்குப் பலியாவதை நீக்கச் சொன்னார்கள்.

துரதிர்ஷ்டவசமாக நாம் அரைவேக்காட்டுத் தணிக்கை அதிகாரிகளைக் கொண்டிருக்கிறோம். இக்காட்சி இப்படி எடுக்கப்பட்டிருக்க வேண்டும். இப்படி எடுக்கலாம் என்று பரிந்துரை வேறு செய்கிறார்கள். தணிக்கைக் குழு காலாவதியாகிப்போன ஒன்று. பிரிட்டிஷ் எதிர்ப்பு அறிக்கைகளைத் தடுப்பதற்காக பிரிட்டிஷ் காலகட்டத்தில் தோன்றியது இந்திய தணிக்கை முறை. பிரிட்டிஷ்காரன் போய்விட்டான். நாம் இன்னும் அவன் தணிக்கை முறையை வைத்திருக்கிறோம். சென்சார் அதிகாரிகள் சொல்கிறார்கள்: சரி, நாங்கள் புரிந்து கொள்கிறோம். சாதாரண மனிதனுக்குப் புரியுமா? கால்நடைகளைப் போல மனிதர்களைப் பாவிக்கிறோம். அவர்கள் தம்மளவில் சிந்தனையில்லாதவர்கள் என நினைக்கிறோம். அவர்கள் ஓட்டுப் போடுகிறார்கள் இல்லையா? எந்த அரசு ஆள வேண்டும் என்பதை அவர்கள் தீர்மானிக்கிறார்கள் இல்லையா? ஏன் எந்தப் படங்களைப் பார்க்க வேண்டும் என்பதை அவர்களால் தீர்மானிக்க

முடியாது?

படம் தொடங்கு முன்பு ஆவணங்கள் இருந்தன. பம்பாய்க்குச் சென்றோம். நிறைய பத்திரிகையாளர்கள் சமூக சேவகர்கள், போலீஸ், கலவரத்தில் சம்பந்தப்பட்ட மக்கள் போன்றவர்களைச் சந்தித்தோம். பம்பாய் கலவரம் பற்றி விவரணப் படமெடுத்த இயக்குனர்களைச் சந்தித்தோம். எங்களுக்கு தெளிவு ஏற்பட்டவுடன் நேரடியாகச் செயலில் இறங்கினோம். சின்ன பட்ஜெட் படமாக எடுக்கவே முதலில் விரும்பினேன். சாதாரண மனிதனுக்கும் போய்ச் சேர்கிற எளிய மொழியில் சொல்ல விரும்பினேன். பாடல்கள் ஏதுமில்லாமல் தீவிரமாக இருந்த ஒரு படத்தைச் சுற்றி கதையை பின்னத் தொடங்கினேன். பாத்திரங்களின் மனதுக்குள் போனோம் அவர்களின் வழி வெளியே வந்தோம். மக்களிடம் செய்தி போகவில்லையென்றால், பெட்டியில் படம் தூங்கினால், ஒரு சில அறிவு ஜீவிகளை மட்டும் சந்தோஷப்படுத்தினால் அதன் பயன் என்ன? படம் கலவரமாகத்தான் தொடங்குகிறது. அதில் கலவரத்தை குழந்தைகள் பார்வையில் சொல்ல முயல்கிறது. பிற்பாடு அதில் ஒரு தாய் தகப்பனையும் கொண்டு வந்தோம். அதன்பின் பின்னேபோய் அவர்களுக்கு பெற்றோர்களையும், ஒரு காதல் கதையையும் கொண்டு வந்தோம். இந்த இரண்டு பேரோடு மக்கள் ஈடுபட வேண்டும் என நாங்கள் நினைத்தோம். அவர்களோடு இவர்களும் பயணம் செய்து பாத்திரங்கள் அடைந்த அதே உணர்ச்சியை இவர்களும் அடைய வேண்டும் என நினைத்தோம்.

அனைத்து இந்தியாவும், ஒரு சில மதவாதக் கூச்சல்கள் தவிர, அமைதியாய் இருக்க வேண்டும், ஒன்றாயிருக்க வேண்டும் என்றுதான் நினைக்கிறார்கள். உடைந்து போவதை இங்கிருக்கும் மக்கள் விரும்பவில்லை. இது மதப் பிரச்சினை மட்டுமல்ல, அரசியல் பிரச்சினை. இந்த மதவாதிகளைத் தான் இப்படம் தாக்குகிறது போலும். இந்தப் படம் அவர்களுக்கு எதிரானது. ஆகவே இவர்களைப் பற்றி நான் கவலைப்படத் தேவையில்லை. பல்வேறு வகையான விமர்சனங்கள் வருகிறது. நான் மிகக் கச்சிதமான படத்தைக் கொடுத்துவிட்டேன் என்று ஒருபோதும் நினைத்ததேயில்லை. இப்படம் வெகுஜன சினிமா வடிவத்துக்குள் இருப்பதைப் பலர் விமர்சித்திருக்கின்றனர். இந்தப் படம் இன்னும் தீவிரமான சித்தரிப்புக்கு உள்ளாகியிருக்க வேண்டாமா என்கிறார்கள். ஏன் பாட்டுகளும், நடனங்களும் என்கிறார்கள். அவ்வாறு இப்படம் செய்திருக்க முடியும். அப்படிச் சொல்லியிருப்பது இன்னும் சுலபமாகவும்

இருந்திருக்கும். ஒரு தீவிரமான பிரச்சினையை அதன் தீவிரத்தன்மை குறையாமல் அதே சமயம் விறுவிறுப்பாகவும், சுவையாகவும் கொடுப்பது மிகக் கடினமானது. அது பாதிப்பிரச்சினைதான். மீதிப் பிரச்சினைகள் நிறைய. அவைகளை நீங்கள் பார்க்க வேண்டும். ஆனால் சிலவேளை நோக்கத்தையே சந்தேகப்படுகிறார்கள். அது என்னைக் காயப்படுத்துகிறது. அயோத்தி கோயிலுக்கு நன்கொடை கேட்க வரும் காட்சியில் வசனம் வெட்டப்பட்டுவிட்டது. வசனம் இதுதான் 'நாங்கள் மசூதியை இடித்துத் தள்ளிவிட்டு அங்கே கோயில் கட்டப்போகிறோம்'. அவர்கள் சக்தி சமாஜிலிருந்து வந்து நன்கொடை கேட்கிறார்கள். இந்த வசனத்திற்காகத்தான் இக்காட்சியே வைக்கப்பட்டிருந்தது.

சென்சார் போர்ட் சொன்னது 'இப்படிச் சொன்னால் இது அவர்களைக் குத்தும், ஆகவே வெட்டுங்கள்'. நான் சொன்னேன் "இது அவர்களைக் குத்துமானால் குத்தட்டும்" நான் குத்த வேண்டுமென்றுதான் விரும்பினேன். எத்தனை நாளைக்கு நாம் உண்மைகளை ஒளித்து வைக்கப்போகிறோம்? போலீஸ் அதிகாரியிடம் பேசப்படும் ஒரு வசனம் வெட்டப்பட்டது. கலவரத்தில் கொல்லப்பட்ட மக்கள் 75 சதவீதமானோர் முஸ்லிம்கள். முஸ்லிம்களுக்கு எதிராக போலீஸ் பகைமை கொண்டிருக்கின்றதா? இது வசனம். சென்சார் போர்டு சொன்னது 75 சதவீதம் இருக்கட்டும். முஸ்லீம் என்ற வார்த்தை வேண்டாம். பதிலாக சிறுபான்மையினர் என இருக்கட்டும். எத்தனை நாளைக்கு அதிகார வர்க்கத்தின் வார்த்தைகளில் தங்கியிருக்கப்போகிறோம்? இது நடந்த உண்மை. பத்திரிக்கைகளில் எழுதப்பட்டுள்ளது. போலீசும் சொல்லியிருக்கின்றது. எல்லோரும் சொல்கிறார்கள். இது உண்மையின் அடிப்படையிலானது. சென்சார் ஒரு வரியை வெட்டச் சொன்னால், ஒரு காட்சியை வெட்டச் சொன்னால், படத்தின் முழுமை கருதி, இசைவு கருதி நான் ஒரு காட்சி ஒரு வசனத்தை மட்டும் வெட்டிவிட்டு நிற்க முடியாது. படத்தின் இசைவைக் காப்பாற்ற நான் நேர்மையாகச் செயற்பட வேண்டும். ஆகவே வெட்டப்பட்ட காட்சியை சமனப்படுத்த நான் அதோடு சம்பந்தப்பட்ட ஒரு காட்சியையோ, வசனத்தையோ நானே வெட்ட வேண்டும். இது சித்திரவதை. இந்தச் சித்திரவதைக்கெல்லாம் காரணம், பயப்படும் ஆட்களை நாம் கொண்டிருப்பதுதான். அரசு என்ன சொல்லும் என்று பயப்படுகிறார்கள். அரசுக்கு வெளியிலிருக்கிற தனி மனிதர்கள் என்ன சொல்வார்கள் என்று பயப்படுகிறார்கள்.

சென்சார் போர்டு சேர்மன் பயப்படுகிறார் என்றால்

நீங்கள் என்ன செய்வீர்கள்? நான் பயப்படவில்லை. நான் ஏன் பால்தாக்கரேவைப் பார்த்தேன் எனக் கேட்கிறார்கள்? ஒன்று, நான் பயப்படவில்லை. நான் நேர்மையானவன். இரண்டு, ஒரு வாழ்கிற குணச்சித்திரத்தை பாத்திரமாக்கியிருக்கிறேன். ஆகவே எனக்கு மனசாட்சிக் கடமையிருக்கிறது. அவர் படத்தைப் பார்த்த பின்னால் ஒரே ஒரு வெட்டுத்தான் நடந்தது. வருந்துவதாக இருந்த காட்சி வெட்டப்பட்டது. நான் அதில் சரியாக நடந்து கொள்ளவில்லையென்று நினைத்தேன். என் கற்பனையின்படி அக்காட்சியை அமைத்தேன். இப்போது வருந்தவில்லை என்று சொல்லிவிட்டதால் அதை விலக்கி விட்டேன். இதற்காக மட்டும் என்னை எவரேனும் அவதூறு செய்வார்களேயானால் அது அர்த்தமற்ற ஒன்று.

'கரம் ஹவா' பட இயக்குனர் ஆளு சத்தியூவை நான் சந்தித்தேன். அவர் சொன்னார் 'படம் வெளியாவதற்கு முன்னால் படத்தை பால்தாக்கரேவுக்கு போட்டுக் காண்பியுங்கள்'. படம் வெளியான பின்னால் திரைப்படக் கொட்டகையில் படம் ஓடுவதற்கு பிரச்சினைகள் இருக்குமென்றால் முன்னேற்பாடாக அதை நான் தவிர்க்க நினைத்தேன். படம் வெளியாவதற்காக காத்திருப்பதை விடவும் அதற்கு முன்பாகவே இப்பிரச்சினையைத் தீர்க்க நினைத்தேன். நாங்கள் தவறாக எதையும் காட்டவில்லை என்பதை அவரை ஒப்புக் கொள்ளச் செய்தோம். நான் இதனால் வருத்தம் தெரிவிக்க எதுவுமில்லை என்றே நினைக்கிறேன். என்னிடம் பால்தாக்கரே இது நல்ல படம் என்றார். யாரேனும் ஒருவர் இதை நல்லபடம் என்று சொன்னால் அதை நான் அப்படியே விட்டுவிடுவேன். இதுதான் நடந்தது. அந்தப் படத்தை அவர் வெட்டித்தள்ளிவிடவில்லை. மற்றொரு தணிக்கையும் அல்ல இது. படம் தன் சொந்தக் காலில் வெளிவர வேண்டும் என நினைத்தேன். அதையே நான் விரும்பினேன்.

படத்தின் உள்ளடக்கத்தைப் பற்றி அல்லாமல் அது ஏற்படுத்தும் விளைவுகளை வைத்து ஒரு படத்தை மதிப்பிடுவது நல்ல விஷயமில்லை என்று நினைக்கிறேன். நான் சொல்ல நினைத்த விசயத்தை சரியாகப் புரியவைக்கவில்லையானால் நான் சரியாகச் சொல்லவில்லையென்று அர்த்தம். படத்தைப் பார்த்தால் நான் சரியாகச் சொல்லியிருக்கிறேன் என்று உணர்வீர்கள். இதே உணர்வைத்தான் நான் பார்வையாளரிடமிருந்து பெறுகிறேன். அரசியல் ஆதாயங்களுக்காகப் பேசுகிறவர்களைப் பற்றி நான் அதிகம் கவலைப்படுவதில்லை. *(Censor Board is Obsolete : Sandhya Rao Inteview with Maniratnam : Front Line, June 1995).*

இந்த விரிவான நேர்முகமன்றி பரத்வாஜ் ரங்கனுடனான தனது உரையாடலில் குறிப்பிடும்போது மொத்தமாக ஒன்றரை நிமிடக் காட்சிகளே தணிக்கையின் போதும், பால் தாக்கரேவின் ஆட்சேபத்தின் பேரிலும் வெட்டப்பட்டதாக மணிரத்னம் குறிப்பிடுகிறார். மணிரத்னத்தின் தரவுகளின்படி தணிக்கையில் வெட்டுப்பட்ட காட்சிகள் பின்வருமாறு: 1. காவல்துறை துப்பாக்கிச் சூட்டில் கொல்லப்படும், மாடியில் துணிகாயப்போடும் பெண். 2. 'நாங்கள் மசூதியை இடித்துவிட்டு கோயில் கட்டப் போகிறோம்' எனும் வசனம். 3. படுகொலைகளுக்காக பால்தாக்கரே பாத்திரமேற்கும் இந்துத்துவவாதி வருத்தப்படுவது போன்ற காட்சி 4. காவல்துறை படுகொலைகளில் கொல்லப்பட்டவர்கள் பெரும்பாலுமானவர்கள் இஸ்லாமியர்கள் என்று வரும் வசனம். பிரித்தானியாவில் பம்பாய் படம் வெளியான 1995 ஆண்டுப்பிரதியிலும் சரி, படத்தின் மீள்பார்வையை மேற்கொண்டிருக்கும் இத்தருணத்தில் கிடைக்கும் டிவிடியிலும் சரி 'காவல்துறைப் படுகொலைகளில் கொல்லப்பட்டவர்கள் பெரும்பாலுமானவர்கள் இஸ்லாமியர்கள்' என்று வரும் வசனம் நீக்கப்பட்டு அவ்விடத்தில் 'சிறுபான்மையினர்' எனும் வசனம் வருகிறது. மாடியில் கொல்லப்படும் பெண், 1995 தியேட்டர் பிரதியிலும் இல்லை, இன்றைய டிவிடியிலும் இல்லை. படுகொலைகளின் பின் பால்தாக்கரேவும் முஸ்லீம் தலைவரும் வருத்தப்படும் காட்சி தியேட்டர் பிரதியிலும் இருந்தது, டிவிடியிலும் இருக்கிறது. 'நாங்கள் மசூதியை இடித்துவிட்டு எனும் இடத்தில் 'அயோத்தியில் ராமர் கோயில் கட்டப்போகிறோம்' எனும் வசனமும் காட்சியும் இந்த டிவிடியில் இருக்கிறது. தியேட்டர் பிரதியில் இருந்த, இந்துக்கள் வளையல் போட்டு சேலை கட்டிக் கொள்ளுங்கள் என அவர்களை ஆத்திரமூட்டும் காட்சி டிவிடியில் இல்லை. படத்தின் ஆதாரக் காட்சியாக பாப்ரி மஜீத் உடைக்கப்படும் காட்சி படமாக்கப்படவோ அல்லது ஆவணப்படத்திலிருந்து பாவிக்கப்படவோ இல்லை. பாப்ரி மஜீத் போன்ற மினியேச்சர் உருவாக்கப்பட்டு உடைவு உள்ளிருந்து காண்பிக்கப்பட்டது. உடைப்பு சம்பந்தான பத்திரிக்கைச் செய்திகள் உடைப்புக்குப் பிரதியாக முன்வைக்கப்பட்டிருக்கிறது. இதுவே தியேட்டர் பிரதியிலும் டிவிடியிலும் இருக்கிறது. உடைப்பு காட்சிகளாக வைக்கப்பட்டது என மணிரத்னம் எங்குமே சொல்லவில்லை. நீக்கப்பட்டதாகச் சொல்லப்படும் காட்சிகளில் உள்ள வசனங்கள் இந்துத்துவவாதிகளையும் காவல்துறையினரையும் எரிச்சல் மூட்டியதில் எந்தச் சந்தேகமும் இல்லை. பெண் கொல்லப்படும் காட்சி காவல்துறைக்கும், இந்துத்துவவாதி வருந்துவதாகச் சொல்லும்

காட்சி பால்தாக்கரேவுக்கும் சம்மதமில்லாமல் போனதையும் எவரும் புரிந்துகொள்ள முடியும்.

படத்தின் சமநிலைக் குலைவு குறித்து கவலைப்படும் மணிரத்னம், தணிக்கைக் குழுவில் மாறுதல் வேண்டி காட்டமாகக் கருத்துத் தெரிவிக்கும் மணிரத்னம், நிகழ்வுகளின் மற்றும் உண்மைகளின் அடிப்படையில் ஏன் படத்தினை மறுசீராய்வுக் குழுவுக்கும் சட்ட நடவடிக்கைகளுக்கும் எடுத்துச் சென்றிருக்க முடியாது? ஆனந்த் பட்வர்த்தன், ஆனந்த் ஸ்வரூப் சர்மா, லீனா மணிமேகலை போன்று படைப்பாளிக்குரிய நேர்மையுடன் ஏன் தனது படைப்பு சுதந்திரத்திற்காக அவர் குரல் கொடுத்திருக்க முடியாது? இவர்கள் தமது படைப்புக்களைப் போராடி வெட்டுக்கள் இல்லாமல் அல்லவா கொண்டு வந்தார்கள்?

வெட்டப்பட்ட ஒன்றரை நிமிடக் காட்சிகளை விலக்கிவிட்டாலும் கூட மணிரத்னம் பம்பாயில் நடந்த படுகொலைச் சம்பவங்களைச் சமநிலையுடன் சொல்லியிருக்கிறார் என்று கூறமுடியாது. பம்பாய் படம் குறித்த பிரதானமான பிரச்சினை இன்றளவிலும் இதுதான். மும்பை படுகொலைக்கு இட்டுச் சென்ற முரண்பாட்டில் இந்துக்களின் பார்வைகள், முஸ்லீம்களின் பார்வைகள் படத்தில் எவ்வாறு பிரதிநிதித்துவம் பெறுகின்றன?

இந்து கதாநாயகனின் தகப்பன் முஸ்லீம் கதாநாயகியின் தகப்பனிடம் அயோத்தி கோயில் கட்ட விலைக்குச் செங்கல் கேட்கிறார். சக்தி சமாஜினர் அயோத்தியில் கோயில் கட்ட உண்டியல் குலுக்குகிறார்கள். காவிக் கொடியுடன் ரதயாத்திரை வருகிறது. காட்சிரூபம் எனும் அளவில் இந்துத்துவவாதிகள் படுகொலைகளில் ஈடுபட்ட அல்லது முயற்சித்த 'ஒரேயொரு குறிப்பான' காட்சியைக் கூட நீங்கள் பம்பாய் படத்தில் காணமுடியாது. தேசபக்தப் பாடலின் பின்னணியில் நிகழும் கும்பல் வன்முறையின் பகுதியாகவே, அகண்டபுலக் காட்சியின் பகுதியாகவே காவித்தலைக்கட்டு கொண்டவர்களின் வன்முறை காண்பிக்கப்படுகிறது. எல்லாவற்றுக்கும் மேலாக, 1992 டிசம்பர் மற்றும் 1993 ஜனவரி மாதங்களில் பம்பாயில் முதலில் வன்முறையைத் தூண்டியவர்களோ, படுகொலைகளில் ஈடுபட்டவர்களோ முஸ்லீம்கள் இல்லை. இரண்டாம் கட்ட நடவடிக்கையான 1993 மார்ச் குண்டுவெடிப்புகளே அவர்களால் முன்னெடுக்கப்பட்டது. முதல் கட்டப் படுகொலைகள் பற்றி மட்டுமே பம்பாய் படம் பேசுகிறது. அவ்வகையில் பம்பாய் படச்

சித்தரிப்பு முற்றிலும் சமநிலையற்றதாக இருக்கிறது. வன்முறைகளில் இந்துக்களின் பாத்திரம் வெறும் வசன அமைப்புக்களாகவும், முஸ்லீம் வன்முறைகுப் பதிலடி தரும் அகண்டபுலத்தில் நிகழும் எதிர்வினை நிகழ்ச்சிகளாகவுமே படத்தில் இருக்கிறது.

படுகொலைகளில் முஸ்லீம் பிரதிநிதித்துவம் எவ்வாறு சொல்லப்படுகிறது? பாப்ரி மஜீத் இடிப்புக் காட்சியை அடுத்து சரேலென நீண்ட வாள்களுடன் காட்சிக்குள் நுழையும் முஸ்லீம்கள் படுகொலைகளிலும் சூறையாடல்களிலும் ஈடுபடத் துவங்குகிறார்கள். இது முற்றிலும் பிழையான காட்சி. சிவசேனாவினர் பாப்ரி மஜீத் இடிப்பைக் கொண்டாடுகிறார்கள். அரசும் காவல்துறையும் அவர்களுக்கு ஆதரவாக இருக்கிறது. மத்திய அரசுக்கு எதிராகவே முஸ்லீம்கள் தமது எதிர்ப்பைத் தெரிவிக்கிறார்கள். சிவனோவும் காவல்துறையும் முஸ்லீம்களை வேட்டையாடத் துவங்குகிறார்கள். இதன் விளைவாகவே முஸ்லீம்கள் 576 பேரும், இந்துக்கள் 275 பேரும் கொல்லப்படுகிறார்கள்.

1993 ஜனவரி 5 எனத் திகதியிட்டு டோங்க்ரா பகுதியில் இரு இந்து கூலித் தொழிலாளர்கள் கொல்லப்படுவது காட்சியாகிறது. ஸ்வஸ்திக் சின்னமிட்ட ஒரு வீடு, அதில் ஒரு ஊனமுற்ற சிறுமியின் குடும்பம் இருக்கிறது, அந்த வீடு எரிக்கப்படுவது காட்சியாகிறது. வாள்களுடன் வரும் முஸ்லீம்கள் கதாநாயகனின் இந்துத் தகப்பனையும் அவரது பேரனையும் கொல்ல வருகிறார்கள். இவையெல்லாம் தனித்தனியான காட்சிகள். இந்தக் காட்சிகளையடுத்து இரு தரப்புக் கும்பல்களும் படுகொலைகளில் ஈடுபடும் காட்சிகள் இடம்பெறுகிறது. ஆக, இரு தருணத்திலுமே வன்முறையைத் தூண்டும், படுகொலைகளைத் துவக்கி வைப்பவர்களாகத் தனித் தனிக் காட்சிகளில் இஸ்லாமியர்கள் சித்தரிப்புப் பெறுகிறார்கள். இந்துத்துவம் வசனங்களிலும் இஸ்லாம் படுகொலைக் காட்சிகளிலும் சித்தரிப்புப் பெறுகிறது. எந்த விதத்திலும் காட்சிரூப மொழியில் விற்பன்னரான மணிரத்னம் இத்தகைய சித்தரிப்புக்களை சமநிலை என்று சொல்லிவிட முடியாது.

படத்திற்குள்ளும் படத்திற்கு வெளியிலும், நான் இந்துவும் இல்லை, முஸ்லீமும் இலலை, இந்தியன் என்று உரத்துப் பிரச்சாரம் செய்கிறார் மணிரத்னம். கும்பல் படுகொலைக் காட்சிகளின் பின்னணியில் அனைத்திலும் திரும்பத் திரும்ப ஒலிக்கும் தேசபக்திப்பாடலின் செய்தியும் இதுதான். படுகொலைகளின் இடையில் மதச்சார்பின்மை பேசுவதும் தேசிய ஒற்றுமை பேசுவதும் மேன்மையானது மற்றது

மனிதாபிமானம் சார்ந்தது, உணர்ச்சிகரமானது. இரட்டைக் குழந்தைகள், குடும்பங்களால் விரட்டப்படும் காதலர்கள், உறவுகள் ஒன்று கலத்தல், அதியற்புதமான காட்சிப் படிமங்கள், மனதை உருக்கும் இசைத்துணுக்குகள் என இவையெல்லாம் உண்மையில் அற்புதமான விஷயங்கள். துரதிருஷ்டவசமாக இது அரசியலாலும் நம்பிக்கைகளாலும் கருத்தியல் சட்டகங்களாலும் தீர்மானிக்கத்தக்கதாகவும் இருக்கிறது.

நரேந்திர மோடியும், பால் தாக்கரேவும், தாவூத் இப்ராகிமும் தத்தமது பேரப் பிள்ளைகளைக் கொஞ்சி முத்தமிடாமலா இருந்திருப்பார்கள்? தமது உறவுகளின் மரணத்தின்போது கண் கலங்காமலா இருந்திருப்பார்கள்? பறவைகளும் சூரியோதயமும் அந்தி வானத்தின் அழகும் இவர்களுக்கு மறுக்கப்பட்டுத்தான் போய்விட்டதா? இவர்களைப் பிசாசுகளாக மாற்றியது என்ன? படுகொலைகளை நியாயப்படுத்தச் செய்தது என்ன? பால் தாக்கரே பம்பாய் படத்தைத் தனக்குக் காண்பிக்கச் சொல்வது போல, ஃபிராக் படத்தை நரேந்திர மோடியும் தனக்குக் காண்பிக்கச் சொல்கிறார். மணிரத்னம் காண்பிக்கிறார். நந்திதா தாஸ் மறுக்கிறார். இது எவ்வாறு நேர்கிறது? ராம் கோபால் வர்மாவின் த அட்டாக் ஆப் 26/11 படத்தினையும், ரோஜா படத்தினையும் ரத யாத்திரை புகழ் லால் கிஷன் அத்வானி தேடிச் சென்று சிறப்புத் திரையிடல்களில் பார்க்கிறார். இது எப்படி நேர்கிறது?

மணிரத்னத்தின் மதச்சார்பின்மை, சாதி மற்றும் இனம் கடந்த அரசியல் எத்தகையது என்பது விமர்சகர்களைப் பொறுத்து முழுமையாக அறியவந்துவிட்டது. இனப் பிரச்சினை, இந்து முஸ்லீம் பிரச்சினை, இந்திரா படத்தின் கதாசிரியராக சாதியப் பிரச்சினை, திராவிட இயக்க அரசியல், இளைஞர்களின் அரசியல், கார்ப்பரேட் பொருளாதாரம் போன்றன குறித்து அவர் தொகையான அரசியல் படங்களைக் கொடுத்துவிட்டார். இன்னும் அவர் அரசியல் நடுநிலையாளராக, பிரச்சினைகளில் சமநிலையைக் கடைபிடிப்பவராகக் கோரிக் கொள்ள முடியாது.

பம்பாய் படத்தில் முஸ்லீம் பெண்ணின் உடல் எவ்வாறாக மதச்சார்பற்ற இந்து ஆண் உடலுக்குக் கீழடங்கிப்போகிறது என்பது குறித்தும், கதாநாயகனின் தகப்பன், அவரது மகன், மகள், மனைவியிடம் மட்டுமல்ல எதிரியிடமும் என அனைவரிடமும் குரலுயர்த்துகிறவராக மட்டுமே இருக்க, முஸ்லீம் தகப்பன் அவரது மனைவி மகள் ஆகியோரோடு மட்டுமல்ல, அவரது எதிரியின் மீதும்

வன்முறை செலுத்துகிறவராக, அரிவாள் எடுத்து வெட்டுபவராகப் படைக்கப்பட்டிருக்கிறார் என்பதோடு, சிவசேனாத் தலைவர் பால் தாக்கரே வெட்டியெறிய வேண்டும் எனக் கோரிய, மணிரத்னம் தனது நேர்காணல்கள் மற்றும் பரத்வாஜ் ரங்கனுடனான மிக நீண்ட உரையாடல் என எதிலும் வெளிப்படுத்தாத நான்கு நிமிடம் 30 விநாடிகள் வெட்டப்பட்ட காட்சி குறித்தும் சான்றுகளுடன் ஆய்வுகள் தற்போது வெளியாகிவிட்டன. (The Illusions of Secularism: Mani Ratnam's Bombay and The Consolidation of Hindu Hegemony : Angie Mallhi : University of Victoria : 2005). அஞ்சி மல்லி சொல்கிறபடி, பம்பாய் படுகொலைகளை நியாயப்படுத்தியும் இந்துக்களை உசுப்பிவிட்டும் பால் தாக்கரேவாக நடிக்கும் டினு ஆனந்த் ஆற்றும் நான்கு நிமிடம் 30 விநாடிகள் உரை படத்திலிருந்து நீக்கப்பட்டிருக்கிறது. மணிரத்னம் இதனை தனது பம்பாய் குறித்த விவாதங்களில் ஆவணப்படுத்துவதில்லை. 2012 ஆம் ஆண்டு வெளியான அவரது பரத்வாஜ் ரங்கனுடனான நூலில் மொத்தமாக வெட்டப்பட்ட காட்சிகள் ஒன்றரை நிமிடம் மட்டுமே என்கிறார் அவர்.

பம்பாய் படத்தை மதச்சார்பற்ற தன்மையை வெளிப்படுத்தும் படம் என மணிரத்னம் கோரிக் கொள்ள முடியாது. பம்பாய் படத்தின் விநியோகஸ்தரான அமிதாப் பச்சனின் ஏற்பாட்டின்படி

மணிரத்னம் பால் தாக்கரேவைச் சந்தித்து பம்பாய் படத்தைத் திரையிட்டுக் காட்டியதன் பின்னர், பால் தாக்கரே தொடர்பான இரு காட்சிகளை அவர் வெட்டுகிறார். படுகொலைக்கு வருந்தும் காட்சியொன்று, பிறிதொன்று படுகொலைக்கு உசுப்பி விடும் காட்சி ஒன்று. இதன் பின் பம்பாய் அற்புதமான படம் எனச் சொல்கிறார் பால் தாக்கரே. படத்தை வெளியிட மகாராஷ்ட்டிர அரசுக்கும் தணிக்கைக் குழுவுக்கும் பரிந்துரை செய்கிறார். பால் தாக்கரேவுடன் பம்பாய் படத்தை காவல்துறை அதிகாரிகளும் குற்றப் புலனாய்வுத்துறை அதிகாரிகளும் பார்த்து சில வெட்டுகள் கோருகிறார்கள். முஸ்லீம்கள் ஏன் அதிகம் சுட்டுக் கொல்லப்பட்டார்கள் எனக் கேட்கும் காட்சியும், அப்பாவிப் பெண் காவல் துறையினரால் கொல்லப்படும் காட்சியும் வெட்டப்படுகிறது. 1992 டிசம்பர் படுகொலைகளைத் திட்டமிட்டு நிகழ்த்தியவர்கள், முஸ்லீம்களை வேட்டையாடிக் கொன்றவர்கள் இவர்கள்தான். முழுப் படத்திலும் இந்துத்துவவாதிகளே இதன் காரண கர்த்தாக்கள் என்பது சித்தரிக்கப்படவேயில்லை. ஒரேயொரு பெண், போலீஸ் துப்பாக்கிச் சூட்டில் கொல்லப்படுவதைக் காண்பித்தது தவிர, கலவரங்களைக் கட்டுக்குள் கொண்டு வருபவர்களாக, மதச்சார்பற்றவரான கதாநாயகனின் இரட்டைக் குழந்தைகளைக் காப்பவர்களாகவே காவல்துறையினர் படத்தில் சித்தரிக்கப்படுகிறார்கள்.

கொல்லப்பட்டவர்களில் 80 சதவீதமானவர்கள் முஸ்லீம்கள், அவர்கள் அனைவருமே காவல்துறை துப்பாக்கிச் சூட்டில் இடுப்புக்கு மேலாகவே சுட்டுக் கொல்லப்பட்டவர்கள் என்கிறது அம்னஷ்டி இன்டர்நேசனல் அறிக்கை. இவ்வளவு சம்பவப் பிழைகளையும் பிறழ்வுகளையும் கொலைகள் நிகழ்த்தியவர்களிடமே மிகப் பெரும் சமரசங்களையும் செய்த ஒரு படத்தினை எவ்வாறு ஒருவர் மதச்சார்பின்மைக்குக் காரணமான படம் எனக் கோரிக் கொள்ள முடியும்? மட்டுமன்று, இவ்வளவு சமநிலைக் குலைவு கொண்ட படத்தினை எடுத்துவிட்டு ஒருவர் எவ்வாறு 'படம் தொடங்கும் முன்பு ஆவணங்கள் இருந்தன. பம்பாய்க்குச் சென்றோம். நிறைய பத்திரிகையாளர்கள் சமூக சேவகர்கள், போலீஸ், கலவரத்தில் சம்பந்தப்பட்ட மக்கள் போன்றவர்களைச் சந்தித்தோம். பம்பாய் கலவரம் பற்றி விவரணப்படமெடுத்த இயக்குனர்களைச் சந்தித்தோம். எங்களுக்கு தெளிவு ஏற்பட்டவுடன் நேரடியாகச் செயலில் இறங்கினோம்' என்று கோரிக்கொள்ள முடியும்?

பம்பாய் படம் பற்றிப் பேசும் தருணமொன்றில், 'நிலவும் அமைப்புக்கு எதிரான படங்களுக்கும், நிலவும் அமைப்புக்கு ஆதரவான

பிரச்சாரப் படங்களுக்கும் இடையில் தெருவில் இருக்கும் மனிதன் குறித்தும் படமெடுக்க முடியும். வாழ்வு அவன் மீது எறிகிற தீவிரமான குழப்பங்களிலும், அழிவுகளிலும் சிக்குண்ட அன்றாட மனிதன் குறித்து. அவன் வாழ்வு சார்ந்த அனுபவங்களினூடே அவன் முகத்துக்கு நேராக எதிர்கொள்ளும் அனுபவங்களிலிருந்து விரிந்த சித்திரத்தைக் காணமுடியும். இந்தக் குரலாக இருந்துதான் நான் பேசுகிறேன்'; *(Convesation with Maniatnam : 2012 : Page : 156)* என்கிறார் மணிரத்னம். இது முற்றிலும் அபத்தமான கோருதலாகவே இருக்க முடியும். ரோஜா படமெடுக்க இந்திய ராணுவத்தின் ஒத்துழைப்புடன் செயல்படுகிறார். கன்னத்தில் முத்தமிட்டால் ஆய்வுக்காக மல்லிகைக்குப் போகிறார். பம்பாய் படத்தின் சமநிலையைக் காப்பாற்ற படுகொலையின் காரணகர்த்தாக்கள் கேட்டுக் கொள்கிறபடி, காவல்துறை மற்றும் இந்துத்துவத் தலைவர் கோருகிறபடி வெட்டுக்களைச் செய்கிறார். இத்தனையும் செய்துவிட்டு ஒருவர் நிலவும் அமைப்புக்குச் சார்பில்லாத, தெருவில் போகிற மனிதன் பற்றி, அவர்களது குரலாக நான் இருக்கிறேன் என்று கோரிக்கொள்வது எப்படிச் சாத்தியம்?

1991இல் வெளியான ஆனந்த் பட்வர்த்தனின் இன் த நேம் ஆப் காட், 2004இல் வெளியான அனுராக் கஸ்யப்பின் பிளாக் ஃபிரைடே, 2008இல் வெளியான நந்திதா தாஸின் ஃபிராக் போன்ற படங்கள் பாப்ரி மஜீத், மும்பை, குஜராத் படுகொலைகளின் தோற்றுனர்கள், காரணகர்த்தாக்கள் யார் என்பது குறித்த துல்லியமான சித்திரத்தை நமக்குத் தருகின்றன. இந்த மூன்று படங்களில் இன் த நேம் ஆப் காட், அத்வானியின் ரதயாத்திரை விதைத்த இந்துமதவெறி உணர்வு நிகழ்ந்தகாலத்திலேயே படம் பிடிக்கப்பட்ட வரலாற்று ஆவணம். அயோத்தியில் என்ன நடந்தது, பாப்ரி மஜீத் இடிப்பை ஆர்.எஸ்.எஸ், பிஜேபி, பஜ்ரங்தள் போன்ற இந்துத்துவ அமைப்புகள் எவ்வாறு திட்டமிட்டன என்பதனை அப்படம் சொல்கிறது. பிளாக் ஃபிரைடே படம், மும்பை படுகொலைகளின் முதல் கட்டமான 1991 டிசம்பர் சம்பவங்கள், அதனது இரண்டாவது கட்டமான 1993 ஜனவரி குண்டுவெடிப்புகள் இரண்டினதும் சூத்திரதாரிகள் யார் என்பதனைத் தெளிவுபடுத்துகிறது. காவல்துறை விசாரணைகள், ஸ்ரீகிருஷ்ணா கமிட்டியின் அறிக்கையின் அடிப்படையில் அமைந்தது அப்படம். நந்திதா தாஸின் ஃபிராக் கோத்ரா ரயில் சம்பவத்தை அடுத்து அன்றைய குஜராத் முதல்வர் நரேந்திர மோடியினால் திட்டமிட்டு நடத்தப்பட்ட இஸ்லாமிய மக்களுக்கு எதிரான படுகொலைகள் குறித்த தரவுகளை அடிபபடையாகக் கொண்ட

ஆவணம். மும்பையில் நடந்த 1992 காலகட்டப் படுகொலைகளை முன்னின்று நடத்தியவர்கள் சிவசேனா கட்சியினரும் அவர்களது சக்தி சமாஜில் உறுப்பினர்களாயிருந்த மும்பை காவல்துறையினரும் என்கிறது ஸ்ரீகிருஷ்ணா கமிஷன் அறிக்கை. பாப்ரி மஜீத் இடிப்பினையடுத்து வெற்றிக் கொண்டாட்டங்களில் ஈடுபட்ட சிவசேனா மற்றும் பிஜேபி அமைப்புக்களுக்கு எதிராக தமது எதிர்ப்பை அமைதியாகவே முஸ்லீம் மக்கள் காட்டினார்கள். அவர்களின் மீது படுகொலைகளை ஏவியவர்கள் சிவசேனா, பிஜேபி, மும்பை காவல்துறை என்கிறது அவ்வறிக்கை. மும்பைப் படுகொலைகளின் இரண்டாம் கட்டம், 1993 மார்ச் 12ஆம் திகதி நிகழ்ந்த குண்டுவெடிப்பின் பின்பான படுகொலைகள். இந்தக் குண்டுவெடிப்பை மும்பை தாதாவான தாவூத் இப்ராகிம் மும்பை கிரிமினல்களின் ஆதரவுடன் திட்டமிட்டு நடத்தினார் என்கிறது அறிக்கை. பாப்ரி மஜீத் உடைப்புக்கும் மும்பை குண்டுவெடிப்புகளுக்கும் இடையிலான அரசியல் தொடர்பைக் காண்கிறது பிளாக் ஃபிரைடே திரைப்படம்.

பம்பாய் படம் குறித்து பேசும்போது தான் எடுத்த படங்களிலேயே அற்புதமான காட்சிரூப அழகு கொண்டது இப்படம்தான் என்கிறார் மணிரத்னம். சந்தேகமில்லை. காசர்கோடு, பொள்ளாச்சி, மழை பெய்து ஈரம் படர்ந்த மண், சிறு காடுகள், செங்கல் சூளை வீட்டிலிருந்து நள்ளிரவு மௌனத்தில் வெளியேறும் பெண், பம்பாய் ரயில்நிலைய வாசலில் தவிக்கும் காதலியைப் பின்னிருந்து தோன்றி தொடும் காதலனைப் படம் பிடித்த ஒளித்து வைக்கப்பட்ட காமெரா நுட்பம், முதலிரவுக் கலவி, லயமிக்க பாடல்கள், கொஞ்சும் இசைத் தாரைகள் என பாதிப்படம் ஜனரஞ்சக சினிமாவுக்கே உரிய கிறக்கமான அனுபவத்தை தரத்தான் செய்கிறது. இப்பகுதிப் படத்தைப் புனைவு என்று ஏற்பதில் எந்தத் தயக்கமும் இல்லை. நெகிழ்ச்சியான ஜனரஞ் சகக் காதல் கதை எனும் அளவில், கண்டவுடன் காதல் மற்றும் கையைக் கீறி இரத்தம் கலப்பது எனும் அபத்தங்களோடு, முதல் பகுதிக் கதையே ஒரு முழுமையான படமாகும் தகுதி கொண்டது என்று கூட ஒப்ப முடியும். பம்பாய் கலவரங்களையும் அதனது சம்பவங்களையும் அரசியலையும் பேசும் பிற்பகுதிப் படத்தை புனைவு என்று எவரும் ஒப்ப முடியாது. எதனையும் புனைவில் சொல்லும் சுதந்திரம் எனக்கு உண்டு எனவும் இயக்குனர் கோர முடியாது.

படத்தின் பிரதான பகுதியும் இதுதான், தான் உருவாக்க விரும்பிய சிறிய பட்ஜெட் மலையாள மொழிப்படமும் இதுதான் எனவும் மணிரத்னம் சொல்கிறார். எனில், வரலாற்றுக்கும் சம்பவங்களுக்கும்

அவர் நேர்மையாக இருக்க முயற்சியெடுத்திருக்க வேண்டும் இல்லையா? படத்தின் சட்டகத்தில் 1992 டிசம்பர் 6 என பாப்ரி மஜீத் இடித்த திகதியும் பத்திரிகைகளின் தலைப்புகளும் குறிப்பாக இருக்கிறது. அடுத்த திரைச் சட்டகத்திலேயே தொழுகை நடத்தும் இஸ்லாமியர்கள் கலவரங்களில் இறங்குகிறார்கள். இது முதல் படுகொலைகள் தொடர்பான துவக்கக் காட்சி. 1993 ஜனவரி 5 எனத் திகதி போட்டு இந்துக் கூலித் தொழிலாளிகள் கொல்லப்படுவது இரண்டாவது படுகொலைத்தொடரின் துவக்கக் காட்சி. கதாநாயகன் கதாநாயகியின் குடும்பத்தவர் வீட்டினுள் நெருப்புக் குண்டுகளை அவர்களே எறிகிறார்கள். இந்தத் துவக்கக் காட்சிகளின் பின்புதான் இந்துக்கள் தெருக்களில் இறங்கி கலவரங்களில் ஈடுபடுகிறார்கள். இது உண்மைக்குப் புறம்பான முற்றிலும் கற்பனையான காட்சிகள்.

முஸ்லீம்கள் சகிப்புத் தன்மையற்றவர்கள் என்பதை உறவுகளை முன்னிறுத்தி படத்தின் முதல்பாதிப் புனைவில் சொன்ன மணிரத்னம், பிற்பாதியில் இந்துக்கள் சகிப்புத்தன்மை கொண்டவர்கள், முஸ்லீம்களின் படுகொலைத் தாக்குதல்களுக்கு அவர்கள் பதில் தாக்குதலைத்தான் செய்தார்கள் என்று வரலாற்றையும் சம்பவங்களையும் திருகலாக்கி முஸ்லீம்கள் சகிப்புத் தன்மையற்ற வன்முறையாளர்கள் என்று காட்சிரூப மொழியிலும் சொல்கிறார். பம்பாய் படத்தில் புனைவை வரலாறாகவும் வரலாற்றைப் புனைவாகவும் மாற்றியதுதான் இந்திய சினிமாவுக்கான மணிரத்னத்தின் 'பங்களிப்பாக' இருக்கிறது.

திராவிட அரசியல்

இருவர் (1997)

தமிழ் அரசியல் சினிமா உருவாக்கத்தில் ஒரு முக்கியமான முயற்சி எனும் அளவிலும், திராவிட முன்னேற்றக் கழகக் கருத்தியலும் நடைமுறையும் பற்றிய வரலாற்றுத் திரிபுகளும் கொச்சைகளும் கொண்ட படம் என்பதாலும், பலத்த விவாதங்களை தமிழக அரசியலின் அனைத்து மட்டத்திலும் தூண்டிய படம் இருவர். மணிரத்னம் படங்களில் இந்திய அளவில் பெரும் விவாதங்களைத் தூண்டிய படங்கள் ரோஜாவும் பம்பாயும் எனில் தமிழக அளவில் மிகப்பெரும் அரசியல் விவாதங்களைத் தூண்டிய படம் இருவர் எனலாம். இருவர் படம் பலத்த விவாதங்களைத் தூண்டியதற்கான காரணத்தை நாம் திராவிட அரசியல் வெளியில் மட்டும் தேடமுடியாது. இதுவரைத்திய திரைப்பட மொழிதல் எனும் அடிப்படையிலும் நாம் காண முயலவேண்டும். தமிழ் சினிமாவின் வரலாறு என்பது இந்திய தேசிய காங்கிரஸின் தமிழ்நாட்டு

வரலாற்றோடும், திராவிட இயக்கங்களின் வரலாற்றோடும் இரண்டறக் கலந்தது. காமராஜர் சினிமாக்காரர்களைக் கூத்தாடிகள் எனச் சொல்ல, ராஜாஜி விஷம் எனச் சொல்ல சத்திய மூர்த்தி என்கிற காங்கிரஸ் தலைவர் காங்கிரஸ் வளர்ச்சிக்கு சினிமா சாதனத்தையும் சினிமாக் கலைஞர்களையும் பயன்படுத்தினார்.

60களில் வந்த காங்கிரஸ் தலைமை சினிமாக் கலைஞர்களை உதாசீனப்படுத்தியது. கேவலமாக மதிப்பிட்டது. கம்யூனிஸ்ட்டுகளும் இதன் பால் அவ்வளவு அக்கறை கொள்ளவில்லை. கலாசார உருவாக்கம், கருத்தியல் செயல்பாடு போன்றவற்றின் முக்கியத்துவத்தை அவர்கள் உணரவில்லை. உணர்ந்தவர்களையும் பண்டாரப் பயல்கள் என விமர்சித்தார்கள். பெரியார் சினிமாவை வெறுத்தார். பெரியாருக்குப் பிந்திய திராவிட முன்னேற்றக் கழகத்தினர் கலாசார உருவாக்கம், கருத்தியல் செயல்பாடு போன்றவற்றை உருவாக்குவதில் மொழி, சினிமா சாதனம் போன்றவற்றின் வலிமையை உணர்ந்திருந்தனர். பின்னர் நடந்தது நாற்பதாண்டு கால தமிழகவரலாறு.

ஐந்து முதலமைச்சர்கள் திராவிடப் பாரம்பரியம் சார்ந்த ஆட்சியினர். திராவிட இயக்கங்களின் செயல் போக்குகளில் இரண்டு அம்சங்களை அவதானிக்கலாம், பொதுக் கூட்டங்களில் மக்களைப் பார்வையாளர்களாக வைத்துக் கொண்டு தாங்களே பேசிக் கொண்டிருப்பது போல சினிமாப் பார்வையாளர்களை வைத்து நீண்ட வசனங்களை அவர்களை நோக்கி பிரச்சாரம் செய்து கொண்டிருந்தார்கள். சினிமாவில் பார்வையாளர்கள் பங்கு பெறுதல் மற்றும் உருவாகுதல் போன்ற செயல்பாடுகள் இவர்களின் படங்களில் நிகழவே இல்லை. காரணம், சினிமாவின் காட்சிரூபமான சித்திரம் ஏற்படுத்தும் விமர்சன சாத்தியத்தை இவர்களின் சொற்பொழிவு வாகனங்களான நாடகமேடைச் சட்டகச்சினிமா பார்வையாளனுக்குத் தரவேயில்லை.

சினிமாவை காட்சிரூப சாதனமாக உணர்ந்து சினிமாக் கலைஞர்களும், பார்வையாளர்களும் இன்று தோன்றி விட்டார்கள். அநேகமாக தி.மு.க. பாணி கதை சொல்லல் பிரச்சார உரைகள் சினிமாவிலிருந்து விடைபெற்றுக் கொண்டுவிட்டது. இந்தச் சூழலில்தான் சினிமாவை காட்சிரூப சாதனமாகப் புரிந்து கொண்டு தமது பார்வைகளை முன்வைக்கிற ஒரு தலைமுறை தோன்றியது. பாலுமகேந்திரா, மகேந்திரன், மணிரத்னம், ஷங்கர், சந்தோஷ்சிவன், ராஜீவ்மேனன், வசந்த், தங்கர்பச்சான் எல்லோரும் இந்த வகையைச் சேர்ந்தவர்கள் தான். காட்சிரூப சாதனமாக சினிமாவைக் கையாளத்

தெரிந்தவர்களுக்கும், அவர்களது படைப்புகளுக்கும், அரசியலும், கருத்தியலும் இருக்கிறது. சினிமாவைக் காட்சிரூபமாகக் கையாளத் தெரிந்தவர்களின் அரசியல், நாடகபாணி வசனங்கள் மூலம் அல்லாது காட்சிப் படிமங்களின் மூலமே வெளியாகும்.

இருவர் படத்தின் பல்வேறு காட்சிகள் வெட்டப்பட்டிருக்கின்றன. பெரும்பாலான வெட்டுப்பட்ட காட்சிகள் ஆண், பெண் உறவு தொடர்பானவை. அதிகாரிகள் வெட்டச் சொன்ன காட்சிகள் என்ன என்பது தெரியவில்லை. படம் வெளிவருவதற்கு முன்பே கலைஞர் கருணாநிதியால் படம் பார்க்கப்பட வேண்டுமென்ற விருப்பமும், தணிக்கைக்குழு, அரசு போன்றவற்றின் நிர்பந்தமும் இறுதியில் மணிரத்னத்தை கலைஞர் கருணாநிதிக்கு படம் போட்டுக் காண்பிக்கும் நிலைக்கு இட்டுச் சென்றிருக்கிறது. படத்தில் மிக முக்கியமான வரலாற்றுத் திருப்பங்களோ, அரசியல் சித்தாந்த மாறுபாடுகளோ, இருவருக்கும் பொதுவான மலிந்த ஊழல் சீர்கேடுகளோ குறிப்பாக அதனது ஆழ்தளத்தில் பேசப்படவேயில்லை.

மணிரத்னம் படங்களில் ஒரு மிக முக்கியமான அம்சம் அவரின் பாத்திரங்கள் வாய்மொழிகளை விட காட்சிகள் நிறைய விசயங்களைச் சொல்லும். தமிழ்ச் செல்வனின் அதிகார மோகம், மக்களைப் பாவிக்கும் அரசியல், தான் எப்போதும் மேலே இருக்க

வேண்டும் என்ற ஆசை போன்றவற்றை நாற்காலி, உயரமான இடம், அதிகாரம் தொனிக்கும் அகந்தையான பேச்சுக்கள் மூலம் கட்டமைக்கிறார் மணிரத்னம். தமிழ்ச்செல்வன் திராவிட அரசியல் பேச, மனைவியின் சவ அடக்கத்திற்கு வரும் ஆனந்தனின் சட்டையில் குத்தப்படும் தேசியக் கொடியை அவர் மௌனமாக ஏற்கிறார். மிகச் சாதாரணமாகக் காட்டப்படும் அக்காட்சி ஒரு அரசியலைக் காண்பிக்கிறது. ஆனந்தன் தன் சக அமைச்சரின் பாக்கெட்டில் வைக்கும் கவரும், முன்பாக வரும் வசனமும் இருவரின் ஊழல்களைக் காண்பிக்க போதுமானதாக இருக்கின்றன.

கல்பனாவின் விடலைப் பருவ ஆசைகளும், பின் வரும் அதிகார வேட்கையும் மிகுந்த அனுதாப உணர்வுடன் பார்க்கப்பட்டிருக்கிறது. பேச்சு சாதுரியமும், கவர்ச்சி அரசியலும், விலைவாசியைக் காட்டி அரசியல் இலாபம் தேடுவதும் படத்தில் சொல்லப்பட்டிருக்கிறது. எவருடைய உறவுகளையுமே விமர்சனத்துக்கு உட்படுத்தியிருக்கிறாரே அல்லாது விகாரப்படுத்தவில்லை. நான் யார் எனக் கவிஞரிடம் ஓடிவந்த பெண் கேட்கும் காட்சி, குளிக்கும் காட்சி, உரையாடல்கள், முதலிரவில் சேலையில் தீப்பற்றுவது, போகும் காரிலிருந்து குதிக்கும் காட்சியைத் தொடர்ந்த காட்சி, கல்பனா கோவிலில் காத்திருப்பதின் பின்தொடரும் காட்சியென காட்சியமைப்புகளே நிறைய விசயங்களைச் சொல்லிச் செல்கின்றன.

எம்.ஜி.ஆர், கருணாநிதி போன்றவர்களின் உறவில் தனிமனிதர்கள் என்கிற அளவிலும், அரசியல் மனிதர்கள் என்கிற அளவிலும் பரவலாக அவர்களைப் பற்றி அறியப்பட்ட புறநிலைச் சம்பவங்கள், உறவுகளின் அடிப்படையில் இப்படம் கட்டமைக்கப்படுகிறது. முதலாவதாக, இருவரின் பெண் உறவுகளின் பின்னிருக்கும் மனோவியலை வியாக்கியானப்படுத்துகிறது. இரண்டாவதாக அரசியல் அதிகாரம் குறித்து கவனம் குவிக்கிறது. அதிகாரம், பதவி போன்றவை மனித உறவுகளில் பெறும் இடத்தையும், அதிகாரமும் அரசியலும் சுயாதீனமானவை என்றும், அதனுள் உள்ளிட நேரும் மனிதர்கள் தமது தெரிவாகக் கொள்ள முடிகிறவை சொற்பமே என்றும், அதிகாரம் பற்றிய விமர்சனபூர்வமான பிரக்ஞை இல்லாதபோது, அதிகாரபோதை, ஊழல், சுயநலம், வாரிசு அரசியல் போன்றவை உருவாகின்றன என்கிறது படம். இவர்கள் மக்களைப் பாவிக்க நினைப்பார்கள், இது குறித்த வசனம் "லெனின் ஸ்டாலின் ஹிட்லர் போன்றோர் மிகச் சிரமப்பட்டு திரட்டிய மக்களை நீ சாதாரணமாகத் திரட்ட முடிகிறது". படம் முழுக்க இருவருக்கும் இடையில் நிலவும் நட்பு மற்றும் சந்தேகம் தொடர்ந்து பேணப்படுகிறது.

மிக வெளிப்படையாகத் தேர்ந்து கொள்ளும் சம்பவங்கள், முழுக்கதையையும் கட்டுப்படுத்துமானால் பார்வையாளன் நிகழ்கால நிஜத்தைப் படம் வெளிக்கொணர்கிறதா என்றே பார்ப்பான். பார்வையாளனது எதிர்பார்ப்புக்கும் இயக்குனரின் கதைத் தேர்வுக்குமான இச்சிக்கல் இயக்குனரை அப்படத்தை மட்டுப்படுத்திக் கொள்ள வைக்கும். கல்பனாவின் சாவு அவ்வகையில்தான் நேர்கிறது. அவ்விஷயத்தில் கல்பனா இறந்ததும் உறுதிப்படுத்தப்படவில்லை. அவள் உயிர்த்து வருவதற்கான இடத்தை படம் திறந்தபடி விட்டிருக்கிறது. அரசியல் பற்றின ஆய்வென்பது இங்கு நடிகனின் மரணத்தை ஒரு தற்காலிக முடிவாகக் கொண்டு நட்புக்கான ஒரு மனித இரங்கலாகச் சொல்ல முயல்கிறது.

நடிகனின் நோக்கம் ஆரம்பத்திலிருந்தே அரசியல் அதிகாரம் பெறுவது என்பதல்ல. அவனது ஏழ்மையான இரங்கத்தக்க வாழ்விலிருந்தே அவனது அரசியல் வடிவம் பெறுகிறது. வசனகர்த்தாவின் நோக்கம் ஆரம்பத்திலிருந்தே அரசியல் அதிகாரம் பெறுவதுதான். அரசியல் அதிகாரத்துக்கான திட்டங்களாகவே அவனது ஒவ்வொரு நடவடிக்கையும் இடம் பெறுகிறது. நடிகனை தனது அரசியல் அதிகாரத்துக்காக பாவித்துக் கொண்ட வசனகர்த்தா அவனது ஆளுமையை மிகக் கேவலமாக மதிப்பிடுகிறான். அறிவு ஜீவிகளும், நிர்வாகப் புத்தியுள்ளவர்களும் உள்ள இடத்தில் எவ்வாறு நடிகன் வர முடியும்? என்பதுதான் அவரது உள்ளக்கிடக்கை. அதிகாரத்தின் பாற்பட்ட செயல்பாட்டில் தனக்கு அருகில் இன்னொரு அதிகாரமுள்ள மனிதனை வைத்துப் பார்க்க முடியாத மனிதனின் வெளிப்பாடு அது. ஒரே மாதிரி வாழ்க்கையைத் தொடங்கிய நண்பர்களில் ஒருவரை மற்றொருவர் அடிப்படை மனிதனாக மதிக்கவொண்ணாத காரணத்தை அதிகார போதையே தருகிறது. கடற்கரையில் முதல்வருக்கும், மனைவிக்கும் நடக்கும் உரையாடலும், கட்சியை விட்டு வெளியேற்றிய பின்னால் நடிகன் தெரிவிக்கும் மௌனமான எதிர்வினையும் மிகுந்த துக்கத்தை எழுப்புபவை. எத்தனை கொடுமையான மனித நிராகரிப்பு, தான் காரணமாகி வந்த அதிகாரம் தன்னையே நிராகரிக்கும் நடைமுறையை ரசிக்கவொண்ணாத ஒரு மனத்தின் வெளிப்பாடுதான் நடிகனின் அரசியல் பிரவேசம்.

ஒரு மனிதனாக அவன் தேர்ந்து கொண்டவை இங்கு என்ன? அவனது எதிர்பார்ப்புகள் ஆசைகள் நோக்கங்களின் இடம் இங்கு என்ன? நேசித்தவளை மணக்க முடியாத அரசியல். தனது வறுமையே அரசியலுக்கு அடித்தளமான வெகுஜன அரசியல். எங்கோ தொடங்கி எங்கேயோ அதிகாரத்தின் அச்சாணியாகச் சுழல வேண்டிய

மனிதனின் துக்கம். திருமணத்தில் சந்திக்கும் இரண்டு நண்பர்கள், தொடர்ந்து ஏற்படும் தடுமாற்றம், இருவருக்கும் இடையில் மிகப்பெரிய இடைவெளியை உருவாக்கிக் கொண்டு மிகப் பெரிய கற்தூண்களில் உயர, இருவருக்கும் இடையில் உயரமான கட்டடச் சுவர்கள். மிக அருகில் இருந்தாலும் மனம் நெருங்க முடியாது உயர்ந்து நிற்கும், விலக்கி நிற்கும் தூண்கள். அதிகாரமெனும் தூண்கள், முதன்முதலில் முதல்வர் நாற்காலியில் அமரும்போது தோன்றும் உடைமை உணர்வை, பெருமிதத்தைக் காட்டும் காட்சியோடு இக்காட்சியை சேர்த்துப் பார்க்க வேண்டும். அரசியலில் ஈடுபடும் மனிதர்களிடையிலான உறவுகளை, அரசியல் தவிர்ந்த, மனித உறவுகளின் வீழ்ச்சியாக மனிதாபிமானமற்ற சூழலுக்குள் இருந்தவையாக அதிகாரம் இருக்கிறதென்பதை சூழலையும் மீறி மனிதனுக்குள் தங்கியிருக்கும் மனித நேசத்தை இப்படம் சொல்ல முனைந்திருக்கிறது.

ஒரு தேசத்தின் கோடான கோடிமக்களின் வாழ்வைப் பாதித்தவையாக, ஒடுக்கியவையாக, பிராந்திய அரசியலானது தேசிய அரசியலைப் பாதித்தவையாக இருப்பதை இப்படம் ஆய்வு செய்யவில்லை. கலாச்சாரம், அரசியல் என்பவை சினிமாவுக்கும் வாழ்வுக்கும் இடையிலான உறவை மக்களை மயக்கும் போதையாக ஆக்கியதற்காக விமர்சிக்கப்படவில்லை. கடுமையாக விமர்சிக்கப்பட வேண்டிய அரசியல், அதன் தீவிரத் தன்மையில் பேசப்பட வேண்டிய

அரசியல் இங்கு பேசப்பட வில்லை. படத்தில் இடம் பெறும் அரசியலில் இயங்கும் மனிதர்களாக இருப்பவர்கள் வசனகர்த்தாக்கள், நடிகர்கள், நடிகைகள், அவர்களுக்குப் பின்னால் அலையும் அமைச்சர்கள் போன்றவர்கள்தான் இருக்கிறார்கள்.

திராவிட அரசியலில் மிகப்பெரும் கருத்தியல் சக்தியாக இன்று முக்கியத்துவம் பெற்றுவரும் பெரியாரின் பாதிப்பு இப்படத்தில் கொஞ்சமும் இல்லை. படத்தில் பெரியாருக்குப்பின் வந்தவர்களின் உறவுச்சிக்கல்கள், அரசியல் அதிகாரம், லஞ்ச ஊழல் அன்றாட வாழ்முறையாகி விட்டவை போன்றவற்றை ஒரு சந்தர்ப்பத்தில் கூட ஒரு பொதுமகனும் கேள்விக்குட்படுத்துவதாக காட்சிகளே இல்லை. இப்படத்தில் மக்கள் இடம்பெறவே இல்லை. முகமற்ற கும்பலே படம் முழுக்க வருகிறது. இந்த அரசியலை உருவாக்கியதில், தனிமனிதர்களின் பங்கேற்பற்ற, விமர்சனங்களற்ற, விழிப்புணர்வற்ற குடும்ப அரசியலை உருவாக்கியதில் அது மக்களின் வாழ்நிலையில், கலாசாரத்தில் ஏற்படுத்திய பாதிப்பும், அதற்கான காரணங்களும் வரலாற்றுடன் இப்படத்தில் இல்லை. இப்படி நேர்ந்து விட்டதற்கான காரணமும் திரைக்கதையில் தான் இருக்கிறது.

இருவர் படம் அரசியலும், அரசியல் அதிகாரமும், அவற்றினிடையில் வாழநேர்ந்த மனிதர்களின் தனிநபர் உறவு பற்றியவையும் என்பதை எந்தப் பார்வையாளனும் உணர முடியும். தனிமனித உணர்வுகளை, உறவுகளை, அதன் பின்னிருக்கும் காரணங்களைப் புரிந்து கொள்ளும்படி இப்படம் கோருகிறது. படத்தின் கதைசொல்லல், காட்சிகள் காலத்தை மீளச் செய்தல், பிரபலமான மனப்பதிவுகளைச் சரியாகப் பயன்படுத்துவது, தமிழ்மொழி வளத்தை திராவிட அரசியலின் சரியான வெளிப்பாட்டு முறையாக வலியுறுத்துவது, காலத்தை மீட்கும் புத்திப்பூர்வமான இசை போன்றன மிகுந்த சிரத்தையுடன் மேற்கொள்ளப்படுகின்றன. கல்பனா ஆனந்தனிற்கு இடையிலான மனத்தளவிலான தூரத்தைக் காட்டும் காட்சி, ஆயிரத்தில் நான் ஒருவன் பாடல் காட்சி, கல்பனா பாலைவனத்தில் வறண்ட மணலில் ஆட, ஆனந்தன் செழிப்பான பனிவெளியில் பாட முற்றிலும் விலகிய நிலையிலான படத்தொகுப்பு. ரஹ்மானின் பாடல்கள் சிருஷ்டிபூர்வமானவை. பழைய டியூன்கள், பழைய வார்த்தைகள் (நறுமுகையே, செம்புலபெயல் நீர்போல் பாடலின் மறு ஆக்கம்) கறுப்பு வெள்ளைப் பின்னணி காலத்தை அழகாக சிருஷ்டிக்கிறது. வைரமுத்துவின் கவிதைகள், திராவிட இயக்கச் சொற்கட்டுகள், சில மனித செயல்கள், மேனரிஸம், ஆனந்தன் மெதுவாக இருமுவது, வாயைப் பொத்திக் கொள்வது, சரோஜாதேவியின் நடை போன்றன

சரியாகப் பாவிக்கப்படுகின்றன. அன்பே வா பாடல், வேட்டைக்காரன் பாடல், மலைக்கள்ளன் உடைகள், போலீஸ், தொப்பி காட்சிகள், ஆற்றில் படுத்து நீராடுதல், மகளுக்குத் தமிழ் கற்பிக்கும் வசனகர்த்தா முதல்வர் என வரலாற்றைப் போலச் செய்தல் காட்சிகள் நிறைய இருக்கின்றன.

படத்தின் மிகப்பெரிய பலம், இறந்த அல்லது வாழும் மனிதர்களை, அவர்களது உறவுகளை மிக நாகரீகமாக அணுகியிருப்பது, பெண்களின் உறவுகளை மிகமிக நாகரீகமாக அணுகியிருப்பது. இந்த நாகரீகம் அவர்களது அரசியல் பற்றிய விமர்சனமாக ஆகும்போது கறாராகவே படைப்பு நாகரீகத்துடன் சொல்லப்பட்டிருக்கிறது. நடனக்காட்சிகளில் தமிழ் சினிமா அசிங்கம் முற்றிலும் தவிர்க்கப்பட்டிருக்கிறது. மிக மெலிதான உணர்ச்சிகளைக் காண்பிக்க நீல நிறம் அதிகமாகக் கையாளப்படுகிறது. இறுதிக்காட்சியின் மிக நீண்ட டேக் தவிர, மற்றபடி எல்லா காட்சிகளும் உணர்ந்து செயல்பட்டிருக்கின்றன. இப்படத்தில் சொல்லப்படாத ஆனால் இவர்களால் பாதிப்புற்ற கோடானுகோடி தனிமனிதர்களின் அனுபவங்களும் உறவுச்சிக்கல்களும், இவர்களால் சிதறுண்ட வாழ்வு கொண்ட மனிதர்களின் வீழ்ச்சியும் இன்னொரு பக்கத்தில் உண்டு. வரலாறு மாபெரும் மனிதர்களின் தனிநபர் உறவுகளைப் பரிவுடன் பார்ப்பதால், புரிந்து கொள்வதால் மட்டும் உருவாவதில்லை. கோடான கோடி தனிமனிதர்களின் வீழ்ச்சியுண்ட தனிமனித உறவுகளைப் பரிவுடன் பார்ப்பதால்தான் உருவாகிறது.

இருவர் படம், அரசியலின் பெயரில் கொச்சைப்படுத்தப்படும் இரண்டு மாபெரும் மனிதர்களின் தனிமனித உறவுகளை, சிக்கல்களை, நேசத்தைப் புரிந்து கொள்ளத் தூண்டும் படம். அச்செய்தி படத்தில் தெளிவாக அழுத்தமாக இருககிறது. அதிகாரத்தினுள்ளும் ஜீவனுடன் இருக்கும் கொஞ்ச நஞ்ச மனிதத்தைச் சொல்லும் படம் எனும் அளவில் இப்படம் முக்கியமானது. அதேவேளை இவ்விருமனிதர்கள் அதிகாரத்தின் பெயரில் சமூக வாழ்க்கைக்கும், தனிமனிதர்களின் வாழ்க்கைக்கும் ஏற்படுத்திய பாதிப்பை, கல்பனா போன்றவர்கள் உயிர்த்துவந்து ஆடிய சூறையாடல்களை நிகழ்கால மனிதர்கள் தங்களுக்குள் கொண்டிருக்கிறார்கள். இவ்வாறு சிந்திப்பதற்கான பிரதேசத்தை, கருத்தாடலை மணிரத்னத்தின் இருவர் படம் தனது பிரதான அக்கறைக்குள் கொண்டிருக்கவில்லை.

இருவர் படம் 1997ஆம் ஆண்டு வெளியானது. இத்தனை ஆண்டுகள் கழித்து அதனைப் பற்றி பேசுகிறபோது அதனது அரசியல்

சித்தரிப்புப் பற்றித்தான் இன்றும் பேசவேண்டியிருக்கிறது. பகுத்தறிவு, பெண்ணுரிமை, சமதர்மம், இந்துத்துவ எதிர்ப்பு, சாதிஒழிப்பு, தமிழக உரிமை என்று பேசிய பெரியாரிய மரபுக்கு என்ன ஆனது என்பதை நாம் இன்று மதிப்பிட்டுக் கொள்ள முடியும். பெரியார், அண்ணா இருவருக்கும் பிறகுதான் திராவிட முன்னேற்றக் கழகம் மத்திய அரசில் அங்கம்பெறும் நோக்கில் இந்துத்துவத்தைத் தனது பிரதானக் கொள்கையாகக் கொண்ட பாரதீய ஜனதாக் கட்சி தமிழகத்தில் காலூன்ற வழி சமைத்துக் கொடுத்தது. திமுகவும் அதிலிருந்து கிளர்ந்த அதிமுகவும் மதிமுகவும் அதனது தொடர்ச்சியான பகுத்தறிவு மரபு, சாதிய ஒழிப்பு என்பவற்றில் சமரச சக்திகளாக ஆகின. தமிழக அரசியல் அடையாளம் என்பது ஈழப் பிரச்சினையில் மத்திய அரசில் காங்கிரஸ் கட்சியுடன் அங்கம் பெறும் அரசியல் அதிகார அபிலாஷையாக ஆனது. திமுகவும் அதிமுகவும் ஊழல் குற்றச்சாட்டுக்களை பரஸ்பரம் பிறர்மேல் சுமத்திப் பேசுவது தமிழகத்தின் பல தசாப்தங்களாக பிரதான அரசியல் உரையாடலாக ஆனது. சொத்துக் குவிப்பும், ஊழல் வழக்குகளும் தொடர்கதையாக ஆகியிருக்கின்றன. குடும்ப அரசியல் மாநில அரசியலைத் தீர்மானிக்கும் அவல அரசியலாகவும் ஆனது.

தமிழகம் குறித்த அரசியல் சினிமா என்பது ஒரு இலட்சியம் எப்படி இவ்வாறாகத் திரிந்தது, தேய்ந்தது எனப் பார்க்க வேண்டித்தான் இருக்கிறது.

தமிழின் துரதிருஷ்டம் ஆவணப்பட மரபும் யதார்த்தவாத மரபும் இணைந்த ஒரு அரசியல் சினிமா மரபை நாம் கொண்டிருக்கவில்லை. பெரியார், சி.என்.அண்ணாத்துரை, இந்தி எதிர்ப்புப் போராட்டம் போன்றன குறித்து நம்மால் ஜாபர் பட்டேலின் டாக்டர். பாபா சாகேப் அம்பேத்கர், சியாம் பெனிகலின் போஸ்: த பர்காட்டன் ஹீரோ படங்களைப் போன்று அரசியல் சினிமாக்களை உருவாக்க முடியவில்லை. இந்த நிலைமையில்தான் மணிரத்னத்தின் இருவர் உருவாகிறது. அவர் திராவிட இயக்க தோற்றத்தின் வளர்ச்சியையும் தமிழ் சினிமாவின் வளர்ச்சியையும் இணைகோடாகக் காண்கிறார். அரசியலை திரைப்படக் கலையுடன் தமிழகத்தில் இணைத்தது திராவிட இயக்கம்தான் என்கிறார் அவர். இதற்கு முன்பாகவே திரைப்படத்தை சத்தியமூர்த்தி, கே.பி.சுந்தராம்பாள் போன்றோர் காங்கிரசுடன் இணைத்ததை அவர் பதிவுசெய்வதில்லை. பகுத்தறிவு, பெண்விடுதலை, தமிழுணர்வு போன்றவற்றையே அவர் திராவிட இயக்கத்தின் கொடையாகப் பார்க்கிறார். இரு தலைவர்களின் வாழ்வில் இடம்பெற்ற பலதார மணம் என்பது இதனாலேயே அவருக்கு மதிப்பீடுகளின் வீழ்தலாகத் தோன்றுகிறது. தணிக்கைக் குழுவுக்கும் இத்தகைய காட்சிகளும் வசனங்களும் பிரச்சினையாகத் தோன்றுகின்றன. இருவரது அரசியல் வெற்றிகளதும் தோல்விகளதும் ஆற்றுதலாக அவர்களுக்குப் பெண்துணைகள் இருந்தன என்கிறார் மணிரத்னம்.

மணிரத்னத்தின் படைப்புலகில் அவருக்கு மிகுந்த விருப்பமான வலிமையான பகுதி உறவுகளைக் கையாள்வதுதன். அரசியல் படங்களில் கூட அவரது கவனம் உறவுகள் பற்றியதாகவே உருவாகிறது. அவருக்கு மௌனராகமும், ரோஜாவும், உயிரேயும், இருவரும், கன்னத்தில் முத்தமிட்டாலும், அலைபாயுதேவும் பிரதானமாக உறவுகள் பற்றியதுதான். அரசியல் என்பது அவரது பாஷையில் உறவுகளைச் சொல்வதற்கான ஒரு பேக் டிராப், பின்னணித் திரைச்சீலை மட்டும்தான். காத்திரமானதொரு அரசியல் சினிமாவை இந்த நோக்கில் ஒரு போதும் அவரால் உருவாக்க முடியாது. இன்று வரையிலும் அரசியலை மையமாக வைத்து ரோஜா, பம்பாய், இருவர், உயிரே. கன்னத்தில் முத்தமிட்டால், ஆயுத எழுத்து, குரு, ராவணன் என அவர் இயக்குனராக எட்டு படங்களை உருவாக்கிவிட்டார். அவருடைய அரசியல் நம்பிக்கைகள் அவற்றில் தெளிவாக இருக்கின்றன. சாதியம் பற்றிய இந்திரா படத்தின் கதாசிரியர் எனும் அளவில் அவரது அரசியல் படங்களின் தொகை ஒன்பது. மாநில அரசியல், இடதுசாரி அரசியல், திராவிட அரசியல், இந்தியக் கார்ப்பரேட்டிசம்,

வனவாழ் மக்கள், வன்முறை அரசியல், சாதியமோதல்கள், இந்து முஸ்லீம் பிரச்சினை, ஈழப் பிரச்சினை என அனைத்தும் குறித்து அவரது பார்வைகள் சொல்லப்பட்டுவிட்டன. வலிமையான இந்திய தேசியத்திற்கு அல்லது தேசிய அரசின் ஒற்றுமைக்குச் சார்பு நிலை எடுத்து, அதற்குச் சவாலாக, இடைஞ்சலாக, சிக்கலாக இருப்பதாகவே இப்பிரச்சினைகளை மணிரத்னம் புரிந்துகொண்டிருக்கிறார். நிலையான, மையப்படுத்தப்பட்ட, வலிமையான வல்லரசு இந்திய தேசியச் சார்பு நிலையே அவரது அரசியல் பார்வை. இப்பார்வையே இருவர் திரைப்படத்திலும் இருக்கிறது.

இருவர் திரைப்படம் குறித்து படம் வெளியான காலத்தில் எழுதப்பட்ட, கல்வித்துறைசார் ஆய்வாளர்களான வெங்கடேஷ் சக்கரவர்த்தி மற்றும் எம்.எஸ்.எஸ்.பாண்டியன் *(Iruvar: Transforming History into Commodity : Venkatesh Chakravarthy, M S S Pandean : Economic and Political Weekly : November 22 1997)> (Iruvar : History as Cinema : Swarnavel Easwaran: 1997)* போன்றவர்களின் இரு கட்டுரைகளில் சொர்ணவேல் ஈஸ்வரனின் கட்டுரை வரலாறு எவ்வாறாக இருவரில் சித்தரிக்கப்பட்டுள்ளது என்பதையும, இருவரில் மணிரத்னம் கைக்கொண்ட திரைப்பட அழகியல் பாணியையும் பற்றி பேசுகிறது. மற்ற இருவரின் கட்டுரை வரலாறு எவ்வாறாக மணிரத்னத்தின் சினிமாவுக்கான பண்டமாக ஆகிறது என்பது பற்றியும், வரலாறு எவ்வாறு திரிக்கப்படுகிறது என்பது பற்றியும், கருத்தியல் முரண்பாடு எவ்வாறு நட்பு எனும் பெயரில் கருத்தியல் நீக்கம் செய்யப்படுகிறது என்பதையும், வில்லன் கதாநாயக மரபில் எவ்வாறு அது நீர்த்துப்போகச் செய்யப்படுகிறது என்பதையும், ஆனந்தன் மீதான அனுதாபமும் தமிழ்செல்வன் மீதான வெறுப்பும் எவ்வாறு உருவாக்கப்படுகிறது என்பது குறித்தும் சொல்கிறது. இருவர் திரைப்படம் வெளியானபோது தமிழகத்தில் தோன்றிய ஜனரஞ் சகப் பத்திரிக்கை விவாதங்கள், அரசியல் கட்சி சார்ந்தவர்களின் விவாதங்கள், மணிரத்னத்தின் கருத்துக்கள், கவ்வித்துறைசார் ஆய்வுகள் போன்றவற்றைப் பார்க்கிறபோது மூன்று பிரதான விடயங்கள் திரும்பத் திரும்ப விவாதிக்கப்படுவதைப் பார்க்கவியலும். வரலாறு மற்றும் கருத்தியல் உள்ளடக்கம் எவ்வாறு நீக்கம் செய்யப்படுகிறது என்பது முதலாவது. பெண் உறவுகள் சார்ந்த சித்தரிப்பு என்பது இரண்டாவது. திரைப்படத்தில் கைக்கொள்ளப்பட்டிருக்கும் அழகியல் பாணி என்பது மூன்றாவதாக வருகிறது.

இந்தி எதிர்ப்புக் கிளர்ச்சி, அவசர நிலைக்கால எதிர்ப்பு, இந்திய சீன யுத்த நிலைப்பாடு, சாதிஎதிர்ப்புப் போராட்டங்கள், இந்துத்துவத்தின் மீதான சளையாத விமர்சனம், மாநில சுயாட்சி,

பெண்ணுரிமைக் கருத்துக்கள் போன்ற இவையனைத்தும் பெரியார் காலத்திய மற்றும் பெரியாருக்குப் பின்னான திமுக அதிமுக பிளவுக்காலம் வரையிலான மாபெரும் கருத்தியல் கட்டங்கள். திக திராவிட முன்னேற்றக் கழகப் பிளவு, பிளவின் பின் திமுக தேர்தலில் வெற்றி பெற்று சி.என்.அண்ணாத்துரை முதல்வராகப் பதவியேற்ற நிகழ்வு, அண்ணாத்துரை அவர்களின் மறைவின் பின் திமுக—அதிமுக பிளவு நிகழ்ந்தமை, எம்.ஜி.ராமச்சந்திரன் மூன்று முறை தமிழக முதல்வராக இருந்த நிகழ்வுகள், எம்.ஜி.ராமச்சந்திரன் மறைவின் பின் அவரது அரசியல் வாரிசாக ஜெயலலிதா தமிழக அரசின் தலைமையேற்ற நிகழ்வு, முள்ளிவாய்க்கால் பேரழிவில் இரண்டு கழகங்களதும் நிலைப்பாடு என இவையனைத்தும் திராவிட அரசியலில் முக்கியமான அரசியல் நிகழ்வுகள். முதலாவது காலகட்டங்கள் திராவிட அரசியலின் கருத்தியல் பரிமாணம் தொடர்பானவை எனில், தொடர்ந்த வரலாற்று நிகழ்வுகள் அதனது அரசியல் விளைவுகள். இந்தக் கருத்தியல் மற்றும் அரசியல் நிகழ்வுகளில் மணிரத்னம் தனது படத்தில் சித்தரிக்க தேர்ந்து கொண்டவை என்ன? விலைவாசி உயர்வு எதிர்ப்பாகக் குறுக்கப்பட்ட ஆரிய திராவிட முரண்பாடு குறித்த ஒரு காட்சி, இந்தி எதிர்ப்புக் கிளர்ச்சியின் தமிழுணர்வு ஒரு திரைப்பட வசனமாகக் குறுக்கப்படும் காட்சி, கல்லக்குடி பெயர் மாற்றத்திற்கான ரயில் மறிப்புப் போராட்டம் பிற்படுத்தப்பட்ட தலித் மக்களுக்கான இடஒதுக்கீட்டுக்கானது என மாற்றப்பட்ட ஒரு காட்சி என இந்த மூன்று காட்சிகள் மட்டுமே இவற்றினது வரலாறு மற்றும் கருத்தியல் இடம்பெயர்க்கப்பட்ட அல்லது காலநீக்கம் செய்யப்பட்ட காட்சிகளாகப் படத்தில் இருக்கின்றன. இவ்வாறு இடம்பெறுவதற்கான சிந்தனைமுறை மணிரத்னத்தின் எல்லா அரசியல் படங்களிலும் இருக்கின்றன. அவருடைய திரைப்படங்கள் கறாரான அரசியல் திரைப்படங்கள் ஆவதிலிருந்து நீர்த்துப் போவதற்கான அடிப்படையான காரணமும் இதுதான்.

வெங்கடேஷ் சக்கரவர்த்தி எம்.எஸ்.எஸ்.பாண்டியன் இணைந்து எழுதிய கட்டுரையில் குறிப்பிடப்படும் ஒரு பிரச்சினை இங்கு முக்கியத்துவம் பெறுகிறது. தமிழ்செல்வன் ஒரு நாத்திகர், ஒரு பகுத்தறிவுவாதி, பெண் சமத்துவத்திற்காகச் சளையாது போராடுகிறவர். உன்மத்த நிலையிலான தமிழ்நேயர். மறுதலையில் ஆனந்தன், கதர்அணிந்த, ருத்ராக்ச மாலை போட்ட, எளிய மனம் கொண்ட, நேரடியாகப் பேசுகிற, கடவுளுக்குப் பயப்படும் ஒரு தேசியவாதி. இவர்களுக்கிடையிலானது எதிரெதிரான கருத்தியல் முரண்பாடு. இந்தக் கருத்தியல் முரண்பாடு படத்தில் தொழில்முறை ரீதியிலானதாக

திரைக்கதை எழுத்தாளர், வெற்றிபெற்ற நட்சத்திர நடிகர் என்பதாக இடமாற்றம் செய்யப்படுகிறது என்கிறார்கள். இந்தக் கருத்தியல் முரண்பாட்டை ஆனந்தன் ஏழைகளின் சார்பானவர், இந்திய தேசிய சார்பானவர், மதநம்பிக்கை கொண்டவர் என்பதாகவும், தமிழ்செல்வன் தமிழ் சார்பாளர், பகுத்தறிவுவாதி, நாத்திகர் என்பதாகவும் முன்வைத்து, இந்த தீர்க்கப்பட முடியாத முரண்பாட்டை இருவருக்கும் இடையிலான இட்டுக்கட்டப்பட்ட நட்பு என்பதாக பெயர்க்கப்பட்டுத் திரையிட்டு மறைக்கப்படுவதாக அவதானிக்கிறார்கள்.

இந்த முரண்பாடு கலைஞர் கருணாநிதி, எம்.ஜி.ஆர். தொடர்பான முரண்பாடு மட்டுமல்ல, இந்த முரண்பாடு ஒரு தீர்க்க முடியாத கருத்தியல் முரண்பாடு எனில், அது அண்ணாத்துரை காலம் முதல் இன்று வரையிலும் திராவிட முன்னேற்றக் கழக மரபினுள் தீர்க்கப்பட முடியாத முரண்பாடாகவே இருந்து வந்திருக்கிறது என்றே நாம் கருத வேண்டியிருக்கிறது. திராவிட இயக்கத்தின் கொள்கைகளை எம்.ஜி.ஆர் தனது படங்களில் பேசினார் என்பதைக் காட்டிலும் எம்.ஜி.ஆரின் திரைப்படப் புகழை திராவிட மரபாளர்கள் தமது கட்சியின் வெகுமக்கள் ஆதரவைத் திரட்ட பாவித்தார்கள் என்றே கொள்ள வேண்டியிருக்கும். குறிப்பிட்ட குணங்களோடுதான்

எம்.ஜி.ஆர் திராவிட முன்னேற்றக் கழகத்தினுள் இருந்தார். அவரது குணங்கள் திமுக பிளவின் பின் வெளிப்படையான நடைமுறைகள் ஆயின. இதுவே நடைமுறை நிதர்சனம். அண்ணாத்துரை ஒன்றே குலம் ஒருவனே தேவன் என்றது திமுகவின் இறையியல் பரிமாணம். எம்.ஜி.ஆர் மூகாம்பிகை பக்தராக வெளிப்பட்டார். திமுகவும் பிற்பாடு மதிமுகவும் இந்துத்துவக் கட்சியான பிஜேபியுடன் உறவு கொண்டன. பெரியார் மரபிலிருந்து திமுக மேற்கொண்ட மிகப்பெரும் அறிவுமுறிவு இது. கருணாநிதி எம்.ஜி.ஆர். மாறுபாட்டுக்கு இதை மட்டுமே பிரதான முரணாகக் கொள்ள முடியாது.

வைகோவின் வெளியேற்றத்தையும் மதிமுகவின் தோற்றத்தையும் நாம் இப்படி விளக்க முடியாது. திமுக என்பது பெரியார், சி.என்.அண்ணாத்துரை என இருவரதும் காலத்தின் பின் குடும்பமும் தலைமுறையும் சார்ந்த கட்சியாகத்தான் ஆனது. அழகிரி, ஸ்டாலின் பிரச்சினையை நாம் கருத்தியல் மற்றும் அரசியல் தளத்தில் வைத்து மட்டும் அணுகமுடியாது. குடும்பமாக கட்சி, அதனுள் யார் அதிகாரமும் பாத்தியதையும் கோருவது என்பதுதான் அடிப்படைப் பிரச்சினை. குடும்ப அதிகாரம் என்பதும் தனிநபர் அதிகார வேட்கை என்பதும் திமுக மரபில் ஒரு பிரச்சினையாகத்தான் இருந்தது. அரசியல் பதவி எனும் அடிப்படையில் இதுவே இருவர் படத்திலும் சித்தரிப்புப் பெறுகிறது. மணிரத்னம் இந்திய தேசியத்தை ஆதரிக்கிற கருத்தியல் கொண்டவர் என்பதால், பிராந்திய மற்றும் மாநில அரசியல் மீது ஒவ்வாமை கொண்டவர் என்பதால் தமிழக அரசியலில் ஏற்பட்ட அதிகாரவேட்கை, அரசியல் மீதான அவரது அவதானத்தை நடைமுறைகளை உரசிப் பார்க்கிற எவரும் மறுத்துவிட முடியாது. தமிழகக் கலாசார அரசியலின் இரு பெரும் ஆளுமைகளைச் சித்தரிப்பதில் மணிரத்னம் இட்டுக்கட்டியமை என்பது இவர்களுக்கிடையில் இருந்ததாகப் படம் வியாக்யானப்படுத்தும் புனித நட்பு குறித்ததாகத்தான் இருக்க முடியும். இருவருக்குமிடையில் கடும் வெறுப்பு நிலவியமையை தமிழக அரசியலை உணர்ந்தவர் எவரும் அறிய முடியும். எம்.ஜி.ஆர். கலைஞர் கருணாநிதியைச் சிறையில் அடைத்தது என்பது முதல் எம்.ஜி.ஆர் மலையாளி எனும் இனவெறுப்பை கலைஞர் விதைத்தது வரையிலும் இதற்கான எடுத்துக்காட்டுக்களை நாம் அடுக்க முடியும்.

தமிழக விடுதலை அரசியலில் பெண்ணுரிமை, பெண் சமத்துவம், பெண்ணுணர்வு என்பது பெரியாரியத்தின் மிகப்பெரும் பங்களிப்பு. பலதார மணம் என்பது பெண்ணுணர்வு சார்ந்து வரலாறு முழுவதும் எல்லாச் சமூகங்களிலும் இன்று வரையிலும் கடுமையாக

விவாதிக்கப்படும் பிரச்சினையாகத்தான் இருக்கின்றன. முறைசாரா ஆண்பெண் உறவுகளை மனிதாபிமானக் கணோட்டத்தில் சித்தரிப்பதும் கலைப் படைப்புக்களில் அன்னியமான விஷயங்களும் இல்லை. மணிரத்னம் அவருடைய முன்னைய படங்களான அக்னிநட்சத்திரம் படத்தில் இருதாரமணப் பிரச்சினையையும் தனது தளபதி படத்தில் திருமணத்திற்கு முந்திய பாலுறவில் பிறந்த குழந்தைக்கும் தாய்க்கும் இடையிலான உறவையும் குறித்து பேசித்தான் இருக்கிறார். இரண்டு படங்களிலும் இந்த உறவுகளை இதுவரைத்திய தமிழ் சினிமா மரபிலிருந்து கொச்சைப்படுத்தியோ, விகாரப்படுத்தியோ அல்லது நகைச்சுவை எனும் பெயரில் கேவலமாகவோ அவர் சித்தரிக்கவில்லை. குறிப்பிட்ட இரு படங்களிலும் உறவுகளின் சிக்கல்களை மிக நாகரீகமாகவே அணுகியிருந்தார். பெண்ணுரிமையை அடிப்படையாகக் கொண்ட திராவிட அரசியல் மரபிலிருந்து வந்தவர்கள் எனும் அளவில், இருவர் படத்திலான இரு ஆளுமைகளதும் பெண் உறவுகளை மிகுந்த நேர்த்தியுடனேயே மணிரத்னம் அணுகியிருந்தார். அதற்கான அவசியமும் இன்று பெண்ணிலைவாதம் கோட்பாடாக விவாதிக்கப்படும் சூழலில் இருக்கிறது. தமிழ்வெகுஜனப் பத்திரிக்கையாளர்கள் படத்தின் காட்சி சார்ந்து அல்லாமல் வெறும் யூகங்கள் எனும் அளவில் பரபரப்புக் கருதி இப்பிரச்சினையை ரசாபாசமாக எழுதியிருந்தார்கள். அரசியல் கட்சி சார்ந்தவர்கள் இக்காட்சிகளை விசுவாசமான உணர்ச்சிவசமான அரசியலாகவே அணுகியிருந்தார்கள். கல்வித்துறை சார்ந்த விமர்சகர்கள் மட்டுமே காட்சியமைப்பு சார்ந்த அணுகுமுறைகளைக் கொண்டிருந்தார்கள.

பெண்மையுணர்வு கொண்டவராகவும், பாடல் ஆடல் காட்சிகளில் இது சித்தரிப்புப் பெறுகிறது, கல்பனா என்னும் பெண்ணினால் ஆதிக்கம் செய்யப்படுபவராகவும் இருந்த ஆனந்தனுக்கும், தந்தமைச் சமூக மதிப்பீடுகளை வெளிப்படுத்திய தமிழ்செல்வனுக்கும் இருந்த உறவும் வெறுப்பும் குறித்து அவதானிக்கிறார் சொர்ணவேல் ஈஸ்வரன். சம்பவங்களின் போக்கில் இயல்பாகவும் தவிர்க்க முடியாததாகவும் காண்பிக்கப்படும் ஆனந்தனின் பெண் உறவுகளுக்கு மாற்றாக தமிழ்செல்வனின் உறவுகள் காண்பிக்கப்படுகின்றன என வெங்கடேஷ் சக்கரவர்த்தியும் எம்.எஸ்.எஸ்.பாண்டியனும் அவதானிக்கிறார்கள். பெண்கள் தொடர்பான இவ்விரண்டு ஆளுமைகள் தொடர்பாகவும் மதிப்பிடுவதற்கு நமக்கு வெளிப்படையான தரவுகள் இருக்கின்றன. எம்.ஜி.ராமச்சந்திரனின் வாழ்க்கை வரலாற்றின் பால்ய காலம் அவரது எழுத்து வடிவிலேயே ‘நான் ஏன் பிறந்தேன்’ நூலாக

நமக்குக் கிடைக்கிறது. தனது தாயின் மீதான வாஞ்சையும், முதல் மனைவியின் இழப்பும், பிறிதொரு மண உறவிலிருந்து மீண்ட நடிகையை ஏற்றதும், பின் அவரது வாழ்வில் ஆதிக்கம் செலுத்திய பெண் குறித்தும் பதிவுகள் இருக்கின்றன. வலம்புரி ஜான், பண்ருட்டி ராமச்சந்திரன் போன்று இதனை அருகிருந்து அறிந்தவர்கள் எழுத்தில் பதிவு செய்திருக்கிறார்கள். ஆசிய விளையாட்டுப் போட்டி புகைப்படங்கள் வெளிப்படையானவை. பெண்களின் மீது பாசம் பொழிபவராக, நிலப்பிரபுத்துவ மதிப்பீடுகளைப் பெண்களின் மீது சுமத்திய புனிதக் கணவராக, தாய்மையைப் போற்றியவராக அவர் திரைப்படங்களில் தோன்றினார். முதிய தாய்மார்களால் நேசிக்கப்படுபவராக அவர் இருந்தார். கமல்ஹாசன் போல பெண்மையின் சாயல்கொண்ட நடிகராகவும் அவர் இருந்தார். இது வெளிப்படையாகவே நமக்குக் கிடைக்கும் தரவுகள். பிறிதொரு ஆளுமை நேரடியாகவோ வெளிப்படையாகவோ இதனை எதிர்கொள்ளவில்லை. முறைமுகமான சொற்களில் தயக்கத்துடன் இதனை வெளிப்படுத்தினார். அரசியல் அதிகாரம் சார்ந்ததாகவும் இருந்ததால் வெளிப்படையாகத் தெரியவந்த இந்த உறவுச் சிக்கல்களை ஒரு ஆண்மையக் குடும்பத்தின் தலைவனாக இருந்தே அவர் அணுகவேண்டியிருந்தது. பெண்கள் பாலான உறவுகளில் நடிகர்

பெண்களால் மனத்தளவில் ஆதிக்கத்துக்கு உட்பட்டவராகவும், அரசியல்வாதி மற்றும் வசனகர்த்தாவைப் பொருத்து அவர் ஆண்மையச் சமூக நிலையிலிருந்தும்தான் உறவுகளைக் கையாண்டார்கள். தமிழக அரசியலின் ஐம்பது ஆண்டுகளில் வெளிப்படையாக இருக்கும் நிஜங்கள் இவை.

இருவர் படம் பேசும் இன்னொரு பிரச்சினை எவ்வாறு தமிழகத்தின் அன்றாட வாழ்வில் ஊழல் என்பது அரசு மட்டத்தில் ஒரு அங்ககீகரிக்கப்பட்ட நிலையாக ஆகிவிட்டது என்பதைப் பேசுகிறது. திமுக அதிமுக என இரண்டு கட்சிகளும் உயர்மட்டம் முதல் அடிமட்டம் வரை இந்த விஷச்சூழலில் சிக்கியிருப்பதை, முதலமைச்சர்களே அதை நிறுவனமயப்படுத்தியிருப்பதைப் பற்றி பேசுகிறது. ஆட்சிக் கவிழ்ப்பிற்கான காரணமாக, கட்சியைப் பிளப்பதற்கான காரணமாக, தேர்தல் வெற்றிக்கான தேர்தல் பிரச்சாரக் காரணமாக, பரஸ்பரம் சொத்துக்குவிப்பும் ஊழல்களும் கடந்த நாற்பது ஆண்டுகளாக தொடர்ந்து பொதுமேடையிலும் வழக்கு மன்றத்திலும் பேசுபொருளாக இருக்கின்றன. இந்தப் பிரச்சினை திராவிட இயக்கத்தின் வீழ்ச்சிக்கான காரணங்களில் ஒன்றாக்க் கருதமுடியும். இன்றும் இருக்கும் தேர்தல் சாராத திராவிட இயக்கங்களிலும் பிளவு ஏற்பட வாரிசு அரசியலும் பெரியாரைச் சொத்தாக ஆக்க முயல்வதும் காரணமாகவே இருக்கின்றன. கார்ப்பரேட் கலாச்சாரத்தின் அத்தனை தீமைகளையும் உட்கொண்டதாகவே இன்றைய திராவிடக் கட்சிகள் இருக்கின்றன. இதை விமர்சிக்கிற ஒருவரது தகைமையும் அவரது அரசியலும் குறித்து கேள்வி எழுப்பலாமேயல்லாது இந்தத் தீமைகளே இல்லை என வாதிட முடியாது. இது தொடர்பான காட்சிகள் இவ்விதத்தில்தான் படமெங்கிலும் பற்பல தருணங்களில் இடம்பெறுகிறது.

சமகால நிகழ்வுகளை வைத்து, தனது அகண்ட இந்தியப் பார்வையில் இருந்து வரலாற்றைத் தன்போக்கில் திருகி முன்வைப்பதற்கு படைப்புச் சுதந்திரம் அல்லது கற்பனைச் சுதந்திரம் என்பதை எப்போதுமே மணிரத்னம் வலியுறுத்தி வருகிறார். வரலாற்றை உள்ளவாறு முன்வைத்து அதில் தனது கருத்துக்களை நேரடியாகவும் நேர்மையாகவும் முன்வைத்து அரசியல் சார்ந்தும் தணிக்கை சார்ந்தும் போராடுகிற பண்பை மணிரத்னம் ஒரு போதும் கொண்டிருக்கவில்லை. பம்பாயில் பால்தாக்கரேவுடன் சமரசம் செய்து கொண்டதைப் போன்ற சமரசம் கலைஞர் கருணாநிதிக்கு அவர் எழுதிய கடிதத்திலும், இருவர் படத்தின் இறுதியில் ஆனந்தனுக்காகக் கசியும் தமிழ்செல்வனின் இரங்கல் கவிதை சொல்லும் காட்சியிலும் இருக்கிறது. அவரது

நேர்முகம் மற்றும் படத்தின் கதை இருபெரும் தமிழக ஆளுமைகள் பற்றியதுதான் என்பதைத் தெளிவாகச் சொல்கிறது. நான் சமரசம் செய்ய மாட்டேன் என்றும் சொல்கிறார். ஆனந்தன், தமிழ்செல்வன், கல்பனா பாத்திரங்கள் தமிழக அரசியலில் எவரெவரைக் குறிப்பிடுகிறது என்பதிலும் ஏதும் ரகசியமில்லை. பெண் உறவுகள் எவரெவரைக் குறிப்பிடுகிறது என்பதிலும் பூடகம் ஏதுமில்லை. ஆரிய திராவிடம், ரயில் மறியல், ஊழல் என்று பேசுவதிலும் ஒழிவு மறைவில்லை. எனில் எதற்காக படம் உண்மைக்கதை அல்ல என்று போடவேண்டும்? நிகழ்வுகளைக் கருத்தியலைக் காலநீக்கமும் இடநீக்கமும் செய்தது அல்லாமல் இந்தக் கதை முழுமையாக தமிழகத்தின் இரு ஆளுமைகளின் கதைதான். இந்திய தேசியத்தை உயர்த்திப் பிடிப்பது எனும் அளவில் இப்படம் கருத்தியல் அளவில் பிராந்திய அரசியல் உரிமைகளைப் பேசிய திராவிடக் கருத்தியலின் அன்றைய நிலைப்பாட்டை ஒவ்வாமையுடன்தான் பார்த்திருக்கிறது. ஆனந்தனுடன் ஒப்பிட தமிழ்செல்வனின் உடல்மொழியும் அழுத்தமான நாடகீயமான உரத்த பேச்சும் அதற்கொப்பவே இருக்கிறது. தமிழ்செல்வனாக நடித்த பிரகாஷ் ராஜிக்கு முன்பாக நானா படேகர், மிதுன் சக்கவரவர்தி போன்றோர் அணுகப்பட்டதாகவும், மம்முட்டி, கமல்ஹாசன் போன்றவர்கள் அப்பாத்திரத்தைச் செய்ய மறுத்ததாகவும் தகவல்கள் உண்டு. இருவர் படம் வெளியான காலத்திலும் பிற்பாடும் பிரகாஷ்ராஜ் ஏற்று நடித்த பெரும்பாலான பாத்திரங்கள் இறுகிய வில்லன் பாத்திரங்களாகவே இருந்தன. நடிகர்களைப் பாத்திரங்களாகவே பார்த்துப் பழகிய தமிழ் ரசிகர்களுக்கு தமிழ்செல்வனும் வில்லனாகவே ஆனதில் ஆச்சரியப்பட ஏதுமில்லை.

திரைப்பட அழகியல் எனும் அளவில் பிற எந்தத் திரைப்படத்திற்கும் இத்திரைப்படம் போல் சாத்தியமேயில்லாதது எனச் சொல்லும் வகையில் மிக இயல்பாகப் பாடல்கள், கனவுமயமான காட்சிகள், நடன லயங்கள், திரைப்படத்திற்குள் ஒரு திரைப்படம் குறித்த பற்பல காட்சிகளைக் கொண்டிருப்பதால், இப்படத்தின் பிரதான கதையுடன் தர்க்கபூர்வமாக முழுமையாகப் பொருந்திப் போகிறது. திரைப்படம் என்பது எல்லாச் சமூகங்களிலும், குறிப்பாகக் கண்ணீரின் சினிமா என அழைக்கப்பெறும் நாடகீய சினிமா, கால உணர்வையும் மனோரதிய உணர்வையும் திரைப் பார்வையாளனிடம் எழுப்புகிறது. இருவர் படத்தில் பாடல் காட்சிகள் பற்பல பழைய நினைவுகளை எழுப்புகிறது. குறிப்பாகப் பாடல்காட்சிகள் சதிலீலாவதி, மலைக்கள்ளன், அன்பே வா, உலகம் சுற்றும் வாலிபன், நாடோடி மன்னன், எங்கவீட்டுப் பிள்ளை எனப் பல படங்களின் சாயலைக்

கொண்டிருக்கிறது. பாவிக்கப்பட்ட இசையும் நிறக் கலவைகளும் சமவேளையில் கடந்த காலத்தையும் படம் வெளியான சமகாலத்தையும் இணைத்த வகையில் இருக்கிறது. குறிப்பாக நறுமுகையே பாடலும், பூக்கொடியின் புன்னகை பாடலும் திரைப்படத்தின் கதையின் தவிர்க்கவியலாத அங்கமாக நீக்கமற நிறைந்துவிடுகின்றன. அரசியல் காரணங்களுக்காக அல்லாவிட்டாலும், இயல்பாக அமைந்துவிட்ட இந்த அழகியல் ஒருமைக்காகவும் தனித்துவத்திற்காகவும் இருவர் படம் தமிழ் சினிமா கதைசொல்லலில் முக்கியமான படமாகவே இருக்கும். இவ்வகையில் மணிரத்னத்தின் வேறு எந்தப்படத்தையும் இவ்வகையான வடிவக் கச்சிதத்தைச் சாதித்தது என்று சொல்ல முடியாது.

பின் இணைப்பு: 1

தனிமனித அவதூறு, இயக்கங்களைப் பற்றிய அவதூறு, சட்டம் ஒழுங்கு சீர்குலைவு முதலான சென்சார் விதிகளை மீறுவதாக இருவர் படம் உள்ளது. எனவே, சான்றிதழ் மறுக்கப்படுகிறது என சென்சார் தெரிவித்தது. படம் வெளியிடப்படும்போது சம்பந்தப்பட்ட தொண்டர்களுக்கு மத்தியில் அசம்பாவிதங்கள் ஏற்பட வாய்ப்பிருக்கிறது என்று சென்சார் கருதியது. தமிழக உள்துறைச் செயலர் தலைமையிலான குழு படத்தைப் பார்த்து சில வசனங்களை நீக்க பரிந்துரை செய்தது. உள்துறை அமைச்சகம் படத்தைப் பார்ப்பதற்கு முன்பாக தாமாகவே சில இடங்களில் காட்சிகளை வெட்டிக் கொண்டதும், சில வசனங்களை நீக்கியதும், சில வசனங்களை கேட்காமல் போகும் அளவிற்கு ரீரிக்கார்டிங் ஓசையை அதிகரித்ததும், ஏன் என்று மணிரத்தினம் தான் விளக்க வேண்டும்.

— *தணிக்கை அதிகாரி ஞான ராஜசேகரன்*

இருவர் படத்தை நான் பார்க்கவில்லை. மணிரத்னமும், சுஹாஸினியும் என்னை வந்து பார்க்கச் சொன்னார்கள். படம் வெளியான பிறகு, அவர் எனக்கு 2 முறை கடிதம் எழுதியிருக்கிறார். "இந்தப் படம் வெளியிட முடிந்ததற்கு தங்களது பரந்த மனம் தான் காரணம். அந்த இடத்தில் வேறு ஒருவர் இருந்திருந்தால் இந்த படத்தின் எதிர்காலம் வேறாகப் போயிருக்கும். எனவே, தங்களுக்கு நன்றி, வணக்கத்தை சமர்ப்பிக்கிறேன். முன்பிருந்த ஆட்சியாளர்களிடம் இந்தப் படத்தை ஒப்படைத்து இருந்தால் இந்தப் படத்தின் விதி, ஏன், ஜனநாயகத்தின் விதி என்ன ஆகியிருக்கும் என்பதை நினைத்தால் கலக்கமாக உள்ளது.

தாங்கள் பெருந்தன்மையுடன் எங்களை தங்கள் குடும்பத்தின் ஒருவரைப்போல் பாவித்து சென்சார் அதிகாரிகளுக்கு தங்கள் கடமையை உணர்த்தியதற்காக மீண்டும் ஒரு முறை நன்றி தெரிவித்துக் கொள்கிறேன்". இவ்வாறு அந்தக் கடிதத்தில் இருந்தது. பம்பாய் படத்தைப்போல் பிரச்சினை வந்துவிடக்கூடாது என்பதால்தான் இந்தப் படத்தை உள்துறையினர் பார்த்தனர்.

— *கலைஞர் கருணாநிதி, பிப்ரவரி மூன்றாவது வாரம் 1997*

நடந்ததை நடந்த மாதிரி அப்படியே கொடுக்கிறபோது என்னவெல்லாம் பிரச்சினைகள் வரும்னு எனக்கு நல்லாவே தெரியும். ஆனா அதுக்காக எங்கேயும் காம்ப்ரமைஸ் பண்ணிக்கவோ எண்ணத்தைக் கைவிடவோ எனக்கு இஷ்டமில்லை. இரண்டு தனி மனிதர்களின் வாழ்க்கைன்னே எடுத்துக்கலாம். அதைச் சொல்லும்போது ஜனங்க ஒரு பிடிப்போட சினிமாவா அதைக் கவனிக்க வைக்கிறதுக்கு எனக்கு ஒரு பின்னணி சூழ்நிலை தேவைப்பட்டது. அந்த பேக் டிராப் அரசியலாக இருந்தால் சொல்ல வந்த சப்ஜெக்ட் அழுத்தமாக முழுமையாகப் போய்ச் சேரும் என்று நினைத்தேன்... இன்னிக்கும் எனக்கு வடநாட்டினர் நம் மீது புகுத்த முயற்சித்த மொழி என்பதால் இந்தி மொழி மேல் ஒரு வெறுப்பு உண்டு. தந்தை பெரியார் மேல் ஓர் இனம் புரியாத பற்றுதல் உண்டு. அவரோட சாதி ஒழிப்புக் கொள்கையிலும் நாத்திகவாதத்திலும் எனக்கு இருந்த பற்றுதல் ஓப்பனா டிக்ளேர் பண்ணி பெரியாரை பாலோ பண்றவனுக்குக் கூட நிச்சயம் இருக்காது... பெண்களுக்கு சம உரிமை, பகுத்தறிவுங்கறதெல்லாம் இங்கே எழுந்த ஆரோக்கியமான கோஷங்கள்தான். அதெல்லாம் இப்ப என்ன ஆச்சு? எங்கே அந்தக் கொள்கைகள் வழிதவறிப்போச்சு? அந்த லட்சியங்களை எடுத்து நடத்துகிற ஆர்வம் எங்கே விட்டுப் போச்சு? ஆரம்ப கால லட்சியங்களைப் பரவலாக நிறைவேத்தறதுக்காகப் பாடுபட வேணாம். ஒரு தனி மனிதனா அந்த லட்சியங்களிலிருந்து நாம மாறாம இருந்தாக் கூடப் போதுமே, அதைத்தான் முழு சீரியஸ்நெஸ்ஸோட நான் இருவர் படத்தில் சொல்ல வந்தேன்...

ஆரம்பகால இந்தியாவில் இருந்த ஓர் ஒன்றுபட்ட உணர்வு இன்னிக்கு இல்லேன்னா அதுக்குக் காரணம் இப்ப இந்தியாவுக்கு ஒரு பெரிய பொதுவான எதிரி இல்லை. இந்த சைக்காலஜிதான் தமிழ்நாட்டுலேயும் செயல்பட்டிருக்கு. இந்த படத்துல வர்ற காரெக்டர்களை எது ரிலாக்ஸ் பண்ண வெச்சுருச்சுன்னு

நான் குறிப்பிட்டுச் சொல்ல ஆரம்பிச்சிருந்தா, அது சில தனிமனிதர்கள் மேல் நான் குத்தம் கண்டு பிடிக்கிறமாதிரி ஆயிடும். 'நமக்குள்ளே எரிஞ்சுக்கிட்டிருந்த ஒரு நல்ல நெருப்பு அணைஞ்சு போயிடுச்சு. அதை நாம் அப்படி அணைய விட்டிருக்கக்கூடாதுங்கற மேலெழுந்த வாரியான ஆதங்கத்தையாவது வெளிப்படுத்தலான்னு தோணிச்சு. இருவேறு லட்சியங்கள் கொண்ட இரண்டு இளைஞர்கள் சந்திச்சுக்கிறதும் தங்கள் கனவுகளைப் பகிர்ந்துக்கறதும் ஒருத்தரோட தமிழார்வத்தையும் ஒருத்தரோட நடிப்புத் திறமையையும் ஒருத்தருக்கு ஒருவர் உதவியாப் பயன்படுத்தி தங்கள் கனவுகளை நிறைவேத்திக்கலாம்னு ஜனங்க மனப்பூர்வமா பேசிக்கறதும் தான் படத்துக்கு ஆரம்பமா இருக்கணும்ன்னு எடுத்த எடுப்பிலேயே முடிவு பண்ணிட்டேன். அவர்களுடைய அடிப்படைக் கனவுகள் என்னவா இருந்திருக்கும் என்பதை ஊகிப்பது எனக்கு ஒண்ணும் சிரமமா இல்லை. அந்தக் கனவுகளில் எவ்வளவு நிறைவேறியது. இன்னும் நிறைவேறாமல் எவ்வளவு பாக்கி இருக்குன்னு சொல்றது மூலமா நாளைக்கு வேறே யாராவது வந்துகூட அதைப் பூர்த்தி செய்வாங்களோ என்கிற ஆசைதான் இந்தப் படத்தின் மூலம் நான் வெளிப்படுத்தியிருக்கிற ஆதங்கம். அந்த இரண்டு பேருடைய சாயலை மட்டும், உணர்வுகளை மட்டும் நான் எடுத்துக்கிட்டேன் என்பதுதான் உண்மை. மூளையையும் தன் எழுத்தையும் ஆயுதமாகக் கொண்ட ஒரு மனிதன், இதயத்தையும் எமோஷன்களையும் மட்டுமே சொத்தாகக் கொண்ட ஒரு மனிதன். கூர்ந்து கவனிச்சா இதயத்தையே பிரதானமாக கொண்ட இந்த நடிகன் எழுத்தாளனைப்போல் அவ்வளவு ஷார்ப்பா தன்னைச் சுத்தி நடக்கிற விசயங்களைக்கூடக் கவனிக்காம இருக்கான். அந்தந்த நேரத்து எமோசன்ஸ்தான் அவனை வழி நடத்திக் கொண்டு போகுது.

தமிழக அரசின் உள்துறை அமைச்சுக்கு இருவர் படம் அனுப்பி வைக்கப்பட்டது என்று சென்சார் அதிகாரிகளே என்னிடம் சொன்னார்கள். அங்கே கொண்டு போய் படத்தைப் போட்டுக் காட்டிய பிறகுதான் சென்சார் சேர்மனிடமிருந்து சர்டிபிகேட் வழங்கப்படும் என்பது எங்களுக்குத் தெளிவாகச் சொல்லப்பட்டது. நான் அரசாங்கத்தையோ, சென்சாரையோ எதிர்த்துக் குரல் எழுப்ப விரும்பவில்லை. படம் வருவதற்கு முன்பே கருணாநிதி, எம்.ஜி.ஆர் என்று பேச்சுக் கிளம்பிவிட்ட நிலையில், ஆளுங்கட்சியை எதிர்த்துத்தான் நான் இந்தப் படம்

எடுத்திருக்கிறேன். அதனால்தான் அவர்களுக்குப் போட்டுக் காட்ட மறுக்கிறேன் என்று வீண் பேச்சு கிளம்பியிருக்கும். பிறகு கோர்ட், கேஸ் என்று போய் படம் முடக்கப்பட்டிருக்கும். ஒட்டுமொத்தத்தில் படம் மக்கள் பார்வைக்கு வராமல் போயிருக்கும் அல்லது அரசுக்கு எதிரான படம் என்ற கலருடன் வந்து, ஒருதலைப்பட்சமாகவே படம் பார்க்கப்பட்டிருக்கும். எனக்கு அதில் விருப்பமில்லை. அந்த நோக்கமும் கிடையாது... நான் மக்கள் ரசிக்கவும், அவர்கள் நீதிபதிகளாக இருந்து தீர்ப்பு வழங்குவதற்காகவும் சினிமா தயாரிக்க மட்டுமே விரும்புகிறேன்.—

— மணிரத்னம் உரையாடல். ஆனந்த விகடன், பிப்ரவரி 1997

பின் இணைப்பு: 2

தமிழ் வெகுஜனங்களுக்கு இடையில் என்றும் வாழ்க்கை மதிப்பீடுகளை உருவாக்கும் இரண்டு பத்திரிகைகளான குமுதமும், குங்குமமும் அருவப்பெயர்களில் விமர்சனங்களை இருவர் பற்றி வெளியிட்டிருக்கிறது. ஒன்றை குங்குமத்தில் குங்குமம் விமர்சனக்குழுவும் மற்றதை குமுதத்தில் ஆபீஸ் பையனும் எழுதியிருக்கிறார்கள். யூகங்கள் எனும்படியான கட்டுரையொன்றை தராசு பத்திரிகையில் இளையஜீவா எழுதியிருக்கிறார். குறிப்பிடப்படும் எல்லா பத்திரிகைக்கும் ஜனவரி 1997ல் வேறு வேறு வாரங்களில் வெளியான இதழ்களாகும்.

குமுதம் கட்டுரையிலிருந்து: அண்ணாவின் சாவில் மர்மம் இருக்கிறது எனும் காட்சி வெட்டப்பட்டிருக்கிறது. தமிழ்ச்செல்வன் பதவிமோகம் கொண்டவராக படத்தில் சித்தரிக்கப்படுகிறார். ஜெயலலிதாவுக்கு அரசியல் எதிர்காலம் இல்லையென்பதற்கான சிம்பாலிக், கல்பனாவின் விபத்தும் மரணமும். சக்களத்தி சண்டைக்காட்சி, காமுகி, வைப்பாட்டி எனப்பேசும் வசனம் வெட்டப்பட்டுவிட்டது. படத்தை வெளியிட மறுத்துவிட்டது தணிக்கைக்குழு. காரணம், படம் உயிரோடு இருப்பவர் பற்றியது என்பதால் சில காட்சிகள் வசனங்கள் நீக்கப்பட்டால் சர்டிபிகேட் தரலாம் என்று சொல்லப்பட்டிருக்கிறது. சென்சார் விதியொன்று பொது அமைதிக்கு குந்தகம் விளைவித்தால் ஒரு சினிமாவை திரையிட அனுமதிக்கக்கூடாது என்று உள்ளது. ரிவைஸிங் கமிட்டிக்குப் போன பின்பு படம் அரசு அதிகாரிகள் பார்வைக்கும் போனது. அவர்களும் சில காட்சிகளை வெட்டச் சொல்லி இருக்கிறார்கள். இப்படத்தைப் பார்த்து கிளியர் வேண்டிய நிலையில் இருந்த

த.மா.க.வினர் சங்கடத்தில் நெளிந்து கொண்டிருக்கிறார்கள் தேர்தல் நேரத்தில் இப்படத்தை வெளியிட்டு கருணாநிதியைக் கிண்டல் செய்ய வேண்டும் என்றிருந்தார்கள். படத்தில் மணிரத்னம் சொன்னதென்ன? ஒன்றுமேயில்லை. திராவிட இயக்கத்தின் வளர்ச்சி வீழ்ச்சி பற்றி சொல்ல விருப்பமிருந்தால் அதை அரசியல் ரீதியில் சொல்லலாம். அதுவும் இல்லை. சைக்கிள் ரிக்ஷா, சத்துணவுத்திட்டங்கள், வீராணம், மஸ்டர்ரோல், பூச்சி மருந்து, எரிசாராய ஊழல் போன்றவற்றை சொல்லியிருக்கலாம். அதுவும் இல்லை. பதவிக்கு வரும் முன்னால் சொன்னது, பிற்பாடு செய்தது பற்றிச் சொல்லியிருக்கலாம். அதுவும் இல்லை. தலைவர்களது படுக்கையறைகளையும் சொந்த வாழ்க்கையையும் ஏன் படம்பிடிக்க வேண்டும்? எந்தப் படத்திலுமே மணிரத்னம் தீர்வு சொன்னதில்லை. பரபரப்பு ஏற்படுத்தி அதன் மூலம் விளம்பரமும் காசும் சம்பாதிப்பதுதான் மணிரத்னத்தின் டெக்னிக். சென்சார் விதிகளில், ஒரு தனி மனிதர் தன்னை இழிவுபடுத்துவதாக படத்தை தடை செய்யக்கோரினால் படத்தைத் தடை செய்ய ஒருவர் வழக்குப் போடலாம். பண்டிட்குயின் பூலான் தேவி அப்படித்தான் செய்தார்.

குங்குமம் பத்திரிகையிலிருந்து: காமிரா பொய் சொல்லாது. ஆனால், காமிரா மூலம் பொய் சொல்ல முடியும் — ரஷ்ய திரைப்பட மேதை செர்ஜி ஐசென்ஸ்டீன். படம் சொல்கிறது உண்மைக் கதையல்ல ஆனால் படம் அதற்கு நேர் எதிர் மாறாக இருக்கிறது. திரைக்கதை எனும் பெயரில் கற்பனைகளைச் சேர்த்து ஒரு இயக்கத்தின் எழுச்சியை திரித்துக்கூறிய மணிரத்னம் பொய் சொல்லியிருக்கிறார். காந்தி படத்தில் ஜாலியன் வாலாபாக் கொலையை மிக நேர்மையாக எடுத்த ரிச்சர்ட் அட்டன்பரோ உண்மையை மதிக்கிற கலைஞர். மணிரத்னம் உண்மைகளைத் திரித்து சர்ச்சையாக்குகிறவர். பரபரப்பை விற்றுக் காசாக்குகிறார். மணிரத்னம் அதில் எளிதாகவே வெற்றி பெற்றிருக்கிறார்.

தராசு பத்திரிகையிலிருந்து: இவர் படத்தை வாங்கி பிரித்து 1.90 கோடிக்கு வாங்கி 2.5 கோடிக்கு விற்றிருக்கிறார். விற்று இலாபம் பெற்றவர்களில் ஒருவர் தி.மு.க. எம்.எல்.ஏ.வும், இயக்குனருமான இராம. நாராயணன். தமிழக திரைப்பட சென்சார் குழுவின் ஞான. ராஜேசேகரனின் அப்ஜெக்ஜன். முதலமைச்சர், நடிகரோடு வரும் இளம் நடிகையைப் பார்த்து ஜொள்ளு விடுகிறார். முதல் வரிசையில் இருக்கும் இருமனைவியர்கள் பார்த்து கொதிக்கிறார்கள். நடிகையை இணங்கவைக்க பிரகாஷ்ராஜ் பலமறை முயல்கிறார். நடிகருக்கும், வசனகர்த்தாவுக்குமான மிகப்பெரிய பிரச்சினைக்குரிய விசயமாக

நடிகையே வருகிறார். மணிரத்தினத்தை படத்தை முதல்வருக்குக் காட்ட நிர்பந்தம் இருந்திருக்கிறது. மணிரத்தினம் மறுத்திருக்கிறார்.

அரும்பு: திராவிட வரலாற்றை அதன் நுணுக்கங்களுடன் அறிந்த இரண்டு தலைமுறைகள் நம்மிடையே உள்ளனர். இதனால், அறிந்த வரலாற்றை மேலோட்டமாகச் சொல்லியிருப்பதும், கோர்வையின்றி உதிரி சம்பவங்களாக சித்தரிக்க முயற்சி செய்திருப்பதும் இப்படம் இதற்கேயுரிய பாதிப்பை ஏற்படுத்தாமல் போக ஒரு காரணம். இவர்களின் ஆரம்ப காலங்களைப் பற்றி நேர்த்தியாக உண்மையுடன் கூறிய படம் போகப்போக சச்சரவுகளில் ஈடுபடாமல் இருக்க, முக்கியமானவைகளைப் பற்றி பேசாமல் பாதுகாப்பான வழியைத் தேர்ந்தெடுத்திருப்பது தெளிவாகத் தெரிகிறது. திராவிட இயக்கம் எதற்காக தொடங்கப்பட்டது. அதனது கொள்கைகள் பற்றிய ஆழமான அறிவு, திராவிட இயக்கத்தின் கொள்கைகளின் சரிவு இவைகள் பற்றி அதிகமாக பேசாமல் போனது பெரிய குறை. இவர்கள் ஒரு புதிர் என்பது போலவும், இவர்களின் நிறைய பரிமாணங்கள் வெளியே தெரியாது என்பது போலவும் சித்தரித்து, இவர்களைப் பற்றி எதையுமே சொல்லாமல் போனது ஒரு குறைதான்.

பின் இணைப்பு: 3

திராவிட முன்னேற்றக் கழகம் மற்றும் அதன் அரசியல் சார்ந்த அபிப்ராயங்கள்

மந்திரக்கோல்: ஜென்ம குணத்தை செருப்பால் அடித்தாலும் போகாது என்பார்கள். பிறவிப் புத்தி எப்படிப் போகும்? மணிரத்னம் வீட்டில் வெடிகுண்டு வீசப்பட்ட போது தமிழக மக்கள் அனுதாபப்பட்டார்கள். குண்டு வீசியது குற்றம் என்று கருதினார்கள். மணிரத்னம் திராவிட இயக்கத்துக்கு எதிராக — திராவிட இயக்கத் தலைவர்களுக்கு எதிராக — பிற்பட்ட மக்களுக்கு எதிராக — பிற்படுத்தப்பட்ட மக்கள் தலைவர்களை களங்கப்படுத்தி படம் எடுக்க முனைவாரென்றால், எதிர்காலத்தில் எந்தத் தமிழனும், எந்த பிற்படுத்தப்பட்டமக்களும், எந்த தலித்தும் அவருக்காக அனுதாபப்பட மாட்டார்கள். அது மட்டுமல்ல ஆத்திரமும் கொள்வார்கள். இது புத்திமதி மட்டுமல்ல எச்சரிக்கையும் கூட, மணிரத்னம் புரிந்து கொள்வாரா? கேரளாவைச் சேர்ந்த மலையாளியான தனக்கு, கண்டியில் பிறந்து பிழைப்புக்காக வந்த தனக்கு வாழ்வளித்த தி.மு.க. தொண்டர்களிடம் கணக்கு கேட்பதே நன்றி கெட்ட செயல். ஆனாலும், எம்.ஜி.ஆர். கேட்டார். கட்சிக்காரர்கள் அனைவரின் கணக்கையும் கேட்டார். .எம்.ஜி.ஆர்.

படத்தைப் போட்டது உண்மைதான் அது, தவறும் கூட, ஏனெனில் எம்.ஜி.ஆர். சுடப்பட்டதற்கு கொள்கைச் சண்டை காரணம் அல்ல.

முத்தாரம்: திராவிட இயக்கப் பெருந்தலைவர்கள் மீது புழுதிவாரித் தூற்ற இதுவரை சம்பாதித்த நற்பெயரை மூலதனமாக வைத்து ஒரு பிரிவினரின் அரிப்பை, கலை என்ற பெயரில் மணிரத்னம் சொரிந்து விட்டிருக்கிறார். இத்தனைக்கும் மேலாக அந்த கிளாமர் நடிகையை உத்தம பத்தினியாக வேறு சித்தரித்திருக்கிறார் மணிரத்னம். கவர்ச்சி நடனத்தால் மயக்குகிறார் ஐஸ்வர்யா ராய். அண்மைக்கால வரலாற்றை எடுத்த பெருமை, மேடத்திற்கு உத்தம பத்தினி பட்டம் சூட்டும் முயற்சி. திராவிட இயக்கத்தின் மீது இரத்தத்தில் ஊறிய காழ்ப்புணர்ச்சி. வழக்கம்போல் கஜானாவை நிரப்புதல்.

சங்கொலி: திராவிட இயக்கத்தினர் பிழைப்புவாதிகள், ஒழுக்கங் கெட்டவர்கள், பாமரத்தனமான படிப்பு வாசனையற்ற கும்பல், ஆசை நாயகிகளின் அடிமைகள், ஏழைகளை வஞ்சிப்பவர்கள், ஏமாற்றுபவர்கள் என மணிரத்னம் சொல்கிறாரா? இருவர் படம் படப்பிடிப்பின் காட்சி மயக்கத்தில், அழகியின் அலங்கோலத்தில் மயக்கப் பார்க்கிறதே தவிர அதில் வேறு என்ன இருக்கிறது? ஆண்மையை நிரூபிக்க இரண்டாவது திருமணம் செய்து கொண்டு முதல் மனைவியைத் துரத்தியதில் பெருமை கொண்ட குடும்பத்தைச் சார்ந்தவர்தானே மணிரத்னம்? இதனை இவர் படமாகத் தயாரிக்கலாமே? வெள்ளி நாக்குப் படைத்த தலைவர் தமிழ்நாட்டின் முதல்வராக வர வேண்டியவர் பெண் எழுத்தாளரிடம் தொடர்பு கொண்டிருந்த 'சேதி' சென்னை நகரில் பேசப்பட்டதே அதனைப் படம் ஆக்கியிருக்கலாமே?

பின் இணைப்பு: 4

மார்க்சிஸ்ட் கம்யூனிஸ்ட் கட்சி சார்ந்த இதழ்களின் விமர்சனங்கள்:

செம்மலர் இதழில் அருணன்: திராவிட இயக்கமானது உரத்த பேச்சாலும், சினிமா நடிப்பாலும் மட்டுமே வளர்ந்தது என்கிற ஒரு தவறான கண்ணோட்டம் ஒரு பகுதி அறிவுஜீவிகளிடம் இன்னும் இருக்கிறது. திராவிட இயக்கம் தோன்றுவதற்கு அடிப்படைக் காரணங்களாக சமுதாயத்திலிருந்த உயர்சாதி ஆதிக்க வெறியையும், மோசமான காங்கிரஸ் ஆட்சியையும் மிகக் கவனமாக மணிரத்னம் தவிர்த்திருப்பதிலிருந்தே இவரும் அந்த வலையில் வீழ்ந்திருப்பது தெளிவாகிறது.

தீக்கதிர் பத்திரிக்கை விமர்சகர் குமரேசன்: நாடு முழுவதுமே, குறிப்பாக தமிழகத்தில் சில தலைவர்களின் பலதார கலாச்சாரம், மக்கள் அதைக் கண்டு கொள்ளாமை, இவை சமூகவியலாளர்களின் ஆய்வுக்குரிய விஷயங்கள்தான். ஆனால் திராவிட இயக்கத் தலைவர்களை இந்த வெளிச்சத்தில் மட்டும் நிறுத்தி காட்ட முயல்வது நியாயம்தானா? திராவிட இயக்கங்களைக் கொச்சைப்படுத்தும் மேல்தட்டு அறிவுஜீவி அசூயைகளின் பிரதிபலிப்புத்தான் இது. இந்த பலவீனத்தை மீறிய அவர்களது செல்வாக்குக்கும் திராவிட இயக்க வளர்ச்சிக்கும் காரணமாக மக்கள் உரிமைகளுக்கான முழக்கம், மாநில சுயாட்சிக்கான உரத்தகுரல், மொழி உரிமைக்கான ஆவேசம், மக்கள் எதிர்ப்பார்ப்புகளையெல்லாம் காங்கிரஸ் ஆட்சியாளர்கள் ஏமாற்றி விட்டதால் எழுந்த அதிருப்தியால் சுயமரியாதை மற்றும் பகுத்தறிவு இயக்கத்திற்கு கிடைத்த வரவேற்பு இந்த அம்சங்களெல்லாம் மறைக்கப்பட்டுவிட்டன. திராவிட இயக்கங்கள் தமது பிரகடனங்களிலிருந்தும், மக்கள் எதிர்பார்ப்புகளிலிருந்தும் விலகிப்போக நேர்ந்தது. அதனால் ஏற்பட்ட மக்கள் ஏமாற்றம் முதலிய அம்சங்களும் பதிவாகாமல் போயிருக்கிறது. தனிநபர்கள் மீது கொண்ட பற்றும் வெறியும் என் சக மக்களை இன்னும் பரிதாபகரமான நிலையில் வைத்திருக்கிறது. உண்மையான சேவை இல்லாத போதும் அப்படிப்பட்ட தலைவர்களின் தரிசனத்துக்காகவும் சொல்லுக்காகவும் ஏழை, எளிய மக்கள் கூட்டம் அலைமோதி அல்லாடி கைவிடப்பட்டுக் கொண்டே இருக்கிறது. அதைச் சொல்ல முடியாத வரையில் 'இருவர்' அல்ல, எத்தனை பேர் படமாக வந்தாலும் என்ன பயன்? சமகாலம் நிகழ்வுகளைப் பின்னணியாக எடுத்துக் கொண்டு பிரச்சினையின் உண்மைக்குள் புகுந்து கொள்ளாமல் நழுவுகிற மணிரத்னத்தின் இன்னொரு படம்.

பின் இணைப்பு: 5

இயக்குனர்கள் மற்றும் எழுத்தாளர்களின் கருத்துக்கள்:

ஹரிஹரன் -இயக்குனர்: காந்தி படத்தில் ரிச்சர்ட் அட்டன்பரோ சில கேரக்டர்களை வேண்டுமென்றே தவிர்த்திருந்தார். மௌன்ட்பேட்டன் படம் எடுத்தபோது லேடி மௌன்ட்பேட்டனுக்கும் நேருவுக்கும் இருந்த உறவு மௌன்பேட்டனின் பெண்களின் அனுமதிக்குப் பிறகே இடம் பெற்றது. 'இருவர்' படத்திலும் இந்த முறை கையாளப்பட்டிருக்க வேண்டும்.

இளவேனில் -இயக்குனர்: இந்த சர்வாதிகாரியின் ஆக்கிரமிப்பு வாழ்நாளெல்லாம் நீடிக்காதா என்று 'அடிமைகள்' எல்லோரும்

ஏங்குகிறார்கள். (கலைஞரின் தமிழ் பற்றிய சொல்லாடல்). சினிமா என்றால் பிரம்மாண்டம், செயற்கையான நம்ப முடியாத ஒளிப்பதிவு, மண்ணுக்கு அன்னியமான ஓசைகள் இதைத்தான் மணிரத்னம் சினிமா என்று நம்புகிறார்.

இன்குலாப் - கவிஞர்: குருதிப் புனலுக்கு' அடுத்து பார்த்த படம் 'இருவர். இரண்டும் பார்த்ததற்காக வருத்தப்பட்டேன். சரித்திரத் திரிபு. தமிழ்நாட்டில் முதன் முதலில் வெடிகுண்டுக் கலாச்சாரத்தை காங்கிரஸ்காரர்கள் இந்திரா காந்தி கைது செய்யப்பட்டபோது தொடங்கி வைத்தார்கள். படம் ஆரம்பிக்கப்பட்டபோது வேறு கட்சி ஆட்சி, முடியும் போது கலைஞர் ஆட்சி, ஆகவே கலைஞருக்கு சமாதானம் செய்ய வேண்டும் என சில காட்சிகளை (குறிப்பாக கடைசிக் காட்சி) அமைத்துள்ளார். தமிழ் சினிமாவில் கிராஃப்ட்ஸ்மென் இருக்கிறார்களே ஒழிய கலைஞன் இல்லை, உருவாகவில்லை. இது நம்மைப் பிடித்துள்ள துரதிருஷ்டம். மணிரத்னம், சோ போன்றவர்கள் திராவிட வரலாற்றைப் புரிந்து கொண்டாலும், அதைக் கொச்சையாகச் சொல்வதையே வேலையாகக் கொண்டுள்ளார்கள். திரித்துச் சொல்வதே இவர்கள் தொழில். மணிரத்னம் கோழை. படத்தையும் இதைப்பற்றிப் பேசுவதையும் நிராகரிப்போம்.

அறிவுமதி - கவிஞர்: மணிரத்னம், நீங்கள் சொல்ல வந்ததைப் புரிந்து கொள்ளாதவர்கள் உங்கள் படத்தைப் புறக்கணித்து விட்டார்கள். நீங்கள் சொல்லவந்ததைப் புரிந்து கொண்டவர்கள் உங்களையே புறக்கணித்து விட்டார்கள். ஓர் இனத்தைப் பற்றிய வரலாற்றை அந்த இனத்தைச் சேர்ந்தவரால் மட்டுமே உண்மையாகச் சொல்ல முடியும். மற்றபடி வேறொரு இனத்தவனோ அல்லது அந்த இனத்தோடு அரைகுறை இரத்தக் கலப்புள்ளவனோ கூட சரியாகச் சொல்ல முடியாது என்பதற்கு நீங்களே சாட்சியாகி விட்டீர்களா, மணிரத்னம்! பாரதிராஜா தோற்கிற போதெல்லாம், தானே தோற்றுப்போவது போல் ஒவ்வொரு தமிழனும் தவித்துப் போகிறான். இளையராஜாவிற்கு ஏதாவதொன்று நேர்கிற போதெல்லாம் அது தனக்கே நேர்ந்ததாகக் கருதி உடைந்து போகிறான். மார்புத்துணி விலகிக் கிடக்கும் அந்தத் தாய் கனிமொழியின் தாயாக இருந்தால் என்ன? அறிவுமதியின் தாயாக இருந்தால் என்ன? வைரமுத்துவின் தாயாக இருந்தால் என்ன? அவர்கள் எங்களின் தாய். எங்கள் இன வரலாற்றை குழப்புகிற வேலையை இருவரோடு முடித்துக் கொள்ளுங்கள். இதுவே உங்களுக்கு எம் தமிழ் மக்கள் வழங்கிய கடைசி மன்னிப்பாக இருக்கட்டும்.

சுப.வீர.பாண்டியன் -எழுத்தாளர்: பார்ப்பனர்கள் திட்டினால் கலைஞர் பொறுத்துக் கொள்வார். மற்றவர்கள் திட்டினால் பொறுக்கமாட்டார். பம்பாய் படத்தை பால்தாக்கரேயிடம் காட்டிய மணிரத்னம் என்கிற முதுகெலும்பற்ற கோழை சென்சார் போர்டு மெம்பர்களை கோழைகள் என்கிறார்.

கேஎன்.டி.சாஸ்திரி -டைம்ஸ் ஆப் இன்டியா விமர்சகர்: மிகக் கறாரான அர்த்தத்தில் இப்படம் அரசியல் சினிமா அல்ல. மிகச் சமீபகால தமிழக அரசியலின் முக்கியமான சம்பவங்களைத் தெரிந்து கொள்ள விழைவோர் வரலாற்று நூல்களை தேடிப் படியுங்கள். எம்.ஜி.ஆரின் சாவு, பின் 1980களோடு படத்தை முடித்து விடுவதில் மணிரத்தினம் ஜாக்கிரதையாக இருந்திருக்கிறார். மணிரத்னம் திரைக்கதையை மிகவும் மலினப்படுத்திவிட்டார், கருணாநிதியின் இரண்டு மனைவியர் எம்.ஜி.ஆரின் மூன்று மனைவியர் பற்றித்தான் படம் பெரும்பாலும் பேசுகிறது.

பரீக்ஷா ஞாநி, தினமணி கதிர்: 1967இல் திமுக ஆட்சியைக் கைப்பற்ற உடனடி உந்துதலாக இருந்த மொழிப் போராட்டமும், விலைவாசி எதிர்ப்புப் போராட்டமும் படத்தில் தொடப்படவில்லை. ஹிந்தி எதிர்ப்புப் போராட்டத்தைக் காட்டினால் ஹிந்தியில் டப்பிங் செய்வது சிக்கலாகி விடும் என மணிரத்னம் நினைத்திருக்கக்கூடும். பெரியாரின் பெண் விடுதலை அண்ணாவிடம் காணக்கிடைக்காதது. அண்ணாவின் கலை உணர்வும், அழகியலும் பெரியாரிடம் இல்லை. அரசியல் அதிகாரம் பற்றிய பார்வை வேறானது. இந்தச் சிக்கல் படத்தில் இல்லை. அந்த மாபெருந்தலைவர்கள் தட்டையான மனிதராக படத்தில் சித்தரிக்கப்பட்டிருக்கிறார்கள்... 1972—87க்கு இடையில் கருணாநிதி - எம்.ஜி.ஆர். நட்பு பொய். எதிரெதிர் மனிதர்கள் என்பது வரலாறு. கருணாநிதி, எம்.ஜி.ஆர். இக்கால கட்டங்களில் வெளிப்படுத்திய அரசியல் வேறு வேறானது என்பதை மறக்கக்கூடாது. இருவருமே ஊழல்காரர்கள். எம்.ஜி.ஆர். ஜெயலலிதா காலத்தில்தான் தமிழ்நாட்டில் மதவாத சக்திகள் காலூன்றின. தி.மு.க.தான் திராவிட இயக்கத்தின் சில அடிப்படைக் கோட்பாடுகளை, சமூக நீதி, சமயச் சார்பின்மை, சாதி வேறுபாடுகளை நீக்குதல் போன்றவற்றை ஓரளவேனும் உயிரோடு வைத்துக் கொண்டிருக்கிறது.

ஆயுத எழுத்து (2004)

1992 துவங்கி 2004 வரை எழுத்தாளர் சுஜாதா, மணிரத்னம் உருவாக்கிய அரசியல் படங்களான ரோஜா, உயிரே, கன்னத்தை முத்தமிட்டால், ஆயுத எழுத்து என நான்கு படங்களுக்கு வசனம் எழுதியிருக்கிறார். இதனோடு இயக்குனர் சங்கருடன் இணைந்து அவர் வசனம் எழுதிய அரசியல் படங்களான முதல்வன், இந்தியன், அந்நியன், சிவாஜி படங்களையும் இங்கு ஞாபகப்படுத்திக் கொள்வோம்.

மணிரத்னம், சங்கர் போன்றோர் தமிழ் சினிமாவை இந்திய சினிமாவாகவும் உலக சினிமாகவும் கொண்டு சென்றவர்கள் எனக் கருதினால், அரசியல் எனும் அளவில் தொகையாக சுஜாதா வசனம் எழுதியது இவர்கள் இருவரும் உருவாக்கிய அரசியல் படங்களுக்குத்தான் எனும் புரிதலுக்கு நாம் வரமுடியும்.

சுஜாதாவின் அரசியல் வெளிப்படையானது இல்லை. பார்ப்பனர் சங்க மாநாட்டில் கலந்துகொண்டு அவர் முழங்கியதுதான் அவரது வெளிப்படையான அரசியலுக்கான சான்று. மனதளவில் அக்ரகாரத்தைவிட்டு வெளிவரமுடியாதவராகவே அவர் வாழ்ந்தார் எனும் அவரது துணைவியாரின் வாக்குமூலத்தையும் இங்கு பதிவு செய்து கொள்ளலாம். சுஜாதா வசனம் எழுதிய தொகையான படங்கள் இந்திய, தமிழக அரசியல் குறித்த படங்கள்தான். ஊழல் அவரது வசனங்கள் இடம்பெறும் படங்களின் பெரும் பிரச்சினை. இனப் பிரச்சினையும், மாணவர்கள் அரசியலும், இந்திய தேசபக்தியும் அவர் வசனம் எழுதிய படங்களில் அடுத்து இடம்பெறும் பெரும் பிரச்சினைகள்.

இவ்வாறு சுஜாதா, மணிரத்னம், சங்கர் என இந்த மூவர்தான் தமிழக, இந்திய அரசியல் குறித்த அகண்ட இந்தியாவுக்கு உகந்த வெகுஜன அரசியல் படங்களை கடந்த இரு தசாப்தங்களாகத் தமிழில் உருவாக்கி வந்திருக்கிறார்கள். இந்தியன் எனும் பெருமிதம், இன மற்றும் மொழிவழித்தேசியம் குறித்த ஒவ்வாமை, அகண்ட இந்திய பொருளாதார வல்லரசுக் கனவு என்பதனை நோக்கியே இவர்கள் மூவரும் பங்கு பற்றிய அரசியல் படங்கள் இருந்தன.

இந்தக் கருத்துலகின் பின்புலத்தில் வெளியான பிற இரு படங்கள் என மணிரத்னத்தின் யுவா இந்திப் படத்தையும் ஆயுத எழுத்து தமிழ் படத்தையும் குறிப்பிடலாம். 2004ஆம் ஆண்டு இந்த இரு படங்களும் வெளியாகின. ‘இந்த இரு படங்களையும் ஒரே படம்தான் என தான் எங்கும் குறிப்பிடவில்லை’ என்கிறார் மணிரத்னம். இந்த இரு படங்களும் கதை எனும் அளவில் ஒரே கதை கொண்ட படங்கள்தான். முதலில் இந்திப் படத்தினையே தான் உருவாக்கியதாகவும், யுவா இந்திப் படத்தில் நடித்த விவேக் ஓபராய் படப்பிடிப்பில் கால்முறிவுக்கு ஆளானதால் அவர் சுகமாகி மீண்டும் நடிக்கவரும் கால இடைவெளியில் உருவாக்கப்பட்ட படம்தான் ஆயுத எழுத்து தமிழ் படம் எனவும் அவர் குறிப்பிடுகிறார்.

யுவாவும் ஆயுத எழுத்தும் மாணவர் அரசியல் குறித்த திரைப்படங்கள். யுவா இந்திமொழிப்படம் மேற்குவங்கத்தில் கதை நிகழ்வதாகவும், ஆயுத எழுத்து தமிழ்மொழிப்படம் தமிழகத்தில் கதை நிகழ்வதாகவும் இருக்கிறது. வட மற்றும் தென்னிந்திய மாணவர் அரசியலைச் சொல்வற்கு குறிப்பாக இடதுசாரிகள் ஆண்ட மேற்கு வங்கத்தையும், திராவிட இயக்க வழித்தோன்றல்கள் ஆட்சி செய்த தமிழகத்தையும் மணிரத்னம் தேர்ந்து கொள்ள என்ன காரணம்?

"நான் முழுவதுமாகத் தனித்தன்மைகள் கொண்ட இரு படங்களை உருவாக்க விரும்பினேன். இந்தி வடிவம் கல்கத்தாவில் உருவாக்கப்பட்டது. தமிழ் வடிவம் சென்னையில் உருவாக்கப்பட்டது. அரசியலும் மாணவர் இயக்கங்களும் ஒன்றோடொன்று இணைந்து போகிற வகையில் இருக்கிற ஒரு பொதுவான இடத்தில் படம் உருவாக்கப்பட வேண்டும் என்பது தேவையாக இருந்தது. யுவா, அரசியல் என்பது மாணவர் வாழ்க்கையின் பகுதியாக இருக்கிற தில்லி அல்லது கல்கத்தாவில் நிகழ்வதாக இருக்க வேண்டும். நிச்சயமாக அது மும்பையாக இருக்க முடியாது. கல்கத்தா நகரம் கூடக் கவர்ச்சிகரமாக இருந்தது. ஏனெனில், அதிகமான படங்கள் அங்கே உருவாக்கப்பட்டிருக்கவில்லை. அங்கு அற்புதமான தோற்றம் கொண்ட ஹவுரா பாலம் இருந்தது. எனது படத்தில் வரும் மூன்று கதைகளுக்கும் பாலம் என்பது மையமாக இருந்தது"

வட மற்றும் தென்னிந்திய மாணவர் அரசியல் படங்களை உருவாக்குவதற்கான களம் குறித்த மணிரத்னத்தின் தேர்வுகளின் அபத்தத்தைக் குறித்துப் பேசுவதற்கு முன்பாக உலக, இந்திய மற்றும் தமிழக மாணவர் அரசியலும் அது குறித்து வெளியான காத்திரமான சில படங்கள் குறித்தும் பேசலாம் எனக் கருதுகிறேன்.

உலகில் எழுந்த மாணவர் எழுச்சிகள் அனைத்திற்கும் குறிப்பான

வரலாற்றுக் காரணங்கள் இருந்தன. அரசியல் பொருளியல் கலாசார அதிகார மாற்றங்களைக் கோரியதாகவே மாணவர் எழுச்சிகள் இருந்தன. பாரிஸ் மாணவர் எழுச்சி ஐரோப்பாவைக் குலுக்கியதுபோல, பிராக் மாணவர் எழுச்சி கிழக்கு ஐரோப்பாவைக் குலுக்கியது. இரண்டு இடங்களிலும் மாணவர்கள் அரசியல் மாற்றங்களைக் கோரிக்கைகளாக முன்வைத்தார்கள். கோதார்த் லா சைனீஸ் எனவும் பெர்ட்டுலூரச்சி டிரீமர்ஸ் எனவும் பாரிஸ் மாணவர் எழுச்சி குறித்து திரைப்படங்கள் எடுத்தார்கள். மாவோ, ஹோசிமின், சே குவேரா போன்றவர்களின் பிம்பங்களும் குறிப்பான அரசியல் உரையாடல்களும் கொண்டது அப்படங்கள்.

மாணவர் அரசியல் என்பது மிகப் பெரும்பாத்திரம் வகித்த முழு இந்திய நிகழ்வுகள் என இரண்டினைக் குறிப்பிடலாம். ஒன்று இந்திய சுதந்திரப் போராட்டம், பிறிதொன்று எழுபதுகளில் அலையடித்த நக்சலைட் எழுச்சி. மாநிலங்கள் அளவில் இதனோடு எழுந்த குறிப்பான மாணவர் எழுச்சிகளாக இந்திய மத்திய அரசின் மொழிக் கொள்கை மற்றும் இனத்தேசிய ஒடுக்குமுறைக் கொள்கைகளுக்கு எதிராக எழுந்த தமிழக மாணவர்களின் இந்தி எதிர்ப்புக் கிளர்ச்சி, அசாம் தனிநாட்டு மாணவர் எழுச்சி, தெலங்கானா தனிமாநிலப் போராட்டம் போன்றவற்றினையும், இதனோடு தமிழகத்தில் ஈழத்தமிழருக்கு ஆதரவாக எழுந்த மாணவர் எழுச்சியினையும் குறிப்பிடலாம்.

மணிரத்னம் சமகால மாணவர் அரசியலைப் பேசுவதால், சுதந்திரத்திற்குப் பின்னான மாணவர் அரசியலின் குணரூபத்தினை முன்வைத்தே அவரது திரைப்படங்களை நாம் அணுக முடியும், அணுக வேண்டும். இந்திய அளவில் நக்சலைட் பிரச்சினைகளை முன்வைத்து, தில்லி மாணவர்களை மையமாகக் கொண்டு சுதிர் மிஸ்ரா 'ஹஸ்ருன் குவாய்சி ஆய்சி' எனும் படத்தையும், கேரள மாணவர்கள் எழுச்சியை மையமாகக் கொண்டு ஜான் ஆபிரகாம் 'அம்ம அறியான்' படத்தையும், கல்கத்தா மாணவர் எழுச்சியை மையமாக வைத்து நிஹ்லானி 'ஹசார் சவ்ராஸ் கி மா' எனவும், மிருணாள் சென் 'பதாதிக்' எனவும், கௌதம் கோஷ் 'கால்பெலா' எனவும், தமிழகத்தில் கோமல் சுவாமிநாதன் 'அனல்காற்று' எனவும் படமெடுத்தார்கள். குறிப்பான அரசியல் பிம்பங்களும் பிரச்சினைகளும் அரசியல் உரையாடல்களும் கொண்டன இப்படங்கள். துரதிருஷ்டவசமாக தமிழகத்தில் நிகழ்ந்த இந்தி எதிர்ப்பு மாணவர் பேரெழுச்சி குறித்த திரைப்படம் ஒன்றுகூட உருவாகவில்லை. காமராஜர் போன்ற மாபெரும் தலைவர்களையே அள்ளிக் கொண்டுபோன அரசியல்

சூறாவளியாக அந்த நிகழ்வு இருந்தது.

கல்கத்தாவில் எழுந்த மாணவர் எழுச்சியின் பின் சாரு மஜீம்தார் போன்ற ஆளுமைகள் இருந்தார்கள். மாவோயிசம் எனும் கருத்தியல் இருந்தது. கல்கத்தா நகரத்தில் அன்று குண்டர் அரசியல் நடத்திக்கொண்டிருந்தவர்கள் காங்கிரஸ் கட்சியினர். நிஹ்லானியின் ஹசார் சவ்ராஸ் கி மா படம் இதனைக் காட்சிப்படுத்தியிருக்கிறது. தமிழகத்தில் எழுந்த மாணவர் எழுச்சியின் பின் அண்ணாதுரை போன்ற ஆளுமைகள் இருந்தார்கள். அப்போதும் தமிழகத்தில் ஆட்சியில் இருந்தவர்கள் காங்கிரஸ் கட்சியினர்தான். குண்டர் அரசியலின் தோற்றுவாயாக அன்று காங்கிரஸ் கட்சியும் இன்று பாரதீய ஜனதா கட்சியும் இருக்கின்றன. மோடியின் குஜராத் இதற்கொரு சான்று. இந்திரா காந்தியின் மரணத்தையடுத்து தில்லியில் காங்கிரஸ் கட்சியினர் நடத்திய சீக்கியர்களுக்கு எதிரான படுகொலைகள் பிறிதொரு சான்று. இரண்டும் தேசபக்தக் கட்சிகள். இன்று இக்கட்சிகளின் குண்டர் அரசியலதிகாரம் கொண்ட ஆளும் கட்சிகளாக இந்திய மாநிலங்களில் இருந்த, இருக்கிற மார்க்சிஸ்ட் மற்றும் திராவிட அரசியல் கட்சிகளிலும் ஊடுறுவி இருக்கிறது. இதுவே குண்டர்படை அரசியலின் சமகால நிலை.

குண்டர் படை அரசியல் அல்லது அரசியல் ரவுடியிசம் குறித்து நாம் ஏன் பேசவேண்டும்? யுவாவிலும் ஆயுத எழுத்திலும் மத்தியில் ஆட்சியதிகாரத்தில் இல்லாத இரு அரசியல் கட்சிகளின் குண்டர் படை அரசியலுக்கு எதிரான ‘விடுதலை’ அரசியலை முன்வைப்பதாகவே மாணவர் அரசியல் என்பது சித்தரிக்கப்படுகிறது. யுவாவில் மேற்கு வங்க மாநில அரசியல்வாதியான ஓம்பூரி தாம் மத்தியில் ஆட்சியதிகாரத்தில் இல்லாததால் பிற இந்திய மாநிலங்கள் தம்மை மதிக்கவில்லை எனப் பேசுகிறார். இதுதான் மணிரத்னம் சொல்லும் மேற்குவங்க மாநிலத்தை ஆளும் கட்சியின் கொள்கை அரசியல். ஆயுத எழுத்தில் செல்வநாயகமாக வரும் பாரதிராஜா வடக்கு வாழ்கிறது தெற்கு தேய்கிறது எனச் சொல்லிவிட்டு காரணமாக மத்திய அரசின் பொருளாதாரக் கொள்கையைச் சாடிவிட்டு, விமானம், ரயில், பஸ் போன்ற அகில இந்திய போக்குவரத்து வாகனங்கள் அனைத்தும் தமிழகத்தினுள் வந்துவிட்டுத்தான் போகவேண்டும் எனக் கோருவதுதான் தீர்வு என முழங்கி முடிக்கிறார். அண்ணா என்று தன்னை மாணவர் தலைவர் மைக்கேல் அழைக்கலாம் எனச் சொல்கிற செல்வநாயகத்தின் கொள்கை அரசியல் இதுதான் என்கிறார் மணிரத்னம்.

யுவாவும் ஆயுத எழுத்தும் சித்தரிக்கும் இத்தகைய மேற்கு வங்க, தமிழகக் 'கொள்கை' அரசியலுக்கு எதிராக 'அரசியலில் தேசபக்தியும் தூய்மையும்' கோரும் மணிரத்னம் சுஜாதா கூட்டணியின் மாணவர் அரசியல் முன்வைக்கும் கொள்கைகள் என்ன? இரண்டு படங்களிலும் தேடித் தேடிப்பார்த்தாலும் அந்தக் கொள்கைகளை நீங்கள் கடைசி வரை கண்டுபிடிக்கவே முடியாது. மாணவர்கள் இந்த இரு படங்களிலும் என்ன செய்கிறார்கள்? நான்கு காரியங்கள் செய்கிறார்கள். ஆளுக்கொரு உயர் நடுத்தரவர்க்கத்துக் குறும்பு கொண்ட காதலியைக் கொண்டிருக்கிறார்கள், அவர்களுடன் செக்ஸ் ஜோக்குகளை பரிமாறிக்கொள்கிறார்கள். கிராமங்களுக்குப் போய் சேற்றில் இறங்கித் தாம்தூம் என ஆடி என்னமோ செய்கிறார்கள். பஞ்சாயத்து போர்டு தேர்தலில் உள்ளூர் பெண்மணியை நிறுத்தி வெற்றி பெறச்செய்கிறார்கள். கிளைமாக்சில் சட்டமன்றத் தேர்தலில் போட்டியிட்டு 3 மாணவர்கள் 1 மாணவி என 4 பேர் சட்டசபை உறுப்பினர்களாக ஆகிறார்கள். தமிழக மாணவர்கள் தமிழ்நாட்டுக்குள் நின்று விடுகிறார்கள். மேற்கு வங்க மாணவர்கள் தமது அரசியலை அஸ்ஸாமுக்கும் கொண்டு சென்று அகில இந்திய அரசியலாக ஆக்குகிறார்கள்.

மணிரத்னம் படத்தில் மாணவர்கள் அரசியலில் நுழைய நினைப்பதை மாநில அரசியல்வாதிகள் விரும்பவில்லை. நோபல் பரிசு பெற்ற அமெரிக்க விஞ்ஞானியே கூப்பிட்டும் இந்திய தேசபக்தியால் போக மறுக்கும் மாணவனை அரசியலுக்கு வரவேண்டாம் என விலை பேசுகிறார்கள். தாம் நினைத்தது நடக்கவில்லை எனும்போது

மணிரத்னம்: அழகியலும் கருத்தியலும்

அவனைக் கொல்ல சதி செய்கிறார்கள். எந்தக் கிரகத்தில் இப்படி நடக்கிறது? மணிரத்னம் பேசும் தில்லி மாணவர் அரசியலில் சக்தி வாய்ந்த இரு கட்சிகள் இந்திரா காங்கிரசும் பிஜேபியும். இவர்களது இரு மாணவர் அணிகள்தான் தில்லி பல்கலைக் கழக மாணவர் யூனியனை மாற்றி மாற்றி கட்டுப்படுத்தி வருகிறார்கள். இதில் அகில பாரத வித்யார்த்தி பரிசத் ஆர்எஸ்எஸ் தொடர்பு கொண்ட மாணவர் அமைப்பு. இவர்கள்தான் இட ஒதுக்கீடு எதிர்ப்புப் போராட்டங்களை நடத்தியவர்கள். மேற்கு வங்கத்தில் கலக அரசியலைத் துவங்கியவர்கள். உண்மையில் கிராமங்களுக்குப் போனவர்கள் நக்சலிச அரசியலில் ஈடுபட்ட மாணவர்கள். காதல், அரசியல், பாலுறவு என இவர்களது கலக வாழ்வை கௌதம் கோஷின் கால்பெலாவிலும் சுதிர்மிஸ்ராவின் ஹஸ்ருன் குவாய்சி ஆய்சியிலும் நாம் இரத்தமும் சதையுமாகப் பார்க்கலாம்.

தமிழகத்தில் இந்தி எதிர்ப்பு ஆர்ப்பாட்டத்தில் ஈடுபட்டவர்கள் திராவிடக் கருத்தியலால் ஈர்க்கப்பட்டவர்கள். இப்போது எழுந்த மாணவர் அரசியல் ஈழப்போராட்டத்தின் வேர்களைக் கொண்டது. மேற்கு வங்கம், அசாம், தமிழகம் என இங்கு நடந்த எந்த மாணவர் அரசியலும் தேசபக்தியினாலோ அல்லது தூய்மைவாத அரசியலினாலோ உந்தப்பட்டவை இல்லை. இன்னும் குண்டர் படை அரசியல் என்பது ஒரு கருத்தியல் கொண்ட தனித்துவமான அரசியலும் அல்ல. குண்டர் படைக்கு எதிராக அதே குண்டர் படை அரசியலைக் கைக்கொள்வது வெகுஜன சினிமா கதாநாயக சாகசத்துக்கு வேண்டுமானால் பொருத்தமாக இருக்கலாம், இலட்சிய அரசியலுக்கும் இத்தகைய ரவுடியிச மாணவர் அரசியலுக்கும் ஒட்டுமில்லை உறவுமில்லை.

குண்டர்படை அரசியலுக்கு மாற்றாக தூய அரசியலை முன்வைப்பதாக பாவலா காட்டும் மணிரத்னமும் சுஜாதாவும் அதே குத்துவெட்டு, இரும்புத்தடி, சோடா பாட்டில், அதனோடு முண்டுதட்டும் அரசியலைத்தான் மாணவர்களின் அரசியல் வழிமுறையாகக் காட்டியிருக்கிறார்கள். சோடா பாட்டில் வீச்சை ஒரு மாணவர் தலைவன் தனது சக மாணவர்களுக்குப் போதிப்பதை ஒரு காட்சியாகவும் ஆயுத எழுத்து கொண்டிருக்கிறது. யுவாவில் மாணவர் தலைவனக நடித்த அஜய் தேவ்கானுக்கு ஏற்பட்ட சொந்தவாழ்வுப் பிரச்சினையால் இக்காட்சி இந்திப்படத்தில் இடம்பெற முடியாது போனது என்கிறார் மணிரத்னம். இக்காட்சி மாணவர்களது இலட்சிய அரசியல் வழிமுறையைச் சொல்லும் ஒரு காட்சி. ஒரு படத்தில் இருக்கிறது; இன்னொரு படத்தில் துப்புரவாக

இல்லை. இவர்களது இலட்சிய வேட்கையும் திரைக்கதைத் தர்க்கம் குறித்த அக்கறையும் இப்படித்தான் இருக்கிறது.

மாணவர் அரசியல் என்பது எங்கும் தூய்மைவாத எண்ணங்களாலோ அல்லது தேசபக்தி எனும் பொத்தாம் பொதுவான புனித உணர்வினாலோ எழுவது இல்லை. அதன் பின் வர்க்க, சாதிய, இன, மொழி, மாநில உணர்வுகள் இருக்கின்றன. அம்பேத்கார் சட்டக் கல்லூரி மாணவர்களின் போராட்டம் இதற்கொரு சான்று. இந்திய, மேற்குவங்க, தமிழக நிலைமைகளில் மணிரத்னமும் சுஜாதாவும் பேசுகிற தேசபக்தக் குண்டர்படைத் தூய்மை அரசியல் என்பது வெற்றுக் கற்பனாவாதம். குறைந்தபட்ச அரசியல் யதார்த்தத்திலும் கால் பாவாத காங்கிரஸ் பிஜேபி வகை இந்திய வல்லரசுக் கனவு அரசியல் அது.

மத்தியத்துவப்படுத்தப்பட்ட அதிகாரத்துக்குப் பதிலாக அதிகாரப் பரவலைக் கோருகிற காலம் இது. இனப் பிரச்சினை உக்கிரமடைந்திருக்கிற காலம் இது. சாதியெதிர்ப்பு அரசியல் உக்கிரமடைந்திருக்கும் காலம் இது. அமரோஸ் பெரோஸ், டிராபிக் லைட் பட உத்திகளையும், குவின்டன் டராண்டினோவின் உத்திகளையும், உச்சநட்சத்திர அந்தஸ்து பெற்ற இந்தி, தமிழக நடிக நடிகையரையும் கொண்டு, தேர்ந்த தொழில்நுட்பக்காரர்களைக் கொண்டு, பகட்டு நிறைந்த பாவனையான அரசியல் படங்களை மணிரத்னம் தரலாம். மாணவர் அரசியல் குறித்த படங்களைத் தருவதற்கான மேதைமையோ தேடலோ தூரதரிசனமோ வரலாற்றுணர்வோ நேர்மையுணர்வோ மணிரத்னத்துக்கும் இல்லை; சுஜாதாவுக்கும் இருக்கவில்லை.

மணிரத்னம் செய்த கொடுமைகளில் மிகப் பெரிய கொடுமை மேற்கு வங்கத்தில் சென்று, கல்கத்தா நகரை மையமாக வைத்து, மாணவர் அரசியல் பற்றி வங்க மொழியில் படம் எடுக்காமல் இந்தி மொழியில் படமெடுத்தது. இதனை மணிரத்னத்தின் அறியாமை அல்லது திட்டமிட்ட வெகுஜனச் சந்தை நோக்கு என்றுதான் சொல்ல வேண்டும். ஏனெனில், இதே கல்கத்தா நகர மாணவர் அரசியலை மையமாகக் கொண்டு ரித்விக் கடக், சத்யஜித் ரே, மிருணாள் சென், புத்ததேவ் தாஸ் குப்தா, கௌதம் கோஷ், கோவிந்த நிஹ்லானி என இந்திய சினிமாவின் திரைமேதைகள் குறைந்தபட்சம் 25 திரைப்படங்களைக் கொடுத்திருக்கிறார்கள்.

வாழ்வை அல்லாது ஹவுரா பாலத்தையும் நேப்பியர் பாலத்தையம், தனது கனவில் உதித்த, சந்தைக்கு உகந்த வெகுஜன சினிமா சாகச

நாயகர்களை மையமாக வைத்து படத்தை யோசித்தால் யுவா மற்றும் ஆயுத எழுத்து மாதிரியான படங்களைத்தான் மணிரத்னத்தினால் உருவாக்க முடியும். யுவா, ஆயுத எழுத்து என்ற இரு படங்களும் மாணவர் அரசியல் குறித்த வெற்றுப் பாவனைகள் நிறைந்த, மணிரத்னம் பாணி காதல் படங்கள் என்பதற்கு மேலாக எந்த அரசியல் முக்கியத்துவமும் அற்ற படங்கள். இப்படங்களை மாணவர் அரசியல் குறித்த படங்கள் என மணிரத்னம் அடையாளப்படுத்துவதால்தான் மாணவர் அரசியல் குறித்து நாம் இவ்வளவு விரிவாகப் பேசவேண்டியிருக்கிறது.

இனத் தேசியப் பிரச்சினை

உயிரே (1998)

மணிரத்னம் கதைகளுக்கு சுஜாதா வசனம் எழுதிய, 'இனத்தேசியப் பயங்கரவாதம்' குறித்த மூன்று படங்களில் ஒன்று உயிரே. உயிரே கதையும் வசனமும் தமிழில் எழுதப்பட்டு ஆங்கிலம் வழி இந்திக்குப் பெயர்க்கப்பட்டது. பயங்கரவாதம் குறித்த பிற இரு படங்கள் ரோஜா மற்றும் கன்னத்தில் முத்தமிட்டால். இந்திய சுதந்திரத்தின் பொன்விழாக் கொண்டாட்டத்தினை ஒட்டி உயிரே படம் வெளியானது. இந்தியா பொன்விழாவைக் கொண்டாடிக் கொண்டிருக்கும் போது, வளர்ச்சித் திட்டங்களில் தாம் நிராகரிக்கப்பட்டதாகக் கோரி விடுதலைப் போராட்டம் நடத்திக் கொண்டிருக்கும் வடகிழக்கு மாநில மக்களின் பிரச்சினைகளைத் தாம் புரிந்து கொள்ள அல்லது இந்திய மக்களுக்குத் தெரிவிக்க மணிரத்னத்தினால் உருவாக்கப்பட்ட திரைப்படம் உயிரே.

அடிப்படையில் காதலின் ஏழு விதமான உணர்ச்சிகளைச் சித்தரிக்கும் கதையாக உயிரே படம் உருவகிக்கப்பட்டது. “என்னுயிரே என்னுயிரே” பாடலில் ஆரம்பச் சந்திப்பு முதல் மரணம் வரையிலுமான காதலின் ஏழு நிலைகளும் உச்சமாகப் படம் பிடிக்கப்பட்டது. இதற்கான தனது உந்துதல் அரபு இலக்கியம் என்றும் மணிரத்னம் குறிப்பிடுகிறார். “...நாங்கள் ஒரு கிளாசிக் காதல் கதை உருவில் ஒன்றை உருவாக்க முனைகிறோம் என்பது எங்களுக்குத் தெரியும், இதில் இருவரும் இணைவதற்கு வாய்ப்பேயில்லை. அவள் கடுமையான ஒன்றை நோக்கி விரைந்துகொண்டிருக்கிறாள். அவன் ஆல் இந்தியா ரேடியோ பணியாளன், ஒரு பிரதிநிதி, ஒரு பொதுமகனின் குரல். இந்த விஷயத்தில் மாறுபட்ட சாத்தியம் இல்லை. பாத்திரங்கள் இப்படித்தான் வடிவமைக்கப்பட்டிருக்கிறது. மகிழ்ச்சியான முடிவு வேண்டுமென்றால் இந்தப் பிரச்சினையை நீங்கள் தொட்டிருக்கக் கூடாது, நீங்கள் அலைபாயுதே மாதிரி படத்தைத் தேர்ந்து கொண்டிருக்க வேண்டும்” என உயிரே படத்தின் கதைத் தர்க்கம் பற்றிக் குறிப்பிடுகிறார் மணிரத்னம்.

அரசியல் நெருக்கடிகள் நிறைந்த இனப் பிரச்சினையை மட்டுமல்ல இந்து முஸ்லிம் பிரச்சினை பற்றியும் சொல்ல மணிரத்னம் எப்போதுமே தேர்ந்து கொள்ளும் அடிப்படையான பாத்திரம் ஒரு பொதுமகனின் பாத்திரம். ரோஜாவில் அவன் கணினி விற்பன்னன். பம்பாயில் அவன் பத்திரிக்கையாளன். உயிரேயில் அவன் வானொலிப் பணியாளன். கன்னத்தில் முத்தமிட்டாலில் அவன் அலுவலக ஊழியன் அதனோடு வெகுஜனப் பத்திரிக்கை எழுத்தாளன். பொதுமகன் என்பவனை அரசியல் பிரக்ஞை அற்றவனாகவும், சார்புநிலைகள் அற்றவனாகவுமே மணிரத்னம் படங்களில் சித்தரிக்கப்படுகிறான். மேலே நாம் சுட்டிய பாத்திரங்கள் அனைவருமே தகவல் தொழில்நுட்பத்தைத் தமது பணியாகத் தேர்ந்துகொண்டவர்கள். ஆச்சர்யகரமாக தகவல் தொழில்நுட்ப யுகத்தின் அதிபிரக்ஞைகொண்ட இவர்களுக்கு ‘பிரச்சினைகளில்’ சார்புநிலைகள் என்பது எப்போதுமே இல்லை. இவர்கள் ஒரு போதும் பிரச்சினைகளுக்குள் வாழ்வதும் இல்லை. வெளியிலிருந்து பிரச்சினைகளை அணுகும் இவர்கள், ராணுவம், காவல்துறை, தாம் பணிபுரியும் நிறுவனம் போன்றவற்றைப் புனிதப்படுத்துகிற வேலையை எப்போதும் செய்வார்கள். சட்டத்தை வளைத்து பொதுமகன் செய்யும் படுகொலைகளையும் தேசபக்தியின் பெயரில் இவர்கள் நியாயப்படுத்துவார்கள். கமல்ஹாசனின் உன்னைப் போல் ஒருவன் மொழிமாற்றுப்படம் இதற்கொரு எடுத்துக்காட்டு.

இவர்கள் அனைவருக்கும் அடிப்படையில் பிரச்சினைகள் ஏன் உருவாகின்றன எனும் கேள்விகளும், அரசு ஆயுத அமைப்புகளுக்கு எதிராக ஏன் ஒரு சமூகம் ஆயுதங்களை எடுக்க நேர்கிறது என்கிற கேள்விகளும் ஒரு போதும் எழுவது இல்லை. ரோஜாவில் காஷ்மீர் பிரச்சினைக்குக் காரணம் பாகிஸ்தான் தூண்டிவிடுகிறது என்கிறார் கணினி விற்பன்னர். உயிரேயில் வடகிழக்கு மாநிலப் பிரச்சினையை பாகிஸ்தானும் சீனாவும் நிதியளித்துத் தூண்டிவிடுகிறது என்கிறார் வானொலிப் பணியாளர். கன்னத்தில் முத்தமிட்டாலில் உலக ஆயுத வியாபாரிகளும் அந்நியர்களும் இவ்வாறான பிரச்சினைகளுக்குப் பின்னிருக்கிறார்கள் எனும் உரையாடலில் தமிழகத் தமிழ் எழுத்தாளரும் சிங்கள அறிவுஜீவியும் ஈடுபடுகிறார்கள். என்ன ஆச்சர்யம், இதே சூத்திரம்தான் மெட்ராஸ் கபே ஜான் ஆப்ரகாமிடமும் செயல்படுகிறது.

மணிரத்னம் தனது படங்களின் பாத்திரப் படைப்புகள் குறித்து பேசும்போது ‘மத்தியதர வர்க்கத் திமிர்’ குறித்து அடிக்கடி பேசுகிறார். அது தமிழ்த் திமிராக, இந்தியத் திமிராகவும் ரோஜாவில் வசனமாக இடம்பெறுகிறது. நிஜத்தில் மணிரத்னம் படங்களில் வரும் பாத்திரங்களின் ‘மத்தியதர வர்க்கத் திமிர்’ அவர்களது இந்தியத் திமிரான வல்லரசுக் கனவுக்குச் சவாலாக இருக்கிற இனப்பிரச்சினை குறித்த வெறுப்பாகவே வெளிப்படுகிறது. ரோஜா படத்தில் வில்லன்களோடு அரவிந்தசாமி நடந்து கொள்ளும் இந்தியத் திமிர் முறையை விஞ்ஞானியான வசனகர்த்தா சுஜாதா அந்த நிலையில் இருந்தால் அவர் அப்படித்தான் நடந்துகொண்டிருப்பார் என்கிறார் மணிரத்னம். கன்னத்தில் முத்தமிட்டாலிலும் சுஜாதா வாழவே செய்கிறார். மாதவனின் கொழும்பு தமிழ்ச் சங்கப்பேச்சிலும், ஈழப் பிரச்சினைக்கான காரணமாக ஆயுதவியாபாரிகளைச் சுட்டும் அரசியலிலும் சுஜாதா வாழவே செய்கிறார். ஒரு வகையில் சுஜாதா முதல் மணிரத்னம் ஈராக ஜான் ஆப்ரஹாம் வரை போராட்ட சமூகங்கள் தொடர்பாக இந்த உளவியல்தான் இந்திய மத்தியதர வர்க்கத்தினரிடம் செயல்படுகிறது என்கிற மாதிரியாக கருத்திணக்க உற்பத்தியை இவர்கள் திட்டமிட்டு உருவாக்குகிறார்கள்.

போராட்டங்களில் ஈடுபடும் சமூகங்கள் குறித்த காதல்கள் எப்போதுமே இரத்தம் தோய்ந்த காதலாக, துயரத்தை, தோல்வியை எழுப்பும் காதலாகத்தான் இருக்கவேண்டுமா? வேறு சாத்தியங்களே இத்தகைய காதல் கதைகளில் இல்லையா? சீக்கிய இனப் பிரச்சினை சம்பந்தமான கவிஞர் குல்ஸார் இயக்கிய மச்சீஸ் மற்றும் நிகுரகுவா உள்நாட்டுப் போர் குறித்த ஆங்கில இயக்குனரான கென்லோச்சின் கார்லாவின் பாடல் எனும் இரண்டு படங்களை இங்கு நான்

குறிப்பிட விரும்புகிறேன். இரண்டும் மணிரத்னம் பாஷையில் காதல் படங்கள்தான். இரண்டு படங்களும் எடுக்கப்பட்ட முறையை, ஆதாரமான பாத்திரத் தேர்வுகளை நாம் உயிரேயுடன் ஒப்பிட்டுப் பார்க்க வேண்டிய அவசியம் இருக்கிறது.

எந்தக் கதை அமைப்பும் அது அடிப்படையில் தேர்ந்து கொள்ளும் பிரதான கதைமாந்தரின் பாத்திர வளர்ச்சிக்கு உகந்த தர்க்கத்துடன்தான் வளர்ந்து செல்லும். மணிரத்னம் வடகிழக்கு மாநிலம் என்று உயிரே படத்தின் கதை நிகழிடத்தைச் சொல்கிறார். அதனை அசாம் என்று குறிப்பாகச் சொல்லக் கூட மணிரத்னத்திற்குத் தயக்கம். இப்படத்தில் கெரில்லா இயக்கத் தலைவராக நடித்தவர் அசாம் மாநிலத்தின் புகழ்பெற்ற திரைப்பட இயக்குனர் கௌதம் பருவா. அதில் வடகிழக்கு மாநிலத்தவர்களாகப் பாத்திரமேற்றவர்கள் பெரும்பாலுமானவர்கள் அசாமிய நாடகக் கலைஞர்கள். மணிரத்னத்தின் 'பிரதான' கதை மாந்தர் மூவர். டெல்லியைச் சேர்ந்த ஆல் இந்தியா ரேடியோ பணியாளன் கதாநாயகன். இனவிடுதலைக்குப் போராடுகிறவர்கள் பயங்கரவாதிகள் என்பது அவனது நிலைப்பாடு. பொதுமகனாகத் தோற்றமளிக்கும் அவன் இந்திய அரசின் கருத்துப் பிரதிநிதியாகவே இருக்கிறான்.

பிறிதொரு பாத்திரம் கதாநாயகியாக வரும் வட கிழக்கு

மாநிலத் தற்கொலைப் போராளிப் பெண். வடகிழக்கு மாநிலப் போராட்டங்கள் குறித்த படு அபத்தமான ஒரு பாத்திரக் கட்டமைப்பு இது. தற்கொலைப் போராளிகள் இந்த இயக்கங்களில் இல்லை என்பது ஒரு தரவு. வடகிழக்கு மாநிலங்களுக்கு உள்ளேதான் இந்த இயக்கங்கள் தமது நடவடிக்கைகளை மேற்கொள்கின்றனவேயொழிய, தமது மாநில எல்லைகள் தாண்டி புதுதில்லிக்கோ அல்லது நாட்டின் வேறு பிரதேசங்களுக்கோ இவர்கள் தமது நடவடிக்கைகளை எடுத்துச் சென்றதேயில்லை என்பது பிறிதொரு தரவு. நிஜத்தில் ராஜீவ்காந்தி படுகொலையையொட்டி பெண் தற்கொலைப் போராளிகள் குறித்த தாய்மை மற்றும் குடும்பம், காதல் எனும் இரு அறம் சார்ந்த, பெண்ணின் உடல் சார்ந்த இருபெரும் கட்டமைப்புகள் குறித்து சந்தோஷ் சிவனும் மணிரத்னமும் ஒரே மாதிரி சிந்திக்கிறார்கள்.

கெரில்லாப் போராளிப் பெண்களின் மனஅமைவுகள் கூடுபாய்கிற இரு இந்திய மத்தியதரவர்க்க மனோபாவிகள் ஒரே பிரச்சினையின் இரு பரிமாணங்களைப் படமாக்க நினைக்கிறார்கள். சந்தோஷ் சிவன் பெண் போராளியின் தாய்மைத் தவிப்பு பற்றி டெரரிஸ்ட் எடுக்கிறார். பெண் போராளியின் காதலும் உடலும் மோகமும் தாபமும் குறித்து மணிரத்னம் உயிரே எடுக்கிறார். போராட்டத்தின் இலக்கு கருதி போராளிகள் தவிர்க்கிற 'பெண் உடல்சார் புனிதக் கட்டமைப்புகளை' அறநோக்கில் முன்வைப்பதன் வழி, இந்த இரு பட இயக்குனர்களும் குறிப்பிட்ட பெண் போராளிகள் தேர்ந்து கொண்ட அரசியல் கடப்பாட்டை இல்லாது செய்துவிடுகிறார்கள்.

மூன்றாவது பாத்திரம் புதுதில்லி ஆல் இந்தியா ரேடியோ பணியாளனை மணக்கவிருக்கும் கேரளப் பெண். அகண்ட இந்திய நோக்கில் கதை அமைய வேண்டும் என்பதற்காகவே, இந்தியாவின் மையமான புதுதில்லி, ஓரமான வடகிழக்கு மாநிலம், இணக்கமான தெற்குக் கேரளம் போன்றவற்றை இணைப்பதான பாத்திரங்களைத் தேர்ந்து கொண்டதாக மணிரத்னம் தெளிவாகச் சொல்கிறார். மையமான புதுதில்லியையும் இணக்கமான தென்னக கேரளத்தையும் பிணைக்கும் பிறிதொரு முக்கியமான விஷயம், ஆல் இந்தியா ரேடியோ பணியாளனின் தந்தையும் கேரளப் பெண்ணின் தந்தையும் ஒரே சமயத்தில் இந்திய ராணுவத்தில் பணியாற்றிய அதிகாரிகள் என்பது. இந்த கதாபாத்திரங்களை வைத்துக் கொண்டு கதை பின்னத் துவங்கினால் வேறுவிதமாகக் கதை முடிவு அமையாது என்பது உண்மைதான். தற்கொலைப் போராளிப் பெண் அவள் எடுத்துக் கொண்ட நடவடிக்கையில் ஈடுபடாவிட்டாலும் அவள் செத்துத் தொலைந்துதான் ஆக வேண்டும்.

மணிரத்னம் இப்படத்தில் மேற்கொண்டிருப்பது போராளிப் பெண்களின் மனநிலை மீதான ஒரு உளவியல் வன்முறை. பாலியல் வல்லுறவையும் இந்திய ராணுவத்தின் வன்முறையையும் அனுபவம் கொண்ட ஒரு பெண்ணின் வலியை மடைமாற்றி அவளை மோகதாகத்துடனும் உடலுறவின் உக்கிரத்துடனும் அணுகும்படி, அவளது உடலை மேயும்படி பார்வையாளனை மணிரத்னம் மாற்றியிருக்கிறார். என்னுயிரே என்னுயிரே தொப்புள் நடனமும் உடலசைவும், லடாக் குளியல் காட்சியும், ராணுவ வேட்டையின் இடையில் இடம்பெறும் இரு பூக்கள் கிளை மேலே பாடலும் இந்த மனநிலைக்குச் சான்றுகளாகின்றன. இந்திய அரசியல் மற்றும் போராளிப் பெண்ணின் மனநிலை குறித்த யதார்த்தங்களுக்கு முற்றிலும் புறம்பான படமாக உயிரே இருந்தது.

முழுமையான ஒரு திரைப்படம் எனும் அளவில் தமிழகத்திலும் வடகிழக்கு மாநிலங்களிலும் கவனம் பெறாத இந்தத் திரைப்படம் உலக அளவில் வேறு வேறு காரணங்களுக்காக வசூலை அள்ளிக் குவித்த படமாக இருக்கிறது. இங்கிலாந்தில் அன்றைய நாட்களில் அதிக வசூலை அள்ளிக் குவித்த உலக அளவிலான பத்து படங்களில் ஒன்றாகவும், அவ்வாறான பட்டியலில் இடம்பெற்ற முதல் இந்தியப் படமாகவும் உயிரே இருந்தது. அதற்கான பிரதானமான காரணம் ஓடும் இரயிலில் படமாக்கப்பட்ட ச்சய்ய ச்சய்ய எனும் இந்திப் பாடல் நடனக் காட்சி. ஊட்டியில் ஓடும் இரயிலில் படமாக்கப்பட்ட, இரயிலின் ஓட்டத்துடன் மேலிருந்து படமாக்கப்பட்ட அந்தத் துள்ளல் நடனக் காட்சி இன்றும் ஒளிப்பதிவுத்துறையின் சாகசங்களில் ஒன்றாக மதிப்பிடப்படுகிறது.

இந்தப் பாடலை அன்று இங்கிலாந்தில் வாழ்ந்த, பன்டிட் குயின் மற்றும் எலிசபெத் படங்களை இயக்கிப் புகழ் பெற்றிருந்த இயக்குனர் சேகர் கபூர் இங்கிலாந்தின் புகழ்பெற்ற இசை இயக்குனரான ஆன்ட்ரு லாய்ட் வெபருக்குத் திரையிட்டுக் காட்டினார். ஆன்ட்ரு லாய்ட் வெபர் மேடை நடன இசை நிகழ்ச்சிகளின் தயாரிப்பாளர். உலகப் புகழ்பெற்ற பாப் பாடகி மடோனா நடித்த எவிட்டா படத்திற்கு இசையமைத்த வெபர், இந்தப் பாடலையும் உள்ளிட்டு ஏ.ஆர.ரஹ்மானுடன் இணைந்து பாம்பே ட்ரீம்ஸ் எனும் மேடை இசை நடன நாடகத்தை உருவாக்கினார். அமெரிக்காவிலும் ஐரோப்பாவிலும் மாபெரும் வெற்றி பெற்ற இசைநிகழ்ச்சியாக அது இருந்தது. பிற்பாடு ச்சய்ய ச்சய்ய இசை, மால்கம் எக்ஸ் எனும் கறுப்பினப் போராளியின் வரலாறு உள்ளிட்ட திரைப்படங்களை உருவாக்கிய கறுப்பின இயக்குனர் ஸ்பைக் லீயின் இன்ஸைட்

மேன் படத்திலும் இடம்பெற்றது. ச்சய்ய ச்சய்ய பாடல் பெற்ற கவனிப்பும் வெற்றியும் தொழில்நுட்ப உடன்விளைவு, அது ஏ.ஆர். ரஹ்மானை ஆஸ்கார் விருது வரை எடுத்துச் சென்றது. இதனை உலகமயமாதல் சூழலில் பாலிவுட் சினிமாவுக்கும் இசைக்கும் உருவாகி வந்த உலக அளவிலான சந்தை எனும் அளவில்தான் மதிப்பிட வேண்டுமெயொழிய உயிரே படம் குறித்த முழுமையான மதிப்பீட்டுக்கு இது ஒரு போதும் உதவப் போவதில்லை.

இன்னும் இப்பாடல் உயிரே படத்தின் பிரிக்க முடியாத பகுதியும் அல்ல என்பதை மணிரத்னமும் ஒப்புக் கொள்ளவே செய்கிறார். இம்மாதிரி ஓடும் ரயிலில் ஒரு பாடல் எடுக்க வேண்டும் என்பது தனது நீண்டநாள் திட்டம் எனவும், இருவர் படத்தில் மோகன்லால் தொடர்புபட்டு ஒரு காட்சி எடுத்ததாகவும், முழுமையான பாடலாக அது உயிரேயில்தான் 'பொருந்தியது' எனவும் அவரே குறிப்பிடுகிறார். பாடலும் கதையமைப்பும் அவை இடம்பெற்ற தருணங்களும் பொருந்தி வந்த மணிரத்னத்தின் படம் என என்னால் அவரது இருவர் படத்தைக் குறிப்பிட முடியும். (மணிரத்னம் படங்களில் கதைக்கும் பாடலுக்குமான இயைபும் தர்க்கமும் குறித்துத் தனியாக ஒரு அத்தியாயம் எழுத இருப்பதால் இங்கு அது குறித்து விரிவாகப் பேசுவதைத் தவிர்க்கிறேன்).

இப்போது 'பிரதான' கதை மாந்தர் தேர்வு தொடர்பான பிரச்சினைகளைப் பேசுவோம். கென் லோச்சின் 'கார்லாவின் பாடல்' படத்தின் கதாநாயகன் கிளாஸ்கோ நகரத்தின் பேருந்து ஓட்டுனர். கதாநாயகி இங்கிலாந்துக்கு அகதியாக வந்த ஒரு முன்னாள் நிகரகுவா நாட்டு கெரில்லாப் போராளி. ஒருவர் தொழிலாளி, பிறிதொருவர் போராளி. ஒருவர் வேலை நிரந்தரமற்றவர், பிறிதொருவர் அகதி. பயணக் கட்டணம் செலுத்தாமல் பயணம் செய்கிற அகதிப் பெண்ணை மனிதாபிமான அடிப்படையில் டிக்கட் பரிசோதகரிடம் இருந்து காப்பாற்றுகிறார் பேருந்து ஓட்டுனர். அவள் அழகான இளம் பெண். ஓட்டுனரும் இளைஞர். பிறிதொரு சந்தர்ப்பத்தில் அப்பெண்ணைத் தொடரும் ஓட்டுனர் அப்பெண் தற்கொலை செய்துகொள்ளும் நோக்கில் தனது கையை சவர பிளேடினால் வெட்டிக்கொண்டு குளியலறைத் தொட்டியில் மயங்கிக் கிடப்பதைப் பார்த்து அவளை மருத்துவமனையில் சேர்க்கிறார். அவர்களுக்கிடையில் இயல்பாக எழும் பரிவும் அன்பும் உடலுறவில் முடிகிறது.

அவளுக்கு ஒரு கடந்த காலமும் காதலனும் உண்டு. இரண்டும் நிகரகுவா போராட்ட வரலாற்றுடன் தொடர்புபட்டிருக்கின்றன.

அமெரிக்க ஆதரவுடன் கான்ட்ரா எனும் எதிர்ப்புரட்சி இயக்கம் நிகரகுவா புரட்சியாளர்களை அழித்துக் கொண்டிருக்கிறது. அவளது காதலன் உயிருடன் இருக்கிறானா இல்லையா என்பது அவளுக்குத் தெரியாது. அவளது காதலனைத் தேடி இருவரும் கிளாஸ்க்கோ நகரத்திலிருந்து நிகரகுவா போய்ச் சேர்கிறார்கள். நிகரகுவா சான்டினிஸ்ட்டா போராளிகளின் அன்றாட வாழ்வுக்குள் கிளாஸ்க்கோ நகர பேருந்து ஓட்டுனர் நுழைகிறார். அவர்களது போராட்ட நியாயங்களையும் அவர்களது பாடுகளையும் அன்றாட வாழ்வில் அவர்கள் அமெரிக்க ஆதரவுக் கூலிப் படையினரால் எதிர்கொள்ளும் நெருக்கடிகளையும் அறிகிறார். பெண்ணின் மீதான அவனது பரிவும் அன்பும் இப்போது அவள் சார்ந்த மக்களின் மீதான பரிவாகவும் புரிதலாகவும் ஆகிறது.

அவளது காணாமல்போன காதலனைத் தேடுகிறார்கள். கான்ட்ரா கூலிப் படையினரின் தாக்குதலில் காயம்பட்ட அவன் ஒரு பாடகன், இசைக் கலைஞன். இப்போது கார்லாவை அடையாளம் காணமுடியாது மனநலம் குன்றியவனாக ஒரு போராளிகள் முகாமில் அவன் இருக்கிறான். கார்லா அவனது கைகளை தனக்குள் எடுத்துக் கொள்கிறாள். கதாநாயகனான பேருந்து ஓட்டுனன் அவளுக்கு அவளது நேசத்துக்குரியனவனைத் தேடிக் கண்டுபிடித்துச் சேர்த்த நிம்மதியுடன், அவளை நிரந்தரமாகப் பிரியும் தவிப்புடன், தனது

சொந்த கிளாஸ்க்கோ நகரத்திற்குத் திரும்புகிறான்.

உயிரே படத்திலும் சரி, கார்லாவின் பாடல் படத்திலும் சரி கதாநாயகர்கள் நேரடியாகப் போராட்டத்தினுள் வாழாதவர்கள்தான். அவர்களின் வழியில்தான் பார்வையாளர்கள் பிரச்சினைக்குள், அந்த அனுபவத்திற்குள் எடுத்துச் செல்லப்படுகிறார்கள். எனினும் இவர்கள் இருவருக்கும் மிகப்பெரும் வித்தியாசம் இருக்கிறது. ஒரு ராணுவ அதிகாரியின் மகன், ஆல் இந்தியா ரேடியோவின் பணியாளன் எனும் அளவில் உயிரே நாயகனின் அரசு சார்பும் ராணுவச் சார்புநிலையும் முன்தீர்மானிக்கப்பட்டுவிடுகிறது. இறுதி வரையிலும் அவன் தனது காதலியைப் புரிந்து கொள்ள பரிவுடனும் கனிவுடனும் பயணம் செய்வதேயில்லை. அவனது உலகமும் அனுபவமுமே படத்தை நிறைத்துக் கொண்டிருக்கிறது. கார்லாவின் பாடலின் ஒரு வேலை நிரந்தரமற்ற சாதாரண பேருந்து ஓட்டுனரின் இயல்பான பார்வை அவனை நிறுவன சார்பற்றவனாக, நிராகரிக்கப்பட்ட மனிதரின் சார்பாகவே வைத்திருக்கும். அவன் பரிவு கொள்ளும் பெண்ணை அவன் உடைமை கொள்ள நினைப்பதில்லை. அவளது துயரத்தில் பங்கேற்கிறான். அவளுக்காக ஒரு பயணத்தை மேற்கொள்ளும் அவன் அவளது பாடுகளின் வழி அந்த மக்கள் கூட்டத்தையும் புரிந்து கொள்கிறான். திரைப்படப் பார்வையாளன் இப்போது அவனது உடன் பயணியாக ஆகிவிடுகிறான். இதே உடன்பயணிச் சித்தாந்தம்தான் மணிரத்னம் கதை சொல்லும் முறையும். ஆனால், மணிரத்னம் திரைப்படப் பார்வையாளனை அழைத்துச் செல்லும் திசைதான் நேர் எதிராக இருக்கிறது.

இந்தியத் திரை அனுபவத்தில் அரச படைகளுக்கும் சீக்கிய போராளிகள் அமைப்புக்கும் அதனுள் ஈர்க்கப்படும் இந்திய அரசினால் பாதிக்கப்பட்ட இளம் பெண்கள், ஆண்களுக்கும் இருக்கும் நெருக்கடிகளும் அனுபவங்களும் தொடர்பான குல்ஸாரின் மச்சீஸ் படம் பற்றி பேசுவோம். பஞ்சாபின் கிராமமொன்றில் வாழ்ந்து வரும் விவசாயக் குடும்பம். தாய், கல்யாண வயதில் இருக்கும் மகள், கல்லூரி மாணவன் என மூவரைக் கொண்ட தகப்பன் இல்லாத குடும்பம் அது. மாணவனின் நண்பனும் உறவினனுமான இளைஞன் அவனது சகோதரியை மணக்கவிருக்கிறான். இளைஞன் நண்பனைப் பார்க்கவும் தனது வருங்கால மனைவியைப் பார்க்கவும் வந்திருக்கிறான். அப்போது வெளிவாசல் கதவு தட்டப்படுகிறது. வந்திருப்பவர்கள் சீக்கிய பயங்கரவாதிகளைப் பிடிக்க நியமிக்கப்பட்ட சிறப்புக் காவல் படை அதிகாரிகள். தில்லியில் காங்கிரஸ் எம்பி ஒருவரைச் சுட்டுக் கொன்றுவிட்டு இந்தக் கிராமத்திற்குத் தப்பி

வந்திருக்கும் “ஜிம்மி” எனும் பயங்கரவாதியைத் தேடி அவர்கள் வந்திருக்கிறார்கள். ஜிம்மி அந்த வீட்டில் ஒளிந்திருப்பதாக யாரோ தகவல் சொல்லியிருக்கிறார்கள். “ஜிம்மி இங்கு இருக்கிறானா? இருந்தால் அவனை ஒப்புவித்து விடுங்கள்’ என்கிறார் மேலதிகாரி. “ஆம், இருக்கிறான்” எனும் மாணவன் காவல் படையை வயல்வெளிக்கு அழைத்துச் சென்று “ஜிம்மி, ஜிம்மி” என்கிறான். அவனது செல்ல நாய் வாலை ஆட்டிக் கொண்டு வருகிறது.

மாணவன் விசாரணைக்கு அழைத்துச் செல்லப்படுகிறான். சித்திரவதைக்குப் பின் உடலெங்கும் இரத்தக் காயங்களுடனும், ரணங்களுடனும் வீடு திரும்புகிறான். அவனது நிலை நண்பனிடம் பழிவாங்கும் உணர்வையும் பயத்தையும் விளைவிக்கிறது. தீவிரவாதக் குழுவில் இருக்கும் தனது உறவினனைத் தேடி, தனது காதலியையும் விட்டு நகரம் செல்கிறான் நண்பன். சித்திரவதை செய்த துணையதிகாரி ஒருவனைத் தேடிக் கண்டுபிடித்துக் கொல்லவும் செய்கிறான். அவன் திரும்ப முடியாத பாதையைத் தேர்ந்து கொண்டுவிட்டதை தனது நண்பனின் வீட்டுக்கு வந்து அவனிடமும் அவனது சகோதரியிடமும் தெரிவித்துவிட்டு நிரந்தரமாக தீவிரவாத இயக்கத்தில் இணைந்து அவன் இமாசலப் பிரதேசம் போகிறான். தனது நண்பனைச் சித்திரவதை செய்த மேலதிகாரியை அவன் தேடிச் செல்கிறான்.

அவனைத் தேடி கிராமத்திற்கு வரும் காவல்துறை அவனது நண்பனான கல்லூரி மாணவனை மீளவும் கைது செய்கிறது. சிறையில் சித்திரவதை தாளாமல் அவன் சிறையிலுள்ள கிணற்றில் விழுந்து தற்கொலை செய்து கொள்கிறான். அவனது மரணத்தைத் தொடர்ந்து தாயும் மரணமடைகிறாள். தனித்திருக்கும் இளம் பெண்ணை காவல் துறை அதிகாரிகள் அடிக்கடி விசாரணை எனும் பெயரில் அவளது வீடு வந்து துன்புறுத்துகிறார்கள். இப்போது முழுமையான போராளியாகிவிட்ட தனது அன்புக் காதலனைத் தேடிச்செல்லும் அவளும் போராளிகள் இயக்கத்தில் சேர்கிறாள். இமாசலப் பிரதேசத்திற்கு வருகை தரும், 1984 ஆம் ஆண்டு தில்லி சீக்கியப் படுகொலைகளை நிகழ்த்திய ஒரு காங்கிரஸ் பாராளுமன்ற உறுப்பினரை ராக்கட் லாஞ்சர் செலுத்திக் கொல்லும் பணி அவளுக்கு வழங்கப்படுகிறது. காதலர்கள் இந்த கடமையின்போது இமாசலப் பிரதேச முகாமில் சந்திக்கிறார்கள். இருவரும் கழுத்தில் சயனைடு வில்லையையும் அணிந்திருக்கிறார்கள். தமது தாக்குதல் நடவடிக்கைக்கு முன்பாக அவர்கள் திருமணம் செய்து கொள்ளவும் முடிவு செய்கிறார்கள்.

திருமணச் சடங்குக்குக்கான ஏற்பாடுகளை மேற்கொள்ள ஆலயத்தைத் தேடி வரும் போராளி தனது நண்பனைச் சித்திரவதை செய்த மேலதிகார்ரியை அங்கு பார்க்கிறான். அப்போது இயக்கத்தைப் பொறுத்து இந்த மேலதிகாரியைக் கொல்வது என்பது அவர்களது திட்டமில்லை. அவர்களது திட்டமெல்லாம் சீக்கியப் படுகொலைக்குக் காரணமான பாராளுமன்ற உறுப்பினரை ராக்கெட் லாஞ்சர் செலுத்தி கொல்வதுதான். வாய்ப்புக் கேடாக, தனது நண்பனைப் பறிகொடுத்த போராளி தனது பழிவாங்கும் நோக்கில் உந்தப்பட்டு, மேலதிகாரியைக் கொல்லும் முயற்சியில் காவல்துறையிடம் பிடிபடுகிறான். சித்திரவதையின் மூலம் போராளிகளின் இருப்பிடம் கண்டுபிடிக்கப்பட்டு காவல்துறை அவர்களது இருப்பிடத்தைச் சூழும் நிலையில், போராளிகள் இதை அறிந்து ஏற்கனவே அங்கிருந்து தப்பிச்செல்கிறார்கள்.

பிடிபட்ட போராளியின் காதலியும் இதனால் இயக்கத் தலைமையினால் சந்தேகத்திற்கு ஆளாகிறாள். அவளைக் கொன்று விடுமாறு சக போராளிக்குக் கட்டளையிடும் தலைமை தாங்குபவர், படத்தின் மிகச் சிக்கலான இந்தப் பாத்திரத்தை ஓம்பூரி ஏற்றிருக்கிறார், பாராளுமன்ற உறுப்பினரைக் கொல்லும் பொறுப்பைத் தானேற்று ராக்கட் லாஞ்சர் செலுத்தி அவரைக் கொல்லவும் செய்கிறார். காவல்துறை அவரைத் துரத்துகிறது. தப்பி ஓடிக்கொண்டிருக்கிறார். சமவேளையில் சக போராளியைக் கொன்றுவிட்டு பெண்போராளி தப்பி ஓடுகிறாள். இடையில் தனது தலைவரைக் காணும் அவள், தன்னையே அவர் துரத்துவதாகக் கருதி அவரைச் சுட்டுக் கொல்கிறாள். போராளிக் குழுவுக்குத் தலைமையேற்றவரும், போராளிக் குழுவில் உள்ள அனைவரும், இப்போது உயிருடனிருக்கும் காதலர் தவிர, வேறு வேறு தாக்குதல்களில் கொல்லப்படுகிறார்கள்.

மேலதிகாரியைக் கொல்ல முயன்று சிறையில் அடைக்கப்பட்ட போராளி இளைஞன் கடுமையான சித்தரவதைக்கு உள்ளாகி, வீழ்ந்து கிடக்கும் அரைப்பிணமாக ஆகிறான். அவனை மணக்க இருப்பவள் என்பதால் அவனைப் பார்க்க வரும் அவனது காதலிக்கு அனுமதி தரப்படுகிறது. அவள் போராளி என்பதனை அறியாத நிலையில் மேலதிகாரி அவளைக் கண்காணிக்குமாறு காவல்துறைக்குக் கட்டளையிடுகிறார். அடையாளம் காணமுடியாதபடி சித்திரவதைக்கும் ரணத்துக்கும் உள்ளாகியிருக்கும் தனது காதலனின் முகத்தை ஏந்தும் பெண் போராளி அவனை முத்தமிடுகிறாள். சயனைடு வில்லை இப்போது அவன் வாயினுள் கடத்தப்பட்டு விடுகிறது. சிறை அறையின் காங்கிரீட் படுக்கையில் மெல்லச் சாயும்

அவன் சயனைடு வில்லையைக் கடிக்கிறான். பெண் போராளியும் காதலியுமான அவள் அசைந்து செல்லும் லாரியின் பின்புறத்தில் சயனைட் வில்லையைக் கடித்ததால் பெருகும் இரத்தம் கடைவாயில் ஒழுகியபடி சரிந்திருக்கிறாள். "அவர்கள் தமது சொந்தக் குறுக்குத் தெருக்களைப் பின் விட்டுச்செல்கிறார்கள்" எனும் பாடல் ஒலிக்கத் திரை இருள்கிறது.

மச்சீஸ் திரைப்படத்தில் வரும் சீக்கியப் போராளி இயக்கத்தின் தலைவர் பாத்திரச் சித்தரிப்பையும், போராளிகளாக மாறும் இளம்பெண், வாலிபர்கள் குறித்தச் சித்தரிப்பையும், அதில் பேசப்படும் அரசியலையும் குல்ஸார் எவ்வாறு முன்வைக்கிறார் என்பதனை நாம் மணிரத்னத்தின் கறுப்பு வெள்ளை பாணி அசாம் குறித்த உயிரே படத்துடன், குறிப்பிட்ட அளவில் அவரது காஷ்மீர் குறித்த ரோஜா படத்துடனும் முன்வைத்து நாம் பேசமுடியும். மச்சீசில் போராளிக் குழுவிற்கு தலைமையேற்கும் ஓம்பூரி தனது சொந்த உறவுகளை 1947ஆம் ஆண்டு பிரிவினைப் பேரழிவில், இந்து முஸ்லீம் கலவரத்தில் பறிகொடுத்தவர். மிஞ்சியவர்களை 1984 புதுதில்லி சீக்கியப் படுகொலையின் போது பறிகொடுத்தவர். பொற்கோயில் தாக்குதலைக் கண்ணுற்றவர் அவர். மதச்சார்பின்மை அவரது உலக நோக்கு. எந்த அடையத்தக்க அரசியல் இலக்கையும் அவர் முன்னிறுத்துவதில்லை. அடக்குமுறைக்கு எதிராகப் போராடுவது மட்டுமே தமது இருத்தலுக்கும் சுதந்திரத்திற்கும் அர்த்தமுள்ளது எனச் சொல்பவர் அவர். போராளிகள் மீது அன்பு கொண்ட அவர்தான், தமது ரகசியங்கள் குலையும் எனும் நிலை வரும்போது அவர்களையும் கொல்லத் தயங்காதவர். அவர் அவரது குழுவின் பெண் போராளியால்தான் கொல்லப்படுகிறார். அந்தக் குழுவுக்கு பயிற்சி வழங்குபவர்களாக பாகிஸ்தான் சார்ந்தவர்களை அவர் ஏற்கவே செய்கிறார். பயிற்சிக்குப் போன சீக்கிய இளைஞர்கள் அங்கு முஸ்லீம் இளம் பெண்களிடம் காதல் வசப்படவும் செய்கிறார்கள். ஓம்பூரி பாத்திரப் படைப்பும் சரி, போராளிகளாகும் இளம் ஆண் பெண்களும் சரி தாம் இந்தப் பாதையைத் தேர்ந்து கொண்டதற்காக எவரும் வருத்தப்படவும் இல்லை, திருந்தவும் இல்லை.

சுய அழிவும், துரோகமும், சந்தேகமும் கொண்ட இந்தப் பாதையில் பயணம் மேற்கொண்ட அனைத்துப் பாத்திரங்களின் மீதும் குல்ஸார் என்கிற கலைஞனால் பரிவை உண்டாக்க முடிந்திருக்கிறது. காலிஸ்தான் போராட்டத்தின் அரசியலின் முரண்பட்ட பரிமாணங்களை அலசும் குல்ஸார், இந்திய அரசின் காவல்துறை, இராணுவம் எனும் அமைப்பு, என்கவுண்டர்

கொலைகள், சூறையாடப்படும் அப்பாவி மனிதர்களின் வாழ்வு என்பவற்றை முன்வைத்து அதிகாரத்தில் உள்ளவர்கள் மீதான கடும் விமர்சனத்தை தனது படத்தில் முன்வைக்கிறார். அவர் படைத்த பாத்திரமான காவல்துறை மேலதிகாரி கவிதை எழுதுகிறவர். தாம் செய்யும் அத்துமீறல் பாவங்களை தலாய் லாமாவிடம் பயணம் செய்து போக்கிக் கொள்ள நினைப்பவர். என்றாலும் அதிகார வர்க்கத்தின் பிரதிநிதியாக அவன் ஒரு கொடுங்கோலன். இப்படியான அதிகாரவர்க்கம் குறித்த நுட்பமான சித்தரிப்பு என்பதனை மணிரத்னத்தின் உயிரே படத்தில் நாம் பார்க்க முடியாது. அவரது பரிவு முழுக்க இந்திய ராணுவ அதிகாரிகளின் பிள்ளைகள் மற்றும் அவர்களது குடும்பத்தின் மீதுதான்.

போராளிப் பெண் என்பவள் மணிரத்னத்தைப் பொறுத்து தாபத்தை எழுப்பும் அல்லது அரசியலில் மறைத்துக்கொண்ட ஒரு பெண் உடல். மச்சீஸ் படத்தின் தற்கொலைப் பெண் போராளியாக வரும் நடிகை தபு, பார்வையாளனுக்குள் அதிகார வரக்கத்தின் மீதான வெஞ்சினமாக, பார்வையாளனின் கடைவிழிக் கண்ணீராகி நிறைகிறாள். உயிரே படத்தின் தற்கொலையாளிப் பெண் நொடியில்; வெடித்துச் சிதற, மனீஷா கொய்ராலா எனும் நடிகை "என்னுயிரே என்னுயிரே" என விரகத்துடன் இப்போதும் பார்வையாளனின் நினைவில் இடுப்பை அசைத்துக் கொண்டிருக்கிறார். ஒடுக்கப்பட்ட மக்கள் கூட்டமொன்றின் விடுதலை வேட்கையை எவரும் இதனை விடவும் ஆபாசமாக்கிவிட முடியாது.

கன்னத்தில் முத்தமிட்டால் (2002)

பாலஸ்தீனப் பிரச்சினையை அடுத்து உலக அளவில் திரைக் கலைஞர்களைப் பாதித்த பிரச்சினை, தொகையாக முழுநீளப் படங்களும், ஆவணப்படங்களும், குறும்படங்களும் உருவாகக் காரணமாக இருந்த பிரச்சினை ஈழ விடுதலைப் போராட்டம் எனும் பிரச்சினைதான். தமிழர்களைப் பொறுத்து எரிமலையின் கொந்தளிப்புடன் தோன்றிய அப்பிரச்சினை முள்ளிவாய்க்காலில் பேரழிவுடன் முடிந்த காவிய சோகம் கொண்ட தொரு நிகழ்வு. உலகநாடுகளின் ஆவணப்பட இயக்குனர்களைப் பொறுத்து நாசிகளால் யூத மக்களின் மீது கட்டவிழ்த்துவிடப்பட்ட இனக்கொலையை அடுத்து உலக அளவில் நடந்த மிகப்பெரும் இனக்கொலை நிகழ்வு இது. யூத மக்களின் பேரழிவுக்கு நூரன்பர்க் விசாரணையும் இனக்கொலையாளிகள் தண்டிக்கப்பட்டதும் அம்மக்களின் கூட்டு நினைவுக்கு ஆறுதலாக அமைந்தது. இரண்டு

இலட்சம் வரையிலான உயிர்களைப் பறிகொடுத்த துயர் ஈழத் தமிழ் நெஞ்சங்கள் அனைத்திலும் ஆற்றமுடியாத துயராக இன்றும் இருந்து கொண்டிருக்கிறது.

ஈழவிடுதலைப் போராட்டம் திரையில் மிகுந்த அளவில் பதிவு செய்யப்பட்டதற்கான திரைத்துறை சார்ந்த பிரதான காரணம், ஈழத் தமிழரோடு பிரிக்க முடியாத உறவுகொண்டிருக்கும் இந்திய மற்றும் தமிழ் சமூகம் உலகளவில் அதிக அளவில் திரைப்படங்களை உருவாக்கும் சமூகமாக இருக்கிறது என்பதுதான். இன்னொரு காரணம் ஈழநிலைமை சார்ந்த, திரைக் கலையின் வலிமை குறித்து விடுதலைப் புலிகள் கொண்டிருந்த தூர தரிசனம். போராட்டம் நிகழ்ந்து கொண்டிருந்த காலங்களிலேயே இருநூற்று ஐம்பது குறும்படங்கள் ஆவணப்படங்கள் வரையிலும் தமது நிதர்சனம் தொலைக் காட்சியின் வழி அவர்கள் உருவாக்கினார்கள். 25க்கும் குறையாத முழுநீளப்படங்களை அவர்கள் உருவாக்கினார்கள். தமிழகத் திரை இயக்குனர்கள் மகேந்திரன், பாரதிராஜா, ஜான் மகேந்திரன், புகழேந்தி தங்கராஜ், டிராட்ஸ்க்கி மருது, ஓவியர் புகழேந்தி போன்றவர்களை அழைத்து திரைப்பட மற்றும் ஓவியப் பட்டறைகளை நடத்திய அவர்கள், இவர்களது கூட்டுழைப்புடன் சில ஈழத் திரைப்படங்களையும் உருவாக்கினார்கள்.

தமிழ் மொழிக்கு அப்பால் தென்னிந்திய மொழிகளில் கன்னடத்தில் சயனைட், மலையாளத்தில் மிசன் நைன்டி டேஸ், ராம் ராவணன் என படங்கள் உருவாகின. தெலுங்கு மொழியின் குறிப்பிடத்தக்க இயக்குனரான கிருஷ்ணவம்சி ஹைதராபாத் திரைப்பட விழாவில், ஈழத்தில் உருவாக்கப்பட்ட ஜான் மகேந்திரனின் ஆணிவேர் திரைப்படம் திரையிடப்படக் காரணமாக இருந்தார். சமகால சிங்களத் திரைப்படக் கலைஞர்களான பிரசன்ன விதானகே, அசோக ஹந்தகமா போன்றவர்கள் விடுதலைப் போராட்டத்தின் ஆரம்பக் காலகட்டங்களிலும், முள்ளிவாய்க்கால் பேரழிவின் பின்பும் ஈழத்தமிழரின் பாடுகள் குறித்து படங்களை உருவாக்கினார்கள். உலக அளவில் கனடா, நோர்வே, இங்கிலாந்து போன்ற நாடுகளின் ஆவணப்படக் கலைஞர்கள் ஈழம் குறித்து குறிப்பிடத்தக்க படங்களை உருவாக்கினார்கள். இங்கிலாந்து சேனல் நான்கு தொலைக்காட்சிக்காக ஹாலும் மக்ரே உருவாக்கிய இலங்கைக் கொலைக் களங்கள் எனும் மூன்று முழுநீள ஆவணப்படங்கள் உலகின் மனசாட்சியை உலுக்கிய படங்களாக இருக்கின்றன. இதனது தொடர்ச்சியாக தமிழகத்திலும் மூவர் மரண தண்டனைப் பிரச்சினை, பெண்போராளி செங்கொடியின் தற்கொலை, பாலச்சந்திரனின் புகைப்படத்தை

அடுத்து எழுந்த தமிழக மாணவர் பேரெழுச்சி போன்ற நிகழ்வுகளும் ஆவணப்படங்களாக உருவாகி இருக்கின்றன.

புகலிட ஈழ சினிமா என்பது ஈழப் போராட்டம் தோற்றுவித்திருக்கும் புதிய பரிமாணம். மேற்கு நாடுகளுக்கும் தமிழகத்திற்கும் அகதிகளாகப் பெயர்ந்த தலைமுறையினரால் உருவாக்கப்பட்ட திரைப்படங்களே இந்த பரிமாணம். இருநூறு குறும்படங்கள், 25 முழுநீளப்படங்கள் வரையிலும் இவர்கள் உருவாக்கி இருக்கிறார்கள். அகதி வாழ்வின் துயரம், வன்முறை வாழ்வின் உக்கிரம், இழந்த தமது இயற்கை குறித்த விசாரம் என இவர்கள் ஈழ மக்களின் பல்வேறு பரிமாணங்களை இப்படங்களில் பதிவு செய்திருக்கிறார்கள். முகம், வாக்குமூலம், போராளிக்கு இட்டபெயர், ஒரு மோதிரமும் ஒரு துப்பாக்கியும் எனக் குறிப்பிடத்தக்க படங்களை எடுத்த சதா பிரணவன், லெனின் சிவம் என குறிப்பிடத்தக்க இயக்குனர்களை இந்த புகலிட சினிமா உருவாக்கியிருக்கிறது.

இந்தப் பின்னணியோடுதான் நாம் கன்னத்தில் முத்தமிட்டால் திரைப்படத்தை மதிப்பிட வேண்டியிருக்கிறது. கன்னத்தில் முத்தமிட்டால் திரைப்படம் 2002ஆம் ஆண்டு வெளியானது. இதற்கு முன்பாகவே தமிழ் சிங்களப் பாத்திரங்களைக் கொண்டு இயக்குனர் பாலச்சந்தரின் புன்னகை மன்னன் 1986ஆம் ஆண்டு வெளியானது. காஷ்மீர் இனப்பிரச்சினை பற்றிய மணிரத்னத்தின் ரோஜா படத்தின் தயாரிப்பாளர் பாலச்சந்தர் என்பதனை ஒரு குறிப்பாக இங்கு பதிவு செய்து கொள்வோம். அதே பாலச்சந்தர் இந்து முஸ்லீம் பிரச்சினை குறித்து மத ஒற்றுமையை வலியுறுத்தி ஜாதிமல்லி என படமும் எடுத்தார். 1991 ராஜீவ்காந்தி படுகொலையை அடுத்து 1992இல் படப்பிடிப்பு முடிக்கப்பட்டு தணிக்கைக் குழுவுக்கு அனுப்பப்பட்ட ஆர்.கே.செல்வமணியின் குற்றப் பத்திரிக்கை, பற்பல வெட்டுக்களின் பின் 15 ஆண்டுகள் கழித்து 2007ஆம் ஆண்டு வெளியானது. 1998ஆம் ஆண்டு ராஜீவ் காந்தி படுகொலை பற்றிய சந்தோஷ் சிவனின் டெரரிஸ்ட் தமிழ்ப்படம் வெளியாகிறது. படம் முடிக்கப்பட்டு 18 மாதங்கள் தணிக்கைக் குழு போராட்டத்தின் பின் பற்பல வெட்டுக்களின் பின் புகழேந்தி தங்கராஜின் காற்றுக்கென்ன வேலி 2001இல் வெளியாகிறது. கால வரிசைப்படி தமிழகத்தில் கன்னத்தில் முத்தமிட்டாலுக்கு முன்பாகவே 4 தமிழ்ப்படங்கள் உருவாக்கப்பட்டுவிட்டன.

நேரடியாக ஈழ தமிழக அரசியலைப் பேசிய செல்வமணியின் படமும் புகழேந்தி தங்கராஜின் படமும் கடுமையான தணிக்கைப்

பிரச்சினைகளை எதிர்கொண்டன. அருவப்படுத்தப்பட்ட பெண் தற்கொலைப் போராளி பற்றிய சந்தோஷ் சிவனின் படமும், அரசியல் நீக்கப்பெற்ற மணிரத்னத்தின் படமும் தணிக்கைப் பிரச்சினைகள் ஏதுமின்றி வெளியாகின. இந்த இரு படங்களும் வெளியாகி சுமார் பத்து ஆண்டுகளின் பின் வெளியான, ராஜீவ் காந்தி படுகொலை பற்றிய ஜான் ஆப்ரஹாமின் மெட்ராஸ் கபே படமும் எந்தவித தணிக்கைப் பிரச்சினைகளும் இன்றி வெளியானது. இந்தியத் தணிக்கைக் குழவின் அரசியல் பாரபட்சத்தைச் சரியாகப் புரிந்துகொள்ள, சிக்கலான பிரச்சினைகளில் இயக்குனர்களின் இந்திய தேசபக்த நழுவல் நிலைப்பாடுகளைச் சரியாகப் புரிந்து கொள்ள, மணிரத்னம், சந்தோஷ் சிவன், கமல்ஹாசன், மிசன்நைன்டிடேஸ் இயக்குனர் மேஜர் ரவி, ஜான் ஆப்ரஹாம் போன்றோரினது ஈழத்தமிழர் குறித்த இந்திய, தமிழகத் திரைப்படங்களே சாட்சியமாக இருக்கின்றன.

தமிழகத்தின் 'காத்திரமான' திரைப்படங்களை உருவாக்குபவர்கள் எனக் கோரப்படும், 'அசலான' பிரச்சினைகளை வைத்து கதை உருவாக்கும் திரைப்படக் கலைஞர்கள் எனக் கருதப்படும் கமல்ஹாசனும் மணிரத்னமும் ஈழப் பிரச்சினையைப் பொறுத்து 'இரவல்' கதைக் களனுக்குள்தான இந்த பிரச்சினையைக் கொண்டு 'பொருத்தினார்கள்'. கமல்ஹாசன் இந்து முஸ்லீம் பிரிவினை சார்ந்தும், மணிரத்னம் இந்திய தேசிய இனப் பிரச்சினை சார்ந்தும் உருவாக்கும் சொந்தக் கதைகளைப் போன்று ஈழத் தமிழர் குறித்த திரைப்படங்களை அவர்கள் கருக்கொள்ளவில்லை. வெற்றி பெற்ற ஹாலிவுட் நகைச்சுவைப் படமான பாப் அன்ட் மீ தெனாலியாகவும், கனடியப் படமான பேப்பர் வெட்டிங் நளதமயந்தியாகவும் கமல்ஹாசனிடமிருந்து வெளியாகின. இவை இரண்டும் ஈழத்தமிழர்களை நாயகன், நாயகி என முக்கியமான கதாபாத்திரங்களாகக் கொண்டிருந்தன. அமெரிக்காவுக்குப் பெயர்ந்த ஒரு பிலிப்பைன்ஸ் குழந்தையின் கதை மணிரத்னத்தினால் ஈழத்திற்குப் 'பொருத்தப்பட்டது'. இவர்கள் இருவரதும் படங்கள் தவிர, உலக மொழிகளிலும் தென்னிந்திய மொழிகளிலும், ஜான் ஆப்ராஹாமின் மெட்ராஸ் கபே, சந்தோஷ் சிவனின் டெரரிஸ்ட் உள்பட இந்தியாவெங்கிலும், தமிழகத்திலும் மற்றும் சிங்களத்திலும் உருவாகிய படங்கள் அனைத்தும் ஈழ அனுபவத்தை வைத்து கதைகள் உருவாக்கப்பட்டிருந்தன. 'இரவல்' கதைக்களன் கொண்டவைகளாக இப்படங்கள் இருக்கவில்லை. துரதிருஷ்டம் கமல்ஹாசனும் மணிரத்னமும் தமிழர்களாக இருக்க நேர்ந்தவர்கள்.

சிங்களப் படங்களைத் தொடர்ந்து பார்த்து வருபவர்களுக்கு ஈழப் பிரச்சினையும் குழந்தைகளும் எனும்போது ஒரு குறிப்பிட்ட படத்தை மறக்க முடியாது. அப்படம் சரோஜா. 2000ஆம் ஆண்டு உலகெங்கிலும் வெளியான அப்படத்தினை சோமரத்னே திசநாயக்கே இயக்கியிருந்தார். கன்னத்தில் முத்தமிட்டால் படம் வெளியாவதற்கு இரண்டு ஆண்டுகள் முன்பு அப்படம் வெளியானது. கன்னத்தில் முத்தமிட்டால் போலவே இலண்டன் திரைப்பட விழா உள்ளிட்ட பல சர்வதேசத் திரைப்பட விழாக்களில் அப்படம் திரையிடப்பட்டது. சிங்கள ராணுவத்தினரின் மீதான தேசபக்த அபிமானத்துடனும் சிங்கள அரசியல் தேசபக்தியுடனும் எடுக்கப்பட்டிருக்கும் இன்னொரு திரைப்படம்தான் சரோஜா. முக்கியமாக இந்தத் திரைப்படமும் ஈழக் குழந்தையொன்றின் தத்துப்பிரச்சினை பற்றிய திரைப்படம்தான். இந்தப்படத்தின் இயக்குனரது அபிப்பிராயத்தின்படி இலங்கையில் பயங்கரவாதப் பிரச்சினைதான் இருக்கிறதேயொழிய இனப்பிரச்சினை என்பது எல்லாம் இல்லை.

இந்தப் படத்தின் கதை இதுதான்; சரோஜா எனும் இளஞ் சிறுமி தனது தாய் தந்தை சகோதரனுடன் வடகிழக்கில் வாழ்ந்து வருகிறார். தனது 14 வயதுச் சகோதரனை விடுதலைப் புலிகள் கட்டாயப்படுத்தி தமது அமைப்பில் சேர்த்துக் கொள்கிறார்கள். பிற்பாடு அவன் மரணமடைந்து விட்டதால், தமது அமைப்பில் சேருமாறு அவனது தந்தையையும் அவர்கள் வற்புறுத்துகிறார்கள். அவர் மறுத்துவிட அவரது மனைவி வீட்டின் உள்ளிருக்கும்போதே விடுதலைப் புலிகள் வீட்டிற்குத் தீவைத்துக் கொளுத்தி அவரைக் கொன்று விடுகிறார்கள். அவர்களிடமிருந்து தப்பிவரும் சரோஜாவின் தகப்பன் தனது மகளை விடுதலைப் புலிகளிடமிருந்து காப்பதற்காக எல்லைப்புறத்திலுள்ள சிங்களக் கிராமத்திற்குள் சென்று விடுமாறு சொல்கிறார்.

சிங்கள கிராமத்தினுள் நுழையும் அவளை, அந்த ஊரினது ஆசிரியரது மகளான சிறுமி தமது வீட்டிற்கு அழைத்து வருகிறாள். பிற்பாடு சரோஜாவின் காயம்பட்ட தகப்பனுக்கும் அவர்கள் அடைக்கலம் தருகிறார்கள். அவனுக்கு அடைக்கலம் கொடுத்த காரணத்திற்காக ஆசிரியரை அந்த ஊர் பள்ளிக் கூடத்திலிருந்து வேற்று ஊருக்கு மாற்றுமாறு சிங்கள கிராமவாசிகள் கோருகிறார்கள். கிராமத்தின் முழு எதிர்ப்பையும் சம்பாதித்துக் கொள்ளும் ஆசிரியருக்கு பிரிவுபசாரக் கூட்டம் நடந்து கொண்டிருக்கும் வேளையில், மோட்டார் சைக்கிளில் வந்த விடுதலைப்புலிப் போராளிகளால் சரோஜாவின் தகப்பன்; சுட்டுக் கொல்லப்படுகிறார். சிங்கள ஆசிரியரது குடும்பம்

சரோஜாவைத் தாங்கள் தத்து எடுத்துக் கொள்வதாக அறிவிக்கிறார்கள். படம் நிறைகிறது.

படம் பல விஷயங்களைத் தெளிவாக முன்வைக்கிறது. புலிகள் எனும் பயங்கரவாத இயக்கம் தமது மக்களையும் கொன்று பிறரையும் கொல்கிறது. இனப்பிரச்சினை, அரசியல் பிரச்சினை என்பது எல்லாம் இல்லை. இலங்கையின் சிங்கள ராணுவம் பயங்கரவாதிகளை எதிர்த்துப் போராடும் அதே வேளையில, அவர்களிடமிருந்து சிங்கள எல்லைப்புற மக்களையும் பாதுகாக்கிறது என்பதைப் படம் தெளிவாகச் சொல்கிறது. ஒரு காட்சியில் சிங்கள ராணுவத்தின் அதிகாரி இது சம்பந்தமாக ஒரு பேருரையே ஆற்றுகிறார். சிங்கள ஆசிரியர் மனிதாபிமானக் காரணத்திற்காக, குழந்தையை முன்வைத்துத்தான் கிராமத்தினரிடம் முரண்படுகிறாரேயல்லாது, தமிழர்களுக்கு உண்மையில் ஒடுக்குமுறைப் பிரச்சினை இருக்கிறது என்கிற காரணத்திற்காக அந்தக் குழந்தையின் மீதும் அவளது தகப்பனின் மீதும் அன்பு பாராட்டுவதில்லை.

குழந்தைகளை முன்வைத்து பச்சாதாபத்தைத் தூண்டுவதன் வழி பார்வையாளரின் மனிநிலையைச் சுரண்டுவதை வலதுசாரி திரைப்பட இயக்குனர்கள் ஒரு வழிமுறையாகவே வைத்திருக்கிறார்கள். கன்னத்தில் முத்தமிட்டால் படத்தில் குழந்தைத் தத்துப்பிரச்சினை முதன்மையாக, இலங்கைத் தமிழ் மக்களின் பிரச்சினை ஓரங்கட்டப்பட்டது போல, சரோஜா படத்திலும் தத்துப் பிரச்சினையோடு உலகின் எந்த மனிதருக்கும் அடிப்படையான குழந்தைகள் மீதான பரிவை முன்வைத்து, தமிழ் மக்களின் பிரச்சினையே முற்றிலும் இல்லாமல் ஆக்கப்பட்டிருக்கிறது. அரச ஆதரவு சிங்கள புத்தி ஜீவிகளால் அதிகமும் பாராட்டப்பட்ட திரைப்படம் இது. இலங்கை அரசின்

அனுசரணையுடன் சர்வதேசத் திரைப்பட விழாக்களுக்கும் அனுப்பப்பட்ட திரைப்படம் இது. இந்தத் திரைப்படத்தின் போலி மனிதாபிமானத்திற்கு ஆட்பட்ட அப்பாவி விமர்சகர்களில் தமிழக விமர்சகர்களும் அடங்குவர் என்பதுதான் துரதிருஷ்டவசமானதாக இருக்கிறது.

தகவல் தொழில்நுட்பத் தொழில் சார்ந்தவர்களின் பார்வையில் கதை சொல்வதை பம்பாய், ரோஜா, உயிரேயில் பாவித்த மாதிரி, அரசியல் வன்முறையின் இடையில் சிக்குண்ட குழந்தைகளின் வழி கதை சொல்வதையும் மணிரத்னம் பம்பாயிலேயே தொடங்கி விட்டார். மணிரத்னத்தின் உயிரே பட பெண் போராளியையும், சந்தோஷ் சிவனின் டெரரிஸ்ட பட பெண் போராளியையும் ஒப்பிட்டுப் பேசிய விமர்சனங்கள் உண்டு. டெரரிஸ்ட் படத்தில் தற்கொலைப் போராளிப் பெண்ணின் மனமாற்றத்திற்கு அவள் நம்பிய கர்ப்பமும் குழந்தைகள் மீதான நேசமும் காரணமாகிறது. கன்னத்தில் முத்தமிட்டால் படம் ஒரு போராளிப் பெண்ணினால் கைவிடப்பட்ட குழந்தையின் வழி கதை சொல்கிறது. கன்னத்தில் முத்தமிட்டாலில் ஈழப்பிரச்சினையைச் சொல்வதற்கான ஒரு உத்தியாகத்தான், குழந்தை தத்துப் பிரச்சினையை மணிரத்னம் உபயோகிக்கிறார் என்பது அங்கங்கு தர்க்கமற்று விழித்துக் கொண்டு நிற்கிற, வலிந்து ஏற்றப்படுகிற, திருகிய நிலையிலான திரைக்கதையே நமக்குச் சொல்லி விடுகிறது.

சுஜாதாவும் மணிரத்னமும் தேசியம் பற்றிய விமர்சனங்கள் கொண்டவர்கள். அவர்களது விமர்சனம் எப்போதுமே போராளிகள் தரப்பு மீதான விமர்சனமாகத்தான் தொடங்குகிறது. ரோஜா, உயிரேயிலிருந்து கன்னத்தில் முத்தமிட்டால் வரை இந்தப் பார்வைதான் செயல்படுகிறது. இவர்களது பார்வையில் அரச வன்முறைகள் சொல்லப்பட்டால் கூட, வன்முறையின் ஆதாரமான பங்காளிகளாக அவர்கள் சித்தரிக்கப்படுவதில்லை. தேசியம் பற்றிய அவர்களது கருத்தியல் சுஜாதாவின் வசனங்களின் வழி கட்டமைக்கப்படுகிறது. தேசியத்தை சுஜாதா ஒரு ஜனநாயக அவாவாகக் காண்பதில்லை. காலனியாதிக்கம் தோற்றுவித்த இன்றைய தேசிய அரசுகளின் அரசியல் சமநிலையைக் கலைக்கிறவர்களாகவே இனத்தேசியவாதிகளை அவர் காண்கிறார். சுஜாதா தன்னைச் சுற்றிய விமர்சனங்களை உள்வாங்கிக் கொண்டு அதற்கேற்பச் சமநிலையை முன்வைப்பதாகப் பாவனை காட்டும் அமெரிக்க சி.என்.என். செய்தியாளரின் சாதுரியம் மிக்கவர். ரோஜாவோடு ஒப்பிட உயிரே போராளியின் பாத்திரம் வன்முறைக்குச் சரியான காரணங்களை முன் வைக்கிற பாத்திரமாக

இருந்தது. உயிரேவோடு ஒப்பிட கன்னத்தில் முத்தமிட்டால் படத்தில் போராளியின் நேரடியான அரசியல் பார்வை என்பதேயில்லை.

காஷ்மீர் பிரச்சினையும், அஸ்ஸாம் பிரச்சினையும் இந்தியப் பிரச்சினை. தமிழனுக்குப் புவியியல் ரீதியில் கலாச்சாரம் மொழி சார்ந்த அடிப்படையில் தொலைதூரப் பிரச்சினை. போராளிகள் மற்றும் இந்திய அரசு முரண்பாடுகள், ஏகாதிபத்திய சக்திகள், ஆயுதம் ஏற்றுமதி செய்கிற மேற்கத்திய அமெரிக்க அரசுகள் பற்றியெல்லாம் சுஜாதாவுக்குத் தெரிவதில்லை. ஈழப்பிரச்சினை அப்படியல்ல சுஜாதாவுக்கு ஈழக்கவிஞர் ஜெயபாலன், சேரன் போன்றவர்களை நேரில் தெரியும். நாவலாசிரியர் தேவகாந்தனை கன்னத்தில் முத்தமிட்டால் படத்தின் ஈழப் பாத்திரங்களுக்கு ஈழத் தமிழ் உச்சரிப்பைப் பயிற்றுவிக்கக் கோரமுடியும். ஈழ இலக்கியத் தொகுதிகளுக்கு சுஜாதா விமர்சனமும் எழுதுகிறவர். ஈழம் அவர் பேசுகிற எழுதுகிற மொழியோடு சம்பந்தப்பட்ட புவியியல் பரப்பு. இங்கு அவரது காஷ்மீர், அஸ்ஸாம் குறித்த சீனா, பாகிஸ்தான் அபிப்பிராயங்கள் செல்லுபடியாகாது. ஆகவே போராளி — அரசு முரணுக்கான காரணமாக அவர் ஆயுதம் விற்கிற சர்வதேசிய சக்திகளை, அதுவும் போகிற போக்கில்தான ஒரு காட்சியில் குறிப்பிடுகிறார். ஆயுதம் விற்கிற சக்திகளை அவர் வெளிப்படையாகத் தாராளமாகக் குறிப்பிடலாம். இந்தியாவும் அமெரிக்காவும் சீனாவும் இஸ்ரேலும் மேற்கு நாடுகளும் தான் விற்றன. அதைப் படம் சொல்வதில்லை. தேசிய வன்முறைக்கான அடிப்படைக் காரணம் அதுமட்டுமல்ல, இனங்களுக்கிடையிலான சமத்துவக் கோரிக்கையே அதனது காரணமாக அமைகிறது. இந்தக் காரணம் கன்னத்தில் முத்தமிட்டால் படத்தில் துப்புரவாக நிராகரிக்கப்பட்டுள்ளது.

போரில் ஈடுபட்ட போராளிகள் தரப்பிலான குழந்தைத் துயர்களின் அடிப்படையில், போராட்டம் பற்றிய விமர்சனத்தை இப்படம் பார்வையாளர்களிடம் கோருகிறது. அவர்களது மனிதத் தன்மையை இப்படம் கேள்விக்கு உட்படுத்துகிறது. ராணுவத்தின் தரப்பில் வன்முறையை மேற்கொள்கிறவர்களுக்கும், குழந்தைகள், அவர்களது துயர்கள் இருக்கும். அந்தத் துயர்களையும் வெளிப்படுத்துவதன் வழி, அரசு மீதான, ராணுவத்தினர் மீதான விமர்சனங்களையும் படம் எழுப்பியிருக்க முடியும். ஆனால் அந்தப் பிரதேசங்களில் எல்லாம் படம் போகவேயில்லை. குழந்தையிடம் தாங்கள் பெற்றோர்கள் இல்லையெனச் சொல்கிற விஷயம் மனிதத் தன்மையற்று, உளவியல் ஆய்வுகள் அற்று, நிர்வாகப் பிரச்சினைகளின் நியதிகள் தவிர்த்து, இட்டுக் கட்டப்பட்டதான வன்முறையாக திரைக்கதையில் நிகழ்கிறது.

இலங்கைக்குள், ஈழப்பிரச்சினைக்குள், போக சுஜாதாவுக்கும் மணிரத்னத்துக்கும் இதுவொன்றுதான் வழி. அரசியல் சமூகப் பொருளியல் கலாசாரப் பிரச்சினைகளுக்குள் போகாமல், திரையில் வன்முறையையும் உணர்ச்சிவசமான பாசக் காட்சிகளையும் நிறைக்க, இதுவொன்றுதான் இவர்களுக்கு வழியாகப்பட்டிருக்கிறது. ஏனெனில் சுஜாதாவும் மணிரத்னமும் அரசியலற்ற அறிவுஜீவிகள் என நம்மை நம்பச் சொல்கிறார்கள்.

படத்தில் புவியியல் அடையாளம், சின்னங்கள் சார்ந்து எவையும் தர்க்கபூர்வமாக இல்லை. தமிழ்ப் பிரதேசத்தில் முழுக் கிராமமும் அழிந்து கிடக்க எதுவும் அழியாமல் வெளிச்ச வெள்ளத்துடன் இருக்கும் தேவாலயம் படு அபத்தம். கதை இரண்டாயிரமாம் ஆண்டுகளில் நடக்கிறது. அந்த காலகட்டத்தில் கொழும்பிலிருந்து பிரகாஷ்ராஜ் மாதிரி ஒரு சிங்களவரை வடக்குக்கு வழிகாட்டியாக அழைத்துப் போவது, அவர் போராளிகளோடு மாதவன் சிம்ரனுக்காகப் பேசுவது எல்லாம் சுத்த அபத்தம். இக்காலத்தில் ஈழத்திலுள்ள போராளிகள் விடுதலைப் புலிகள் தவிர வேறல்ல. அவர்கள் அப்படியொரு கவிதையைச் சொன்னவுடன் மனம் மாறுவதும் சாத்தியமேயில்லை. பெண் புலிகளை ஹாலிவுட் ஸ்டைல் த்ரில்லோடு காண்பிப்பது, குழந்தை வீறிட்டு அலறுவது போலக் காண்பிப்பது என்பன இயக்குனரது விகார மனத்தின் உச்சம்.

அரசியல் பரிமாணம் தவிர்க்கப்பட்டிருக்கிறது என்பதை அங்கீகரித்துக் கொண்டு பார்ப்போமெனின், ஈழத் தமிழர்களின் அன்றாடத் துயர் குறித்த ஒரு அனுசரணையான பார்வையை இப்படம் தமிழகப் பார்வையாளர்களிடம் மட்டுமல்ல, அனைத்துப் பார்வையாளர்களிடமும் கோருகிறது. ராணுவத்தினரின் தேடுதலின் போது, தமிழ் சினிமா பாணியில், காதலன் காதலியிடம் துவக்குச் சத்தமும் சப்பாத்துச் சத்தமும் உனக்குக் கேட்கக் கூடாது என்கிற தமாஷான சுஜாதாவின் வசனம் இருந்த போதும், தமிழகத்தின் ஈழ அகதி முகாம்களை திறந்தவெளிச் சிறைச்சாலைகளாகக் கண்ட உண்மையையும் ஒரு வரிச் செய்தியாக படம் சொல்லியிருக்கிறது என்பதுதான் இப்படத்தின் ஒரே ஆக்கபூர்வமான அம்சம் என்று தோன்றுகிறது.

ஈழப் பிரச்சினையை எடுத்துக் கொண்டு ஈழ அரசியலைச் சொல்லாமல், தமிழக ஈழ அகதிகளின் வாழ்வை எடுத்துக் கொண்டு அதனது அரசியலையும் சொல்லாமல், கன்னத்தில் முத்தமிட்டாலை எடுக்க மணிரத்னத்தை உந்திய உணர்ச்சிகரமான பிரச்சினை

பிலிப்பைன்ஸ் குழந்தை திரும்பவும் அமெரிக்காவிலிருந்து அவளது வளர்ப்புப் பெற்றோரினால் உயிர்த்தாயிடம் எடுத்துச் செல்லப்படும் பிரச்சினைதான். இந்தப் பாசப் போராட்டத்திற்கான பின்னணிதான் ஈழப் பிரச்சினை என்கிறார் மணிரத்னம். இந்தப் பாசப் போராட்டமும் குழந்தையின் பார்வையில் போரினிடையில் மேற்கொள்ளும் அவளது பயணமும் இல்லையெனில் இப்படத்தை உருவாக்கியிருக்க மாட்டேன் என்கிறார் மணிரத்னம். கன்னத்தை முத்தமிட்டால் திரைப்படம் அடிப்படையில் குழந்தையின் நோக்கிலான படம் என்கிறார் மணிரத்னம்.

நம்மளவில் பார்வையாளர்களாக இதனிலும் வேறான பார்வையையே மேற்கொள்ள முடிகிறது. இது கள்ளமற்ற குழந்தையொன்றின் பயணமாக இல்லை. இந்தப் பயணத்தை இந்தக் குழந்தை மேற்கொள்வதற்கு முன்பாகவே, இந்தக் குழந்தையோடு திரைப்படப் பார்வையாளன் பயணப்படும் முன்பாகவே, குழந்தைக்கும் பார்வையாளனுக்குமான ஒரு பயண உலகம் இயக்குனரான மணிரத்னத்தினாலும் வசனகர்த்தாவான சுஜாதாவினாலும் நமக்குத் தரப்பட்டு விடுகிறது. ஈழப் பெண்ணான சியாமா, ராமேஸ்வரம் வந்து குழந்தையை அகதி முகாமில் விட்டுப் போகும் வரையிலான காட்சிகள், சிங்கள அறிவுஜீவிக்கும் கதாநாயகனான தமிழக எழுத்தாளனுக்கும் போருக்கு யார் காரணம்

என்பது தொடர்பான விவாதக் காட்சிகள் எவையும் குழந்தையின் அனுபவ உலகத்தினுள் வருகிற காட்சிகள் இல்லை. கன்னத்தில் முத்தமிட்டால் திரைப்படம் ஒரு வெளியாளின் பார்வை, தூரத்துப் பார்வை என்கிறார் மணிரத்னம். சமவேளையில் நமது வீட்டின் பின்புறத்தில் பல ஆண்டுகளாக நடந்து கொண்டிருக்கும் பிரச்சினை எனவும் சொல்கிறார். நுண்ணளவில் குடும்பத்திற்கு வெளியிலிருந்து வரும் குழந்தையால் ஏற்படும் பிரச்சினை குறித்த இப்படம், விரிந்த அளவில் ஒரு நாட்டுக்குள் வரும் வெளியார்களால் ஏற்படும் பிரச்சினை குறித்தது எனவும் அவதானங்களை மேற்கொள்கிறார். நமது வீட்டின் பின்புறம் நடந்துகொண்டிருக்கும் பிரச்சினை, வெளியார்கள் போன்ற சொற்றொடர்கள் இவற்றில் கடைபிடிக்கப்படும் தூரம், நிஜத்தில் குழந்தையால் கடைபிடிக்கப்படும் தூரம் அல்ல, இயக்குனர் மணிரத்னத்தினால் கடைபிடிக்கப்படும் தூரம் தான்.

ஈழப் பிரச்சினையில் மணிரத்னத்தினால் கடைபிடிக்கப்படும் இந்தத் தூரமானது தற்கொலைப் போராளியின் மரணத்தை நேரில் பார்க்கும் தத்துப் பிள்ளை அமுதாவுடனான அன்பு கொழிக்கும் அடுத்த காட்சியின் அழகியலாக்கத்தின் கருத்தியலில் இருக்கிறது. உலகத்தின் இருண்ட பக்கத்தையும், மரணத்தையும் முதன் முதலாகக் கண்ணுறும் அக்குழந்தையிடம் வளர்ப்புத் தகப்பன் கனிவும் நெருக்கமும் காண்பிக்கும் காட்சி அது. பொங்கிப் பெருகி வீழ்ந்து விசிறியடிக்கும் அருவி. புத்தபகவானின் நெடிதுயர்ந்த சாந்தமான சிலை. புத்த சன்னியாசிகளின் காவி அணிவகுப்பு. அதே காவி உடையில் சின்னஞ் சிறு சந்நியாசினியாக அமுதா. அடுத்தபடி ரஹ்மானின் மயக்கும் இசையில் தெய்வம் தந்த பூவே பாடலும் இருக்கிறது. குழந்தையின் இருண்ட அனுபவத்தை அடுத்த கட்டத்திற்கு எடுத்துப் போகிறது அப்பாடல் என்கிறார் மணிரத்னம். “அங்கே கடவுள் இருக்கிறார். மரணத்திற்கு அருகாமை இருக்கிறது, நித்யத்துவத்திற்கு அருகாமை இருக்கிறது. அத்தருணத்தில் எங்கேயோ தூய்மையும் இருக்கிறது. இலங்கையுடன் இது தொடர்புற்றிருக்கிறது, புத்தமதத்துடன். காட்சியாக்கத்திற்கான நோக்காகவும் அது இருக்கிறது” என்கிறார் மணிரத்னம்.

புத்தர் சிலை, மரணம், நித்யத்துவம், தூய்மை, இலங்கையுடன் அதனைத் தொடர்புபடுத்துவது என்பது அந்த வரலாற்றுத் தருணத்தில் முற்றிலும் பொருத்தமில்லாத தத்துவவிசாரமாகவே இருக்க முடியும். புத்தமதத்திற்கு இலங்கை துரோகமிழைத்தது என்கிறார் இலங்கை வரலாற்றாசிரியரான ஸ்டான்லி தம்பையா. இலங்கை தழுவியிருக்கிற தெரவாடா பௌத்தம் அது கடைப்பிடிக்கப்படும்

நாடுகளில் அரச வன்முறையின் பகுதியாக, ராணுவ வன்முறையின் பகுதியாகவே இருக்கிறது என்கின்றன வரலாற்றுத் தரவுகள். இலங்கை பௌத்தத் துறவிகள் அரசியல் காரணங்களுக்காகத் தற்கொலை செய்துகொள்கிறவர்களாகவும், கிறித்தவ, இஸ்லாமிய, இந்து வழிபாட்டிடங்களை உடைப்பவர்களாகவும், எழுபதினாயிரம் தமிழ் மக்கள் கொல்லப்பட்ட முள்ளிவாய்க்கால் நிகழ்வு வெற்றி விழாவுக்கு இலங்கை ஜனாதிபதிக்கு ஆசியளிக்கிறவர்களாகவும்தான் இருக்கிறார்கள். பௌத்த தலைமைப் பீடாதிபதிதான் இந்த ஆசியை அதிகாரபூர்வமாக வழங்கியவர்.

மணிரத்னம் காட்சிப்படுத்தும் இலங்கை பௌத்த சின்னங்களின் அழகியலாக்கத்திற்கு முற்றிலும் மாறான அழகியலாக்கத்தைச் செய்திருக்கும் ஈழப் போராட்டம் தொடர்பான பிறிதொரு திரைப்படத்தை இங்கு ஒப்பிட்டுக் காட்ட விழைகிறேன். இந்தத் திரைப்படத்தை எடுத்தவர்கள் மணிரத்னம், சுஜாதா போன்று தமிழர்கள் அல்ல. ஈழத்தை 'பின்புறமாகக் கொண்ட' வீட்டுக்காரர்களும் அல்ல. ஈழத்திற்கும் ஈழப் பிரச்சினைக்கும் வெளியார்கள். தயாரிப்பாளர் இங்கிலாந்தில் வாழ்ந்த கேரளத்தவர். இயக்குனர் கேரளாவில் வாழும் ராஜேஷ் தொடுபுழா. திரைப்படம் 'புத்தனின் பெயரால்'. தமிழ், சிங்களம், ஆங்கிலம் என மும்மொழிப்படமான இப்படம் கேரளாவில் படமாக்கப்பட்டது; இலங்கையில் தடை செய்யப்பட்டது.

புத்தனின் பெயரால் திரைப்படத்தில் வரும் ஒரு காட்சி இது, மலைகளினிடையில் வழிந்து கொண்டிருக்கும் அருவி. மலையைக் குடைந்து செய்யப்பட்ட நெடிதுயர்ந்த புத்தபகவானின் சிலை.

அருவியில் குருதிகலந்து வடிந்து கொண்டிருக்கிறது. மலையின் உச்சியில் கொல்லப்பட்டு வீசப்பட்ட தமிழ்ப் போராளிகள் மற்றும் தமிழ் வெகுமக்களின் உடல்கள். அருவியில் நீராடியபடி, சுலோகம் சொல்லியபடி இருக்கும் புத்தபிட்சுக்கள். அவர்களை வணங்கி நிற்கும் இலங்கை ராணவத்தினரின் கைகளில் கங்கணம் கட்டி தமிழர்களைப் படுகொலை செய்வதற்கு ஆசி வழங்கி அனுப்பிக் கொண்டிருக்கிறார்கள். இலங்கை பௌத்தம் பற்றிய அதியற்புதமான திரை அழகியலாக்கம் என்பது இதுதான். இந்தக் காட்சியை உருவாக்குவதற்கு எவரும் தமிழர்களாக இருக்க வேண்டும் எனும் அவசியமில்லை. மனிதகுலத்தின் மீதான கடப்பாடும் மனித மாண்பின் மேலான பெருமிதமும் வேட்கையும் கொண்டிருந்தாலே போதுமானது.

மணிரத்னத்திற்கு மிக அதிகமான விருதுகளைக் குவித்த படம் கன்னத்தில் முத்தமிட்டால். காரணம், அமுதா எனும் அகதிக் குழந்தை பார்வையாளர்களிடம் கோரும் கவனம். போரின் இடையில் அகப்பட்ட எந்தக் குழந்தையும் உலகின் மனசாட்சியுள்ள எவரதும் அன்புக்கும் பரிவுக்கும் உள்ள குழந்தைதான். அதே குழந்தைகளை வைத்து வரலாற்று அனுபவங்களைத் திரிக்கவும் நிராகரிக்கவும் முடியும். சிங்களப் படமான சரோஜா அதற்கொரு சான்று. கன்னத்தில் முத்தமிட்டால் ஒரு திரை அனுபவம் எனும் அளவில் என்னதான் தேர்ந்த நடிகர்களையும், காட்சி அமைப்புகளையும், இசையையும் கொண்டிருந்தாலும் ஈழ மெய்மை குறித்த முழுமையான படைப்பு அனுபவத்தை அப்படத்தினால் தரமுடியவில்லை.

இப்படம் பெற்ற விருதுகளில் குறிப்பிடத்தக்க ஒரு விருது, 2003ஆம் ஆண்டு இஸ்ரேல் ஜெருசலம் சர்வதேசியத் திரைப்பட விழாவில் பெற்ற விருது. இஸ்ரேல் பாலஸ்தீனர்களுக்கு இழைத்த கொடுமைகள், அது குண்டுவீசிக் கொன்று குவித்த குழந்தைகள் குறித்து நாம் அதிகம் பேசத் தேவையில்லை. என்னதான் அழகியல் கவிதைகள் எழுதினாலும் எகுதி அமிச்சாயின் கவிதைகள் எனது நிலத்தையும் நினைவுகளையும் களவாடி எழுதப்பட்டவை என்கிறான் பாலஸ்தீனத்தின் மகா கவிஞன் மஹ்முத் தர்வீஸ். எவ்வளவுதான் தாராளவாத நோக்குடன் பாலஸ்தீனர்களைத் தனது படங்களில் காண்பித்தாலும் இஸ்ரேலிய இயக்குனர் அமித் கித்தாயின் படங்களைக் குறித்து தான் அக்கறைப்படுவதில்லை என்கிறான் பாலஸ்தீன திரைக் கலைஞன் எலியா சுலைமான். இஸ்ரேலை உலகின் மனசாட்சியுள்ள கலைஞர்கள், கோட்பாட்டாளர்கள், தத்துவவாதிகள் அனைவருமே நிராகரிக்கிறார்கள். ஈழமும் பாலஸ்தீனமும் வேறு வேறு அல்ல என்பதுதான் தமிழர்களின் புரிதலாக இருக்க வேண்டும்.

மணிரத்னத்திற்கு அமுதா என்கிற ஈழ அகதிக் குழந்தையின் தத்துப் பிரச்சினையை முன்வைத்து, தமிழக அகதி வாழ்வின் துயரம், ஈழத் தமிழர் போராட்டத்தின் அடிப்படை அனுபவம் என அதியற்புதமானதொரு படத்தை உருவாக்கும் வாய்ப்பு அவரது கதைக்கருவுக்கு உள்ளேயே இருந்திருக்கிறது. ஒப்பீட்டளவில், வன்முறையின் இடையில் அகப்பட்ட இரட்டைக் குழந்தைகளை முன்வைத்து, அந்த வன்முறைகளின் அரசியலைப் பேசிய பம்பாய் படத்தில் மணிரத்னம் ஓரளவிலேனும் அதைத்தான் செய்தார். கன்னத்தில் முத்தமிட்டாலைப் பொறுத்து மணிரத்னம் தானே வகுத்துக் கொண்ட, தூரத்துப் பார்வை, வெளியார் பார்வை போன்றவற்றினாலும், அமுதாவை வெளியாளாகப் பார்த்தது போலவே, ஈழத் தமிழர்களையும் அவர் தமிழகத்திற்கு அல்லது மணிரத்னத்தின் இலட்சிய இந்தியாவுக்கு வெளியார்கள் எனப் பார்த்த பார்வையாலும் ஈழம் குறித்த மங்கலான, அருவமான, குழம்பிய ஒரு தூரத்துப் பிம்பத்தையே அவரால் தர முடிந்திருக்கிறது. ஈழத்தமிழருக்கு 'வெளியாளாக' மணிரத்னம் தன்னை நிறுத்திக் கொண்டது உண்மையில் தமிழ் சினிமாவின் துயரம்தான்.

கார்ப்பரேட்டிசம்

குரு (2007)

மணிரத்னத்தின் குரு இந்தியாவில் கார்ப்பரேட் கலாச்சாரத்தை முன்னெடுத்த தொழிலதிபர் துருபாய் அம்பானியுடைய வாழ்க்கையின் ஆதர்ஷத்தில் உருவாக்கப்பட்ட திரைப்படம். குரு திரைப்படத்தினுள் நுழைவதற்கு முன்னால் உலக அளவில் கார்ப்பரேட் கலாச்சாரமும் மனித உறவுகளும் தொடர்பான ஒரு புரிதலுக்கு வருவது முக்கியமானதாகும். அமெரிக்க மொழியியலாளரும் அரசியல் விமர்சகருமான நோம் சாம்ஸ்க்கியுடன் இணைந்து "மேனுபேக்சரிங் கன்சன்ட்" ஆவணப்படத்தை உருவாக்கிய கனடிய இயக்குனர்களில் ஒருவரான மார்க் ஆச்பரும், ஜென்னிபர் அபோட்டும் அமெரிக்க முதலாளித்துவமும் அதனது கார்ப்பரேட் கலாசாரமும் குறித்து உருவாக்கிய முக்கியமான சித்திரம் "தி கார்ப்பொரேஷன்" (2003) எனும் ஆவணப்படமாகும். உலகு தழுவிய அல்லது உலகவயமாகின முதலாளித்துவத்தின் இன்றைய

வடிவமான கார்ப்பரேட் கலாச்சாரம் என்பதன் பின்னுள்ள, அவர்தம் நிர்வாக உளவியலின் மனிதத்தன்மையற்ற வன்முறையை ஆய்வு செய்யும் ஆவணப்படம் இது. கார்ப்பரேட் நிர்வாக உளவியல் என்பது ஒரு மனநிலை பிறழ்ந்த குற்றவாளியின் மனநிலையையொத்தது என்கிறார்கள் ஆவணப்படத்தின் இயக்குனர்கள்.

கார்ப்பரேசன் எனும் கருத்தாக்கம் அல்லது நிர்வாக அமைப்பின் தோற்றத்தை ஆவணப்படம் ஆய்வு செய்கிறது. மக்கள் தொகையின் கூட்டுழைப்பின் மூலம் ஒரு இலக்கை எய்துவது என்பதாகவே இது வரலாற்றில் தோற்றம் பெற்றது. கூட்டுறவுச் சங்கங்கள், சமூகக் கூட்டமைப்புகள் என்பன இதனது வகைகள். ஒரு கட்டிடத்தைக் கட்டுவது, ஒரு கிராமியப் பள்ளிக் கூடத்தை உருவாக்குவது என்பதாகவே இது துவக்கம் பெற்றது. முதலாளித்துவத்தின் வளர்ச்சிப் போக்கில் மிகப்பெரும் திட்டங்களைச் சாதிப்பது என்பதாக இது உருவானது. இந்தச் செயல்போக்கில் உருவான இரண்டு வளர்ச்சிகளை அல்லது மனிதத்தன்மையற்ற செயல்படுகளை படம் சுட்டுகிறது.

அமெரிக்காவில் கறுப்பின அடிமைவியாபாரம் முடிவுக்குக் கொண்டுவரப்பட்டதையடுத்து, அமெரிக்க உள்நாட்டுப் போர் முடிவுக்கு வந்ததனையடுத்து, ஆப்ரிக்க மக்களிடம் இருந்த நிலங்களைத் தம்வசம் எடுத்துக்கொள்ள அமெரிக்கத் தொழில்முதலாளிகள் திட்டமிட்டனர். கார்ப்பரேட் நிறுவனங்கள் என்பதனை ஒரு மனிதனைப்போல் பாவிக்க வேண்டும் எனும் நிலைப்பாட்டை அவர்கள் தமது சட்டமுறைமைக்குள் கொண்டுவந்தார்கள். மனிதர்களுக்கு இருக்கிற உரிமைகளைப் போலவே கார்ப்பரேட்டுகளுக்கும் உரிமைகள் உண்டு என்பது நிலைநாட்டப்பட்டது. இதனது அடுத்த கட்டமாக கார்ப்பரேட் வழக்கறிஞர்கள் தோன்றுகிறார்கள். கார்ப்பரேட் வங்கி முறைமைகள் தோன்றுகின்றன. மனிதர்களின் அடிப்படை உரிமைகள் எனும் வாழ்வாதாரம் இதன் போக்கில் கார்ப்பரேட்டுகளின் அடிப்படை உரிமை என்பதற்குக் கீழ்ப்படுத்தப்படும் நிலைமையை கார்ப்பரேட் வழக்கறிஞர்கள் சட்டப்பூர்வமாக நிலைநாட்டினார்கள்.

தொழில்மயமாக்கல் மற்றும் வேலை வாய்ப்பு எனும் பெயரில், சாத்தியமான நஷ்டஈடு எனும் பெயரில் இவர்கள் கறுப்பின மக்களின் நிலங்களைச் சட்டப்பூர்வமாக அபகரித்தார்கள். யூனியன் கார்பைடு முதல் லால்கர் வரை இந்த கார்ப்பரேட்டுகளின் உரிமைக்கும் மக்கள் உரிமைகளுக்கும் இடையில்தான் தொடர்ந்து போராட்டங்கள் நடந்து வருகின்றன. இதுதான் கார்ப்பரேட்டுகள் இன்றைய உலகில் வந்து அடைந்திருக்கும் நிலை. தமது பங்குதாரர்களுக்கும் தமது

சாத்தியமான எதிர்கால முதலீட்டாளர்களுக்கும் இலாபத்தை உருவாக்கித் தருவதை மட்டுமே நோக்கமாகக் கொண்ட இந்த வர்க்கம் இயந்திரம், மின்சாரம், போன்ற தொழிலுக்குத் தேவையான கச்சாப் பொருட்களைப் பார்ப்பதைப் போலவே உழைப்பில் ஈடுபடும் மனிதர்களையும் பார்க்கிறது. இதனோடு உற்பத்தியில் உற்பத்திச் செலவைக் குறைப்பது என வரும்போது இவர்களது சிந்தனையில் முதலில் வருவதாக ஆட்குறைப்புத்தான் இருக்கிறது. கார்ப்பரேட்டுகளின் முதல் பலி தொழிலாளர்களாகத்தான் இருக்கிறார்கள்.

சூழலியல் மாசுக்கேடு, மனிதர்களின் வாழ்வாதாரங்களான இயற்கை வளங்கள் அழிப்பு, இனக்கொலை என்பது இதனது தர்க்க நீட்சியாக இருக்கிறது. கடுமையான சட்டங்களும், மனித உரிமை மீறல்களும், மனித உயிர்கள் குறித்து குறைந்தபட்சமும் அக்கறையற்ற சர்வாதிகாரமும் கொண்ட அரசுகளே இவர்களது இலட்சியபூர்வமான கூட்டாளிகளாக இருக்கிறார்கள். கார்ப்பரேட்டுகளுக்கு வேண்டிய சுதந்திர வர்த்தக வலயங்களைத் தமது நாடுகளில் உருவாக்கித் தருபவர்களாக இத்தகைய சர்வாதிகாரிகளையே இவர்கள் விரும்புகிறார்கள். இந்தக் கார்ப்பரேட்டுகளின் ஆலோசகர்களாக அரசியல்வாதிகளையும் அமைச்சரவை மட்டத்தில் இருப்பவர்களையும் இவர்கள் சேர்த்துக் கொள்கிறார்கள். கார்ப்பரேட் கம்பெனியான இங்கிலாந்தின் வேதாந்தா குழுமத்திற்கும் அதன் பொருளாதார நிர்வாகத்தில் இந்திய மத்திய உள்துறையமைச்சராக இருந்த ப.சிதம்பரத்திற்கும் இடையிலான உறவு இத்தகையதுதான். தமது நிலங்களின் மீதும் அதன் வளங்களின் மீதும் சட்டப்பூர்வமான உரிமையைக் கோரும் பழங்குடியின மக்களை ராணுவ விமானங்கள் மூலம் குண்டுவீசி அழிப்பதனை நியாயப்படுத்தும் அவரது செயல்பாட்டுச் சிந்தனையை இப்படியல்லாமல் வேறுவிதத்தில் புரிந்து கொள்ள முடியாது.

கார்ப்பரேட் நிர்வாக வர்க்கம், தமது மூலதனக்காரர்களின் இலாபம் ஒன்றை மட்டுமே குறிக்கோளாகக் கொண்டு செயல்படுவதால், அதுவொன்றே அவர்களது வியாபார அறமாக இருப்பதால், அது அவர்களது சட்டபூர்வ உரிமை என்றும் வாதிடுவதால், இந்த வியாபார ஒழுக்கத்தையே பல்கலைக் கழகங்களும் கல்லூரிகளும் புகட்டுவதால் இவர்கள், இந்த இலக்கைச் சாதிப்பதற்காக எதனையும் செய்யலாம், எதுவும் அனுமதிக்கப்பட்டது எனும் நிலைப்பாட்டுக்கு வருகிறார்கள். கிரிமினல்களின் மனநிலை குறித்து அமெரிக்க உள்நாட்டுக் காவல்துறையான பெடரல் பீரோ அப் இன்வஸ்டிகேசனுக்கு ஆலோசனைகள் வழங்கும் ஒரு உளவியலாளர் சொல்கிறபடி, பொய், புனைவு, கொலை, அழிவு என அனைத்தையும்

நியாயப்படுத்தும் ஒரு கிரிமினலின் மனநிலை போன்றது கார்ப்பரேட் நிர்வாகிகளின் மனநிலை என்கிறார். இவ்வகையில் கார்ப்பரேட் கலாச்சாரம் என்பது மனிநிலைபிறழ்ந்த குற்றவாளிகளை உருவாக்கும் அமைப்பாக இருக்கிறது என்கிறார்கள் மார்க் ஆச்பர், ஜென்னிபர் அபோட் எனும் இரு ஆவணப்பட இயக்குனர்கள்.

ஆர்சன் வெல்சின் சிட்டிசன் கேன் திரைப்படம் மணிரத்னத்தின் குரு பற்றி எழுதும்போது ஏன் ஞாபகம் வரவேண்டும்? சிட்டிசன் கேன் அமெரிக்காவின் மிகப்பெரும் பணக்காரரும், மஞ்சள் பத்திரிக்கைக் கலாச்சாரத்தை தொழில்தர்மமாக ஆக்கிய பத்திரிக்கை முதலாளியும், ஜனநாயகக் கட்சி அரசியல்வாதியுமான வில்லியம் ரண்டோல்ப் ஹெர்ஸ்டின் எழுச்சியும் வீழ்ச்சியும் குறித்து பேசும்படம். சிட்டிசன் கேன் திரைப்படத்தினை வெளிவராமல் தடுப்பதற்கான அத்தனை முயற்சிகளையும் பத்திரிக்கை முதலாளி ஹெர்ஸ் செய்தார் ஒரு திரைக்கலைஞனான ஆர்சன் வெல்சுக்கு என்னவிதமான நெருக்கடிகளை எல்லாம் தரமுடியுமோ அத்தனையும் தந்தார். காரணம், மிகப்பெரும் செல்வந்தரும் பகாசுரப் பத்திரிக்கை முதலாளியும் ஆன ஹெர்ஸ் போன்ற “அமெரிக்க தேசபக்த குடிமகன்கள்” வழிமொழிந்த மஞ் சள் பத்திரிக்கை நெறிமுறைக்கு வக்காலத்து வாங்குவது என்பதை வெல்ஸ் தனது படைப்பில் முற்றிலும் நிராகரித்திருந்தார்.

மணிரத்னத்தின் ‘குரு’ திரைப்படக் கருவுக்கு ஆதாரமான துருபாய் அம்பானியையும் நாம் ஒரு வகையில் ஹெர்சுடன் ஒப்பிட முடியும். ஹெர்ஸ் தேசபக்திமிக்க அமெரிக்கக் குடிமகன்.

துருபாய் அம்பானி தேசபக்தி மிக்க இந்தியக் குடிமகன். இருவரும் மிகப்பெரும் தொழில் சாம்ராஜ்யங்களைக் கட்டியவர்கள். தமது தொழில் வளர்ச்சிக்கு இருவரும் அரசியல் அதிகாரத்தையும் ஊழலையும் கைக்கொண்டவர்கள். இன்னுமொரு முக்கியமான ஒற்றுமை ஹெர்ஸ் வெல்சின் திரைப்படத்தை முடக்க முயற்சி செய்தது போலவே தனது தொழில், அரசியல், ஊழல் பற்றி வெளியான ஒரு புத்தகத்தை இந்தியாவில் வெளிவராமல் பார்த்துக் கொண்டார் துருபாய் அம்பானி. ஹமிஸ் மக்டோனால்ட் எழுதிய த பாலியஸ்ட்டர் பிரின்ஸ் *(The Palyester Prince By Hamish Mcdonald : 1998)* என்பது அந்தப் புத்தகம். மணிரத்னத்தின் 'குரு' கதைக்கருவுக்குப் பின்னால் உள்ள மனிதனது வாழ்வையும், மணிரத்னம் அதிலிருந்து சொல்லத் தேர்ந்து கொண்டவையை தவிர்த்தமையும் குறித்த ஒரு சித்திரம் அந்த நூலை வாசிக்க எமக்குக் கிடைக்கிறது.

மணிரத்னத்தின் குரு திரைப்படம் பிரதான பாத்திரச் சித்தரிப்பு எனும் அளவில் அது துருபாய் அம்பானியின் வாழ்வும் அவர் எதிர் கொண்ட பிரச்சினைகளும் பற்றியதுதான். தொழிலதிபர் துருபாய் அம்பானி, பத்திரிக்கை முதலாளி இன்டியன் எக்ஸ்பிரஸ் கோயங்கா, கணக்காளரும் ஆர்.எஸ்.எஸ் நடவடிக்கையாளருமான குருமூர்த்தி போன்றவர்களுக்கு இடையிலான முரணும் இணக்கமும் பற்றிய படம்தான் குரு. முறையே அபிஷேக் பச்சன், மிதுன் சக்கரவர்த்தி, மாதவன் போன்றவர்கள் குரு படத்தில் மேலே கண்ட மூவரின் பாத்திரங்களை ஏற்றிருக்கிறார்கள். துருபாய் அம்பானியின் வாழ்வும் அவர் எதிர்கொண்ட பிரச்சினைகளும் தொடர்பான வரலாற்றுத் தரவுகளுடன், மணிரத்னத்தின் குருபாய் குறித்த அவரது அனுதாபக் கலைநோக்கை நாம் ஒப்பிட்டுப் பார்த்துக் கொள்வது குரு படத்தைப் புரிந்துகொள்வதற்கு நமக்கு நிச்சயமாக உதவும்.

மணிரத்னம் 'உருவாக்கிய' கதையை முதலில் நாம் பார்ப்போம். குஜராத்தைச் சேர்ந்த குருபாய் என அழைக்கப்பெறும், சரியாகப் படிப்பு வராத கிராமத்துப் பையன் குருகாந்த் தனது நெருங்கிய நண்பனுடன் பெட்ரோலியம் தொடர்பான தொழில் செய்ய துருக்கி நாட்டுக்குப் போகிறான். பெரிய தொழிலதிபராக வரவேண்டும் எனக் கனவு காணும் அவன் தான் சம்பாதித்த பணத்தைக் கொண்டு இந்தியாவில் தொழில் செய்ய வேண்டும் என இந்தியா வருகிறான். தொழில் முதலீடு திரட்ட வரதட்சணைக்காக கல்யாணம் செய்துகொண்டு, தனது மைத்துனனையும் தொழில் பங்காளியாகச் சேர்த்துக் கொண்டு நூல் வியாபாரம் செய்ய பம்பாய் வருகிறான். இடைத்தரகருக்கு எதிராக நிற்கிறான். அதன்போக்கில் ஒரு காந்தியவாதியால் நடத்தப்படும்

வந்தேமாதரம் பத்திரிக்கையின் பெருமுதலாளிக்கு குடும்ப நண்பன் ஆகிறான். அவனது பெருந்தொழில் கனவை நிறைவேற்ற நிறைய பங்குதாரர்களைச் சேர்த்து புதிய புதிய தொழில்களில் கைவைத்து அனைத்திலும் வெற்றி பெறுகிறான். இருப்பை அதிகமாகக் காண்பித்து பங்குகளை அதிக விலைக்கு விற்கிறான். வரி ஏய்ப்பைச் செய்கிறான். தன் காரியமாக எல்லோருக்கும் இலஞ்சம் தருகிறான்.

காந்தியவாதி இவனது ஊழலை வெளிக்கொணர முயற்சிக்கிறார். துடிப்புமிக்க ஓர் இளம் பத்திரிக்கையாளர் அவரது இயந்திர இறக்குமதிக் குளறுபடிகளையும் வரிஏய்ப்பையும் பகிரங்கப்படுத்துகிறார். இச்செயல்களால் தனது கனவு குலைந்துபோவதைக் காணும் குருபாய் மாரடைப்பினால் பாதிக்கப்பட்டு பக்கவாதம் ஏற்பட்டு வலதுகை செயல்படாமல் ஆகிறது. அரசு அவர் மீது பங்குச் சந்தை ஊழல், இறக்குமதிக் குளறுபடிகள், வரி ஏய்ப்பு குற்றச்சாட்டுக்களைச் சுமத்துகிறது. ஆங்கிலம் தெரியாத, கிராமத்து ஆளான குருபாய் தனக்கு வரிவிதிப்பு குறித்து பெரிய அறிவு இல்லை என்கிறார். மகாத்மா காந்தியும் சட்டத்தை மீறினார். நானும் சட்டத்தை மீறினேன் என்கிறார். தான் பதினெட்டு இலட்சம் பங்குதாரர்களைக் காப்பாற்றுகிறேன் என்கிறார். இந்தியா முன்னேற வேண்டும் என்கிறார். தனது செயல்பாடு இந்திய முன்னேற்றத்தை நோக்கம் கொண்ட தேசபக்தச் செயல்பாடு என்கிறார்.

படத்தின் உச்சக் காட்சியாக வரும் இந்த உரைக்காட்சி மிகுந்த உணர்ச்சிவசமாகப் படமாக்கப்பட்டிருக்கிறது. கடைசியில், சுங்கவரி ஏய்ப்பு தொடர்பாக மட்டும் கொஞ்சம் தொகையை அவர் செலுத்த வேண்டும் என நீதிமன்றம் தீர்ப்பளிக்கிறது. படத்தின் துவக்கத்தில் கால்பந்து மைதானத்தில் திரண்டிருக்கும் பல்லாயிரம் மக்களிடம் உரையாற்ற வேண்டுமெனும் தலைவர் கனவு படத்தின் இறுதியில் நனவாகிறது.

குருபாயின் கதை இவ்வாறு இருக்க, துருபாயின் 'வாழ்க்கைக் கதை' என்ன? குஜராத்தில் வணிககுலத்தில் பிறந்த துருபாய் பெட்ரோலியம் தொடர்பான தொழில் செய்ய தனது மனைவியுடன் யேமன் செல்கிறார். தொழில் போக வாங்கி விற்கிற வேலை செய்வதில் கொஞ்சம் பொருளீட்டுகிறார். யேமனில் கம்யூனிஸ்ட்டுகள் ஆட்சிக்கு வந்ததனையடுத்து மேற்கத்திய தொழில் நிறுவனங்கள் அனைத்தையும் தேசியவுடமை ஆக்குகிறார்கள். துருபாய் வேலை செய்த நிறுவனங்கள் கைமாறுகிறது. துருபாய் இந்தியா வருகிறார். பொருட்களை வாங்கி விற்கும் தொழிலில் ஈடுபடுகிறார். பிற்பாடு நூல்

விற்பனையிலும் தொடர்ந்து பாலியஸ்டர் இறக்குமதித் தொழிலும் ஈடுபடுகிறார். பெட்ரோலியம் உற்பத்திப் தொழிலிலும் ஈடுபடுகிறார். மிகப் பெரும் தொழில் சாம்ராஜ்யத்தை அவர் உருவாக்குகிறார்.

லைசென்ஸ் பெறுவதற்காக மிகப்பெரும் பொறுப்பிலுள்ள தில்லி அரசியல்வாதிகளை, அதிகாரிகளை இலஞ்சம் கொடுத்து விலைக்கு வாங்குகிறார். தொழில் சட்டங்களைத் தனக்குச் சாதகமாக உருவாக்க முனைகிறார். போட்டித் தொழிலதிபர்களான நுஸ்லி வாடியா, டாட்டா போன்றவர்களை வஞ்சகமாக ஓரங்கட்டுகிறார். இந்தியாவில் வாழாத வெளிநாட்டு இந்தியர்களை வைத்து பங்குகள் வாங்குவதில் மோசடி செய்கிறார். கணக்குக் காட்டாமல் இயந்திரங்களை இறக்குமதி செய்கிறார். சுங்கவரி ஏய்ப்புச் செய்கிறார். அவசரநிலைக் காலத்தில் இந்திரா காந்தியின் நெருங்கிய நண்பராக, காங்கிரசின் மிகப்பெரும் நிதியாளராக இருக்கிறார். பத்திரிக்கைகளுக்கு விளம்பரங்களை அள்ளிக் கொடுத்து, பத்திரிக்கை எழுத்தாளர்களை தனக்குச் சாதகமாக எழுத இலஞ்சம் கொடுக்கிறார். படியாத போட்டியாளர்கள், பத்திரிக்கையாளர்கள் மீது வன்முறையையும் கையாள்கிறார். தன்னை விமர்சிக்கும் பத்திரிக்கைகளை முடக்குகிறார். காரியம் ஆகவேண்டுமென்றால் எவருக்கும் நான் சலாம் போடுவேன் என்கிறார். தனது தொழிற்சாலையில் தொழிற்சங்கம் உருவாக்கியதற்காக எழுபது பேரை வேலையை விட்டு நிறுத்திவிட்டு, தானே தனது நிர்வாக ஆதரவுத் தொழிற்சங்கம் உருவாக்குகிறார். தொழிற்சங்க இயக்கம் தனது வகைத் தொழிற்சாலைகளில் சாத்தியம் இல்லை என்கிறார்.

தனது அரசியல் மற்றும் இலஞ்சமெனும் வெகுமதித் தொடர்புகளால் தன்மீதுள்ள பெரும்பாலான குற்றச்சாட்டுக்களில் இருந்து அவர் வெளியே வருகிறார். தான் தன் காலில் நிற்கும் சுதேசி இந்தியாவை உருவாக்கும் தேசபக்தி உள்ள தொழில்முனைவர் என்கிறார்.

துருபாய் மீதுள்ள மிகப்பெரும் விமர்சனம் இதுதான், தனது தொழில் சாம்ராஜ்யத்துக்காக அவர் ஆட்சிமாற்றத்தையும், தொழில்துறை சட்டங்களையும் மாற்றுகிற வல்லமையைக் கொண்டிருந்தார். பணத்தையும் பரிசுப் பொருட்களையும் வைத்து இதனை அவர் சாதித்தார். பங்குச் சந்தை ஊழல், வரி ஏய்ப்பு, தொழிற்சங்க எதிர்ப்பு என இவைகளை இதனால்தான் இவரால் சுலபமாகச் செய்ய முடிந்தது. காங்கிரஸ், பிஜேபி என எந்த வித்தியாசமும் இல்லாமல் எவர் ஆட்சிக்கு வந்தாலும் தன் தொழில் காரியத்தைச் சாதிப்பவராக அவர் இருந்தார். இந்த நடத்தை முழு இந்திய மக்களுக்கும் அவர்களது நல்வாழ்வுக்கும் எதிரான, வெறும் இலாபவெறி கொண்ட ஒரு சுதேசி தேசபக்த முதலாளியின் மோசமான செயல். மணிரத்னத்தின் குரு படத்தில் தவறுகிற, அவர் தவிர்க்கிற மிகப்பெரும் பிரச்சினை இந்த அரசியல் பரிமாணம்தான்.

“கார்ப்பரேட் கலாச்சார வாழ்வின் பகுதியாக நவீன முதலாளித்துவம் என்பது தனக்குள்ளாகவே பாவமீட்சியையும் கொண்டிருக்கிறது. போதைப் பொருள் விற்பனையாளர்கள், அடிமைகளைக் கொண்டிருக்கிற ஆண்டைகள், சந்தையைத் தமது கட்டுப்பாட்டுக்குள் வைத்திருக்க ஊதிப்பெருக்கி மோசடி செய்பவர்கள், குறைந்த மதிப்புள்ள பங்குகளைக் கைப்பற்றி ஆதாரமான நிறுவனத்தைக் கைப்பற்ற முயல்வோர், இம்மாதிரி அனைத்துவிதமான திருட்டுக் கனவான்களும் அவ்வப்போது தோன்றும் அமைப்பின் நெருக்கடிளைப் பயன்படுத்திக் கொண்டு தேசிய நிறுவனத்தின் தூண்களாகத் தம்மை உறுதிப்படுத்திக் கொள்வார்கள். தம் மீது படிந்திருக்கிற இடைக்கால நிழல்களைக் கடந்து அம்பானி நிறுவனங்கள் தம்மை உறுதிப்படுத்திக் கொள்ளுமானால் அதுவே அம்பானியின் மிகப்பெரும் சாதனையாக இருக்கும்” என்கிறார் த பாலியஸ்டர் பிரின்ஸ் நூலை எழுதிய பார் ஈஸ்டர்ன் எகனாமிக்ஸ் சஞ்சிகையின் எழுத்தாளரான ஹமிஸ் மக்டோனால்ட்.

மணிரத்னம் இந்த மிகமுக்கியமான அரசியல் பரிமாணத்தை மையப்படுத்தாததன் பின்னுள்ள அவரது மனப்பான்மைதான் என்ன? அந்த அரசியலை பரத்வாஜ் ரங்கனுடனான தனது உரையாடலில் மணிரத்னம் தெளிவாகவே முன்வைக்கிறார்.

"யுவா பட உருவாக்கத்தின் போதுதான், ஒரு தேசமாக நாங்கள் எவ்வாறு உருவாகிக்கொண்டிருக்கிறோம் என நினைத்தபோதுதான் நான் குரு பற்றி யோசித்தேன். நான் பள்ளிக்கூடத்தில் படித்துக் கொண்டிருக்கும்போது நாம் சாப்பிடுகிற சாப்பாட்டில் வாரத்தில் ஒரு நேரத்தைத் தவிர்த்தோமானால், செவ்வாய்க்கிழமை இரவுகளில் என்று நினைக்கிறேன், ஏழைகளுக்குத் தேவையான உணவு கிடைத்துவிடும் என்று லால்பகதூர் சாஸ்திரி சொன்னார். எனது நாட்டின் பிற மக்களுக்காக சிலவற்றைத் தவிர்ப்பது எனும் பேச்சு இருந்த சூழலில்தான் நான் வளர்ந்தேன். அது முக்கியமானது. அந்த நிலைமையிலிருந்து நாம் இன்னொரு நிலைமைக்கு வந்து சேர்ந்தோம். எனக்கு நான்தான் முக்கியம், என்னைப் பற்றி நான் கவலைப்படுகிறேன், பிற பிரச்சினைகள் தம்மைத்தாமே கவனித்துக் கொள்ளும் என்று சொல்வது ஒரு பிரச்சினையில்லை எனும் நிலைக்கு நாம் வந்தோம். எதிர்மறையிலான வகையில் அல்ல, நிஜத்தில் இப்படிச் சொன்னோம், நாம் நன்றாக இருந்தால் பிற எல்லாமும் நன்றாக இருக்க ஆரம்பிக்கும். முப்பது ஆண்டுகளில் நடந்த இந்த மாற்றம் மிகமுக்கியமானது. சிலர் இன்னும் பழைய நிலைப்பாட்டிலேயே நின்று கொண்டிருக்கிறார்கள். சிலர் நியதிகளை வளைத்து இலக்கு அதன் வழிமுறையை நியாயப்படுத்தும் என முன்னோக்கிச் செல்கிறார்கள். இந்த மாற்றக் கட்டத்தில்தான் நாம் இன்னும் இருக்கிறோம். நம் கண்களுக்கு முன்னால் பாரிய மாற்றங்கள் உருவாகிக் கொண்டு இருக்கின்றன. இதனை நான் பற்றிப் பிடிக்க முயல்கிறேன்" (பக்கம் 249). தேசப்பிரிவினை, தேச சுதந்திரம், சாதி சமூக மொழி பேதங்களற்ற திருமணம் என முன்னோக்கிப் போய்க் கொண்டிருந்த நாம் பிற்பாடு பின்னோக்கிப் போனோம் எனும் மணிரத்னம், அந்தப் பின்னோக்கு என்பதில் நேருவின் சோசலிசத் திட்டங்களை வைக்கிறார். மணிரத்னம் சொல்கிறார் "அந்தக் குறிப்பிட்ட காலத்தில் நாம் உறுதியாக நடுவாந்திர இடதுதிசையில் நிலைகொண்டிருந்தோம். உறுதியாக இடதுபக்கம் நாம் சாய்ந்துகொண்டிருந்தோம். பாருங்கள் நாம் இப்போது எங்கே வந்து சேர்ந்திருக்கிறோம் என்று" (பக்கம் 258) என்று இந்தியா இடது பக்கம் சாய்ந்ததுதான் இந்தியாவின் வீழ்ச்சிக்குக் காரணம் என்கிறார். இங்கு நாம் என்பது மணிரத்னமும் பரத்வாஜ் ரங்கனும் என்பதும் படித்த மேல்மத்தியதர வர்க்கத்தினர் மேல்சாதியினர் என்பதும் உள்ளுறையாக இருக்கிறது. மணிரத்னத்தின் பொருளாதார அரசியல் தெளிவாக இருக்கிறது. முழுமையான படித்த மேல்மத்தியதர வர்க்கத்தின் சுயநலம், சட்டத்தை வளைத்து அவர்கள் குவிக்கும் செல்வம், பிற ஏழை மக்களுக்கு இரங்குதல் என அவர் காணும்

சுபிட்ச இந்தியா இருக்கிறது. குஜராத் பனியா குலத்தில் பிறந்த துருபாய் அம்பானியின் வாழ்க்கைப் பார்வையும் இதுதான்.

எந்தத் திரைப்படத்திலும் இயக்குனரின் அனுதாபம் எந்தப் பாத்திரப்படைப்பின் மீது இருக்கிறது, கருத்தளவில் அவரது அனுதாபங்கள் எந்தக் கருத்தமைவின் மீது இருக்கிறது என்பதனை ஒரு நுட்பமான திரைப்பார்வையாளன் அவதானித்துவிட முடியும். இந்த அனுதாபம் என்பதனைப் பார்வையாளனை ஏற்கச் செய்வதில் இயக்குனர் தேர்ந்துகொள்ளும் கதைகூறு முறையியலைத்தான் நாம் இயக்குனரின் அரசியல் என்கிறோம். இதனைக் குறிப்பிட்ட இயக்குனரின் கலைமேதமை அல்லது தனித்துவம் எனவும் ஒருவர் அர்த்தப்படுத்திக் கொள்ள முடியும். சாதி, வர்க்கம், இனம், பாலினம், பொருளாதாரக் கட்டமைப்பு, கருத்தியல் கட்டமைப்பு, குறிப்பிட்ட வரலாற்றுத் தருணம் என அனைத்துப் பிரச்சினைகள் சார்ந்தும் வேறு வேறு வாழ்க்கைப் பார்வை கொண்டவர்கள் இப்பிரச்சினைகளில் ஈடுபடும் மனிதர்களையும் அவர்களுக்கு இடையிலான உறவுகளையும் சிக்கல்களையும் முரண்களையும் இழிவுகளையும் வன்மங்களையும் மனிதாயப்படுத்துவது அல்லது ஹியூமனைசிங் என்பதைத்தான் குறிப்பிட்ட இயக்குனரின் கலைநோக்கு என்கிறோம்.

குருபாயை மிகப்பெரும் மனிதாபிமானியாகக் காட்ட, மிகப்பெரும் இடர்களை எதிர்கொண்ட அந்நிய எதிர்ப்பு சுதேசிய இந்திய தேசபக்தராகக் காட்ட மணிரத்னம் தேர்ந்து கொண்ட பாத்திரப்படைப்புதான் எலும்புருக்கி நோய்க்கு ஆளான வித்யா பாலனின் பாத்திரம். வித்யா பாலன் காந்தியப் பத்திரிக்கை முதலாளியின் பேத்தியாக வருகிறார். அந்தப் பெண்ணின் மீது மிகப்பெரும் பிரியம் கொண்ட மனிதராக, தன் தந்தையைப் போன்ற காந்தியப் பத்திரிக்கையாளர் மீது தொழில் முரண்பாடுகள் தாண்டிய பிரியம் வைத்திருப்பவராக குருபாய் பாத்திரம் கட்டமைக்கப்பட்டிருக்கிறது. வித்யா பாலன் பாத்திரம் துருபாய் அம்பானி பற்றிய கதையில் ஒரு கற்பனைப் பாத்திரம். பிறிதொரு பாத்திரம் அவருடன் துருக்கியில் பணிபுரிந்த அவரது தொழில் சகாவின் விசுவாசமான தோழன் பாத்திரம். நிஜத்தில் இலண்டனில் வாழ்ந்த அந்த நண்பனின் பெயரில், அவருக்குத் தெரியாமலே அவரது பெயரை உபயோகப்படுத்தி ரிலையன்சின் பெரும் பங்குகளை வாங்கும் முதலீடு பிரித்தானியாவில் இருந்து செய்யப்பட்டது. பங்குகளில் பெறப்படும் இலாபத்தை இந்தியாவுக்கு வெளியில் கடத்தும் திட்டத்தின் பகுதியாகவே இது கருதப்பட்டது. இந்திரா காந்தியுடன் நெருங்கிய உறவு கொண்டிருந்த காரணத்தால் இதனை முன்னிறுத்தி துருபாய் அம்பானியின் மீது

மிகப்பெரும் பத்திரிக்கை யுத்தத்தைத் தொடுத்தார் ஆர்எஸ்எஸ் ஆதரவாளரான ராம்நாத் கோயங்கா.

மணிரத்னம் 'உருவாக்கிய' குருபாய் மிகப்பெரும் மனிதாபிமானி, நேர்மையாளன், கடுமையான உழைப்பாளி, குடும்பத்தலைவன், அதியற்புதமான தகப்பன், கணவன் போன்ற சித்திரத்தோடு (ஒரு இந்திய பதிவிரதா மனைவியின் பார்வையில் ஒரு கணவன் அவ்வாறு கருதப்படுவது புனிதமரபு. திரைப்படத்தில் இது பத்தாம்பசலித்தனமான ஒரு தேய்வழக்கு). குருபாயின் வெளியுலக வியாபார வாழ்வின் பிரதிநிதியாகவும், குருபாய் கம்பெனிகளின் இயக்குனராகவும் பொறுப்பெடுக்கிறார் குருபாயின் மனைவி. நீதிமன்ற அறையில் அங்கவீனமுற்ற கணவனைப் பாதுகாப்பது உயர்ந்த பண்புதான், சந்தேகமில்லை, ஆனால், குருபாயின் கூட்டுக் களவாணியாகவும் பொறுப்பேற்பது ஒரு இந்தியப் பிரஜையாக அவர் முழு இந்திய மக்களுக்கும் செய்யும் துரோகம். ஐஸ்வர்யா ராயின் பாத்திரம் உன்னதங்களின் வடிவமாக உருவாக்கப்பட்டிருக்கிறது. குருபாயின் அரசியல் கலங்கடிக்கப்படுவதற்காக மணிரத்னம் தனது பிரதி ஆன்மாவாகப் பாவித்த பாத்திரம் என நாம் ஐஸ்வர்யா ராயின் பாத்திரக் கட்டமைப்பைக் காண முடியும்.

அப்பட்டமாக செல்வந்தர்களுக்கு ஆதரவான பார்வை கொண்ட, சமநிலையற்ற திரைப்படம் குரு என்பதற்கு, அரசியல் போராட்டங்கள், அதில் வாழ்ந்த சர்வாதிகாரிகள், கொலைகாரர்கள், அதிகாரம் வாய்ந்தவர்கள், செல்வம் குவித்தவர்கள், புரட்சியாளர்கள் என

நேர்நிலை மற்றும் எதிர்நிலை மனிதர்கள் குறித்த இயக்குனர்களின் குறிப்பிட்ட படங்களை எடுத்துக் கொண்டு இதனை நிறுவலாம். ஆர்சன் வெல்சின் சிட்டிசன் கேன் பற்றி துவக்கத்திலேயே பார்த்தோம். தேசபக்தன், அரசியல்வாதி, தொழில்துறை சாம்ராஜ்யத்தை நிறுவிய ஒரு மனிதனின் உயர்வு எவ்வாறு நேர்ந்தது, எந்த வக்கிர வரலாறு அதனைச் சாத்தியமாக்கியது என்பது குறித்தது அந்தத் திரைப்படம். அந்தக் குறிப்பிட்ட மனிதரை அடிப்படையில் மனிதாயப்படுத்துதல் எனும் நோக்கில்தான் அவரது மனைவியர், செல்வந்தரின் நண்பர்கள் என உறவுச்சிக்கலின் பன்முக அடுக்கின் வழியில்தான் அக்கதையும் சொல்லப்படுகிறது. என்றாலும், ஹெர்ஸ்டின் ஊழல்களுக்கு ஆர்சன் வெல்ஸ் வக்காலத்து வாங்கவில்லை.

ஆலிவர் ஹிர்ஸ்பீகல் இயக்கிய இட்லர் பற்றி டவுன்பால் என்றொரு ஜெர்மானியப்படம் ஹிட்லரைக் காதலியிடம் நேசம் கொண்ட மனிதனாக, தாவரபச்சினியாக, குழந்தைகளை நேசித்தவனாக, தனது வளர்ப்பு நாயைக் கொஞ்சியவனாக, தனது தோழர்களை நேசித்த மனிதனாக முன்னிறுத்துகிறது. என்றாலும், முழு மனித குலத்திற்கும் இட்லர் இழைத்த கொடுமைகளை அப்படம் நிராகரித்து இட்லருக்கு வக்காலத்து வாங்கவில்லை. மணிரத்னத்தின் திரைப்படம் வரலாற்றைத் திரித்ததாக மட்டுமல்ல, தனது அரசியலுக்கு உகந்த வகையில் ஒரு மனிதனைப் படைத்து அவனது மனிதவிரோத மனப்பான்மைக்கு வக்காலத்து வாங்கிய ஒரு படமாக இருக்கிறது. தொழில்களின் மீது விதிக்கப்படுகிற வரி என்பது ஒரு நாட்டின் வளர்ச்சித் திட்டங்களுக்கான ஆதாரம். அதனை ஏய்ப்பது சக இந்திய மனிதனுக்குச் செய்யும் துரோகம். போலியான பங்கு வாங்குனர்களை உருவாக்கி இலாபத்தை வெளிநாடுகளுக்குக் கடத்தும் கார்ப்பரேட் கலாசாரம் தேசத்துரோகம். இந்தக் குற்றங்களைச் செய்கிற, இதற்கு அரசையும் சட்டங்களையும் வளைக்கிற ஒருவர் கிராமத்தவர், ஆங்கிலம் தெரியாதவர், பதினெட்டு இலட்சம் பங்குதாரர்களுக்கு இலாபம் தருகிறவர் என மகாத்மா காந்தியோடு ஒப்பிட்டு, தேசியத் தலைவர் போல மகுடம் சூட்டுவது அப்பட்டமான தேசவிரோத மனப்பான்மையாகவே இருக்க முடியும். தேசம் என்பது அங்கு வாழும் மனிதர்களேயல்லாது அங்கு குவியும் செல்வம் இல்லை.

மணிரத்னத்தின் உணரு படத்தின் தொழிற்சங்க விரோத அரசியலின், யுவா படத்தில் வெளிப்பட்ட இடதுசாரி மற்றும் திராவிட அரசியலுக்கு எதிரான பார்வையின் நீட்சியான சமூகநோக்குதான் கார்ப்பரேட் சுரண்டலுக்கு ஆதரவான குரு படமாக வெளிப்பட்டிருக்கிறது. கோயங்கா பாத்திரம் ஏற்கும்

மிதுன் சக்கரவர்த்தியின் பாத்திரக் கட்டமைப்பும் பொய்களால் உருவாக்கப்பட்ட சித்திரம். கோயங்கா பெருமுதலாளிகளின் நண்பராக, வாடியா, டாட்டா, துருபாய் போன்றவர்களின் நண்பராக இருந்தார். இவர்களது தொழில்முறை போட்டிக்கு இடையில் சமரசம் செய்பவராக இருந்தார். அவரது ஆட்சேபமெல்லாம் வெளிநாட்டுக் கார்ப்பரேட்டுகளுக்கு எதிரானதுதானேயொழிய உள்ளூர் கார்ப்பரேட்டுகளுக்கு எதிரானது இல்லை. வெளிநாட்டில் முதலீடு செய்கிற இந்தியக் கார்ப்பரேட்டுகள் பற்றியும் அவருக்குப் பிரச்சினை இலலை. அவரது அரசியல் பெருந்தொழில்களுக்கு எதிரான காந்திய அரசியல் அல்ல, மாறாக காந்தியைக் கொன்ற ஆர்.எஸ்.எஸ் அரசியல். துருபாய் அம்பானிக்கு எதிரான அவரது 'போராட்டத்தில்' காந்திய நெறிகள் செயல்படவில்லை. பின்னாளில் பாரதிய ஜனதாவாகப் பரிமாணம் பெற்ற ஜனதாக் கட்சியிலிருந்த ஆர்.எஸ்.எஸ் காரர்களுக்கு ஆதரவாக இந்திராகாந்தியை எதிர்த்து நடத்திய போராட்டம்தான் அது. அதனை துருபாயிடம் அவர் சொல்லவும் செய்கிறார். மாதவனின் பாத்திரப் படைப்பான குருமூர்த்தி ஆர்.எஸ்.எஸ் அரசியல்வாதி. கார்ப்பரேட் கலாச்சாரத்தை எதிர்க்கிறவர் இல்லை அவர். இன்னும் இன்றைய காங்கிரஸ் பிஜேபி என இருவருக்கும் இடையில் பொருளாதாரக் கொள்கைகளில் ஏதும் வித்தியாசம் இல்லை. இவ்வாறான மூவருக்கும் இடையில் பிணக்கு இருப்பதாக வைத்துக்கொண்டு, அவர்களைப் பிரதான பாத்திரங்களாக்கி அப்பட்டமான கார்ப்பரேட் முதலாளிகளுக்கும் அவர்களது ஊழலுக்கும் ஆதரவான தேசபக்திப் படத்தைக் கொடுத்திருக்கிற மணிரத்னம், இடதுசாரிகளின் மீதான தனது வெறுப்பையும் வெளிப்படையாகவே முன்வைத்திருக்கிறார்.

ஒரு திரைப்படத்தினை இயக்குனரோடு சேர்ந்து அதில் நடித்த நடிகர்களும், தொழில்நுட்பக் கலைஞர்களும் உருவாக்குகிறார்கள். இதில் நடிக நடிகையர் என்பவர்கள் கதைசொல்வதற்கான கருவிகள் மட்டுமே, ஒளிப்பதிவாளரும், இசையமைப்பாளரும், இயக்குனரும்தான் திரைப்படத்தின் கதை சொல்லிகள். குரு படத்தின் ஒளிப்பதிவு பாணியும் இசை உருவாக்கமும் அப்பட்டமான பாசிஸ்ட் தன்மைகளைக் கொண்டிருக்கின்றன. கடுமையான விமர்சனத்துக்கு உட்படுத்த வேண்டிய கதைநாயகனை ஒரு மாபெரும் அரசியல் தலைவனாக, உன்னத மனிதனாகக் கட்டமைப்பதில் ஒளிப்பதிவும் இசையும்தான் இப்படத்தில் முக்கியமான பாத்திரம் வகிக்கின்றன. குருபாய் கால்பந்து மைதானத்தில் நின்றபடி ஆயிரக்கணக்கில் திரண்டிருக்கும் தனது பங்குதாரர்களை நோக்கி உரையாற்றும் காட்சி

மாபெரும் மக்கள் வெள்ளத்தில் நீந்தும் ஒரு உன்னதத் தலைவனை ஞாபகப்படுத்துகிறது. காமெரா அவனை வியப்புடன் சுற்றிச் சுற்றி வருகிறது. குருபாய், குருபாய் என எக்காள முழக்கத்துடன் இடிமுழக்கமென படைநடத்தும் பாணியில் இசை எழுகிறது. லெனி ரிப்சிந்தாலின் இட்லர் குறித்த ஆவணப்படக் காட்சிகள் ஞாபகம் வருகின்றன. கார்ப்பரேட் கலாசாரம்தான் இந்தியாவின் தேசபக்தப் பொருளியல் கலாசாரம் என உரத்துச் சொல்லும் இப்படம் அதனது உருவாக்கத்தில் ஒரு வெகுமக்கள் விரோதியை மகாத்மா என நம்புங்கள் என்று நமக்குச் சொல்கிறது.

பழங்குடியின மக்களின் போராட்டம்

யமுனா ராஜேந்திரன்

ராவணன் (2010)

அடர்ந்த வனம், வனவாழ் மக்களுக்காகப் போராடும் ஒரு கலகக்காரன், அவனைக் கொல்ல தேடுதல் வேட்டை நடத்தும் காவல்துறை, அவன் சுட்டுக் கொல்லப்படுதல், கூடவே அந்த வனவாழ் கலகக்காரனுக்கு வீரா என்று பெயர், கடந்த கால் நூற்றாண்டு தமிழக வரலாற்றையும் வாழ்வையும் அறிந்தவருக்கு இந்தத் தரவுகள் எவரை, எந்தச் சம்பவத்தை ஞாபகம் ஊட்ட முடியும்? தமிழன் என்ற அளவில் ஒருவருக்கு வீரப்பன் என்பவரைச் சந்தேகமில்லாமல் இது நினைவுக்குக் கொண்டு வரும். அந்தக் குறிப்பிட்ட ஒருவர் நல்ல வாசகராகவும் இருந்தால், வனவேட்டையும் காவல்துறை வன்முறையும் பெண்களின் மீதான அவர்தம் பாலியல் வல்லுறவும் குறித்த, மனித உரிமையாளரான பாலமுருகனின் சோளகர்தொட்டி எனும் அதியற்புதமான நாவல் கட்டாயம் ஞாபகம் வரும்.

இதுவன்றி, தமிழகத்தைத் தாண்டிய இந்திய அரசியல் வாழ்வைக் கொஞ்சமாகவேனும் தெரிந்தவர்களுக்கு மேற்கு வங்கத்தில் நடந்த வனவாழ்மக்களின் போராட்டமான நந்திகிராம் சம்பவங்கள் ஞாபகம் வரும், கூடவே சத்தீஸ்கார் வனவாழ்மக்களின் போராட்டமும், காவல்துறை வேட்டையில் வஞ்சகமாகக் கொல்லப்பட்ட நக்சலைட் போராளி கிசன்ஜியும் ஞாபகம் வருவார்கள். மணிரத்னத்திற்கு இராமாயணமும், ராமன், ராவணன், சீதாதேவியும் ஞாபகம் வந்திருக்கிறார்கள். நிலவும் அமைப்புக்கு எதிரான எழுச்சிகள் கலகங்கள் தொடர்பாக தமிழக இந்திய வெகுமக்களின் கூட்டுநினைவுகளுக்கு வெகுதொலைவில் சஞ்சரிப்பது மணிரத்னத்தின் நினைவுப் பிரபஞ்சம். அதுவே அவரது படைப்பின் பின்னிருக்கும் இயல்பான மனநிலை.

ராவணன் படத்தில் வனவாழ் மக்களின் தலைவன் வீராவின் தங்கை காவல்துறையினரால் பாலியல் வல்லுறவுக்கு உள்ளானதன் பின், காவல்துறை அதிகாரியின் மனைவியை வீரா கடத்திச் செல்கிறான். படத்தின் பிரதான முடிச்சான வீரா, காவல்துறை அதிகாரி, அவரது மனைவியின் கடத்தல் இவைதான் மணிரத்னத்தைப் பொறுத்து ராவணன், ராமன், சீதை முடிச்சாக படத்தில் இடம்பெறுகிறது. இந்த முடிச்சு கொண்டிருக்கும் சமகால யதார்த்தங்கள் குறித்து நாம் பரிசீலிக்க வேண்டும். மணிரத்னம் ராவணன் படம் குறித்த உரையாடலில், ராவணன் படம் இராமாயண நவீன மீள்வாசிப்பு என்று திரும்பத் திரும்பக் கோரிக் கொள்கிறார். இந்த நவீனம் என்பது ராவணன் கதை நிகழும் சமகாலத்தைச் சுட்டும் ஒரு சொல்.

வனவாழ் பெண்ணொருவர் மீதான பாலியல் வல்லுறவு, காவல்துறை வேட்டையில் கொல்லப்படும் வனவாழ் மக்களின் தலைவன், கடத்தப்படும் காவல்துறை அதிகாரியின் மனைவி எனும் இந்த முக்கோணக் காதல் கதையின் நவீனத்துவ சமூக நிகழ்வுகள் எவ்வாறானதாக இருக்கின்றன? இதனை இந்தியத் திரைப்படங்கள் எவ்வாறு சித்தரித்திருக்கின்றன எனப் புரிந்து கொள்வது மணிரத்னத்தின் ராவணன் படத்தை மதிப்பிடுவதற்கு முக்கியமானதாகும்.

இத்தகைய நிகழ்வுகள் தொடர்பான தமிழக யதார்த்தத்தை மட்டுமே எடுத்துக் கொள்வோம். வனப்பகுதிக் கிராமமான வாச்சாத்தியில் 1992ஆம் ஆண்டு 18 பெண்கள் காவல்துறையினர், வருவாய்த்துறை அதிகாரிகள், வனத்துறை அதிகாரிகள் என 269 பேரினால் கூட்டு பாலியல் வல்லுறவுக்கு உள்ளாக்கப்பட்டார்கள். சம்பவம் நடந்து மூன்று ஆண்டுகள் வரைக்கும் முதல் தகவல் அறிக்கை கூட பதிவு செய்யப்படவில்லை. இருபது ஆண்டுகள்

கழித்து இரண்டாயிரத்துப் பதினோராம் ஆண்டு நீதிமன்றம் இந்த வழக்கில் தீர்ப்பு வழங்கியபோது குற்றம்சாட்டப்பட்ட 54 பேர் இறந்துபோயிருந்தனர்.

இதுவன்றி, கேரளம், வங்காளம், சத்தீஸ்கார் போன்ற பகுதிகளில் வனவாழ் மக்களின் மீது காவல்துறை வன்முறையும், வனவாழ் பெண்களின் மீது பாலியல் வன்முறையும் அன்றாட நிகழ்வுகளாக இருந்தன. தமிழ்மொழி அல்லாத இந்திய மொழிகளில் இப்பிரச்சினைகள் பற்றி திரைப்படங்கள் வெளியாகின. இந்தப் படங்கள் அனைத்தும் பேசிய பிரச்சினை வனவாழ் மக்களுக்கு எதிரான காவல்துறை மற்றும் அரச வன்முறைக்கு எதிராகத் திரட்டிக்கொள்ளப்பட்ட வகையில் போராடிய நக்சலைட்டுகள் தொடர்பான பிரச்சினை.

எண்பதுகளின் ஆரம்பத்தில் வெளியான கோவிந்த் நிஹ்லானியின் ஆக்ரோஷ் துவங்கி இரண்டாயிரத்து இரண்டாம் ஆண்டு வெளியான ககன்விகாரி போராதேயின் லால் சலாம் படம் வரையிலும் காவல்துறை, நீதியமைப்பு, அரசு நிறுவனங்கள் என இவர்களால் வனவாழ் பெண்களின் மீது தொடுக்கப்படும் பாலியல் வல்லுறவு, இதனை எதிர்த்துப் போராடுகிறவர்கள் என்கவுண்டர் எனும் பெயரில் காவல்துறையினரால் படுகொலை செய்யப்படுவது, அவர்கள் இந்த அநீதிகளுக்கு எதிராகப் போராட முடியாத கையறுநிலையில் இருப்பது, பிற்பாடு திரட்டிக்கொண்ட வகையில் போராடத் துணிவது என இப்பிரச்சினைகள் திரைப்படங்களில் சித்தரிக்கப்பட்டு வருகின்றன.

இத்தகைய சித்தரிப்புகளில் மிகமுக்கியமான ஒரு அம்சம், அரசு, காவல்துறை, வனத்துறை போன்றவற்றுக்கு இடையில் இருக்கும் இறுக்கமான உறவும், அவர்கள் பொருளாதார ரீதியில் வனவாழ்மக்கள் மீது செலுத்தும் சுரண்டலும் குறித்ததாகும். மலையாளத்தில் வெளியான மதுபாலின் தலப்பாவு, இந்தி மொழியில் வெளியான ககன்விகாரி போராதேயின் லால் சலாம் மற்றும் ஆனந்த் நாராயண் மகாதேவனின் ரெட் அலர்ட், வங்க மொழியில் வெளியான கோவிந்த் நிஹ்லானியின் ஹஸார் சவ்ராஸ்கி மா என இப்பிரச்சினை தொடர்பான அனைத்துப் படங்களிலும் இடம்பெறும் சித்தரிப்பு இத்தகையதுதான். இந்தக் குறிப்பிட்ட அம்சம் மணிரத்னத்தின் ராவணன் படத்தில் துப்புரவாக நிராகரிக்கப்பட்டிருக்கிறது.

ராவணன் படம் இவ்வளவு பிரம்மாண்டமானதொரு பிரச்சினையை முக்கோணக் காதல்கதையாகச் சுருக்கிவிடுகிறது. நவீன ராமாயணக் கதையைச் சொல்ல மணிரத்னம் தேர்ந்துகொள்ளும் பின்புலமான

வனவாழ் மக்கள் தொடர்பான இக்கதையில் மிகப்பெரும் பலவீனம் அல்லது அபத்தம் சீதை பாத்திரம் தொடர்பானது. வனவாழ் பெண்கள் தமிழகம் துவங்கி இந்தியாவெங்கிலும் நூற்றுக்கணக்கில் பாலியல் வல்லுறவுக்கு உள்ளாக்கப்பட்டிருக்கிறார்கள். காவல்துறை அதிகாரிகள் வனவாழ் மக்களின் போராட்டத் தலைவர்களை நூற்றுக்கணக்கில் தேடுதல் வேட்டையின்பின் என்கவுண்டர் எனச்சுட்டுக் கொன்றிருக்கிறார்கள். பாராளுமன்ற, சட்டமன்ற உறுப்பினர்கள், அரசு அதிகாரிகள், வனத்துறை அதிகாரிகள், கன்னட நடிகரான ராஜ்குமார் போன்ற பிரபலங்கள் வனவாழ் மக்களால் கடத்தப்பட்டிருக்கிறார்கள்.

குறிப்பிட்ட இந்தப் பிரமுகர்களின் மனைவியரையோ, காதலியரையோ அல்லது ரகசிய மனைவியரையோ அல்லது அவர்களது வீட்டுப் பெண்களையோ வனவாழ் மக்கள் அல்லது அவர்களது தலைவன் கடத்திவைத்து பேரம் பேசியதாகவோ அல்லது சித்திரவதை செய்ததாகவோ எந்தவிதான குறைந்தபட்ச சான்றுகள் கூட இல்லை. துரதிருஷ்டம், மணிரத்னத்தின் இராமாயண நவீன மீள்வாசிப்பின் மையமான முடிச்சாக இந்தக் கடத்தலும் சித்திரவதையும்தான் இருக்கிறது.

ரெட் அலர்ட் படத்தில் காவல்துறையினரால் வல்லுறவுக்கு உட்படுத்தப்பட்ட பெண் நக்சலைட் அமைப்பில் இணைந்து

கொள்கிறாள். தலப்பாவு படத்தில் விவசாயப் பெண்களை பாலியல் வல்லுறவுக்கு உட்படுத்தும் நிலச்சுவான்தார் நக்சலைட்டுகளால் வெட்டிக் கொல்லப்படுகிறார். லால் சலாம் படத்தில் பாலியல் வல்லுறவுக்கு உள்ளான பெண் நக்சலைட் இயக்கத்தில் சேர்கிறாள். ஆக்ரோஷில் தன் மனைவியைப் போலவே பாலியல் வல்லுறவுக்கு உள்ளாக்கப்படக் கூடிய நிர்க்கதியான தனது தங்கையைத் தானே வெட்டிக்கொல்கிறான் மலைவாழ் மனிதன். இந்தப் படங்கள் முன்வைக்கிற உண்மைகளே கடந்த கால்நூற்றாண்டு கால இந்திய வனவாழ்மக்களின் போராட்டங்கள் சொல்லும் உண்மைகள்.

ரெட் அலர்ட், தலப்பாவு, லால் சலாம் போன்ற படங்கள் வெளியான காலத்தில்தான் மணிரத்னத்தின் ராவணன் படமும் வெளியாகிறது. மணிரத்னத்துடனான உரையாடலில் பரத்வாஜ் ரங்கன் நக்சலைட் பிரச்சினையுடன் இப்படத்தினை முன்வைத்து கேள்விகளும் கேட்கிறார். இப்படம் தயாரிப்பில் இருந்தபோது பிரதானமான ஆங்கில ஊடகங்களில் இப்படம் நக்சலைட் பிரச்சினையைப் பேசும்படம் எனும் செய்திகளும் வெளியாகின. மணிரத்னத்தின் வழக்கமான சூத்திரத்தில்தான் இப்படம் உருவாகியிருக்கிறது. சமகாலத்தில் அதிகமாக பேசப்படும் பிரச்சினையையும் அது சார்ந்த இயற்கைப் பின்னணிகளையும் தேர்ந்துகொள்வது, தனது கற்பனைக் கதையை அதற்குள் சென்று பொருத்துவது என்பதைத்தான் அவர் ராவணன் படத்திலும் செய்திருக்கிறார்.

இவரது இந்த சூத்திரம் இரண்டு படங்களில் பொருந்திப் போனது. ஒன்று ரோஜா பிறிதொன்று பம்பாய். இரண்டுக்கும் நடைமுறை வாழ்வில், இந்தியாவின் நவீன வரலாற்றில் நிகழ்வுகள் இருந்தன. தமிழகப் பொறியாளர் ஒருவர் காஷ்மீரில் கடத்தப்பட்டிருந்தார். பாப்ரி மஜீத் தகர்ப்பை அடுத்து மும்பையில் இந்து முஸ்லீம் கலவரம் நிகழ்ந்திருந்தது. இந்தப் படங்கள் இந்தக் காரணங்களால் வெகுமக்களின் மனங்களுடன் தொடர்பு கொள்ள முடிந்தது. இந்த சூத்திரத்தை மணிரத்னம் பிற மூன்று படங்களுக்கும் பிரயோகித்தார். அசாம் பிரச்சினை பற்றிய உயிரே, ஈழப் பிரச்சினை பற்றிய கன்னத்தில் முத்தமிட்டால், நக்சலைட் பிரச்சினை பற்றிய ராவணன் அந்த மூன்று படங்கள்.

இந்த மூன்றிலும் உயிரே, பம்பாய் போல இவர் அரசியலை அலசவேயில்லை. முழுக்கவும் காதலும் பாசமும் பற்றிய படங்களாக இதனை உருவாக்கினார். இந்தக் கதைகளுக்கான நவீன வாழ்வின் ஆதாரங்கள் நிஜத்தில் நிலவவில்லை. அசாம் விடுதலைப்

போராட்டத்தில் தற்கொலைப் போராளிகள் இருக்கவில்லை. ராவணன் படத்தில் சித்தரிக்கிற மாதிரி ஒரு வனவாழ் தலைவனால் கடத்தப்பட்ட காவல்துறை அல்லது ராணுவ அதிகாரியின் மனைவி எனும் நிகழ்வுக்கான குறைந்தபட்ச ஆதாரமும் இல்லை. ஈழப் பிரச்சினையில் தத்துப்பிரச்சினை என்பது ஆதாரமானதாக இருக்கவில்லை. இந்தக் காரணங்களால் இந்தப் படங்கள் மக்களின் மனங்களுடன் தொடர்பு கொள்ள முடியவில்லை. கதைக் கருவுக்கு முற்றிலும் புறம்பான, விலகிய காரணங்களுக்காக, ரஹ்மானின் இசை, பாடல் படமாக்கப்பட்ட முறை, பிரம்மாண்டமான ஒளிப்பதிவுத் தொழில்நுட்பம் போன்றவற்றுக்காக இந்தப் படங்கள் இந்தியாவுக்கு வெளியில் வசூலைக் குவித்தன.

ராவணன், ராமன், சீதை பாத்திரப் படைப்புகள், வனவாழ் கலகமனிதன் பாத்திரம் எவ்வாறு சித்தரிப்புப் பெறுகிறது, ஏன் வனவாழ் மக்களின் தலைவன் ராவணனாகச் சித்தரிக்கப்படுகிறான்? வனவாழ் மனிதர்களின் தலைவனாக இருப்பவன் மனோவியாதி கொண்ட, நிலையில்லாத பத்துப்புத்தி கொண்ட, அரக்க குணத்தையும், காம உணர்வையும், சகோதர பாசத்தையும் மட்டுமே பிரதானமாக வெளிப்படுத்தக் கூடியவனாகச் சித்தரிப்புப் பெறவேண்டும்? வனவாழ் மக்கள் தவைவனின் பிரதான குணாம்சம் என்பது தனது சொந்த உறவுகளைத் துறந்த, மக்களின் துயரிலிருந்து அவர்களை

விடுவிக்கப் போராடுவதாக அல்லவா நவீன நிஜயுகத்தில் இருக்கிறது? பத்துப் புத்தி கொண்ட, அரக்க குணம் பிரதானமாகக் கொண்ட, காமம் மட்டுமீறிய நிலையில் வனவாழ் பெண்களை வல்லுறவுக்கு உள்ளாக்குகிறவனாக அல்லவா இன்று காவல்துறை அதிகாரியும், வனத்துறை அதிகாரியும் இருக்கிறான்?

உண்மையில் நவீன இராமாயண மறுவாசிப்பு குறித்த பாத்திரப் படைப்புகளை மணிரத்னம் தேர்ந்துகொண்டிருக்கிற வனவாழ் மக்களின் வாழ்விலிருந்தும் காவல்துறை உயரதிகாரி மற்றும் அவனது மனைவியிலிருந்தும் தேர்ந்து கொண்டதே படு அபத்தமாகும். ஒரு காவல்துறை உயரதிகாரியின் மனைவி மீது வனவாழ் மக்களின் தலைவன் மோகம் கொள்வதும், அவன் மீது பரதநாட்டியம் போன்ற உயர்கலைகளில் தேர்ந்த, காவல்துறை அதிகாரியின் மனைவி பிரியம் கொள்வது என்பதெல்லாம் முற்றிலும் அபத்தமாகும்; வரலாற்றுணர்வும் சமகால உணர்வும் அற்ற, வெற்றுக் கற்பனைகள் நிறைந்த, வண்ணமயமான ஒரு தொழில்நுட்பப் பண்டம் என்பதல்லாமல் ராவணன் படத்திற்கு வேறு சமூக முக்கியத்துவம் ஏதுமில்லை. இந்திய சினிமாவில் மலைவாழ் மக்களின் வாழ்வு குறித்த படங்களில் இன்று மூன்று கிளாசிக்குகள் இருக்கின்றன, முறையே ஆக்ரோஷ், லால் சலாம் மற்றும் தலப்பாவு. நிச்சயமாக மணிரத்னத்தின் ராவணன் திரைப்படத்தை இவற்றின் அருகில் கூட வைத்துப் பார்க்க முடியாது.

வரலாற்றுப் புனைவும் மறுபுனைவும்

பொன்னியின் செல்வன்
(2022-2023)

இந்தியாவின் பிற எந்த மாநிலத்தை விடவும் அரசியல் அதிகாரத்தின் பகுதியாகவே தமிழ் சினிமா உருவாகி வளர்ந்து வந்திருக்கிறது. திரைப்படப் பார்வையாளனுக்கு எந்த இயக்குனரும் கதைசொல்லுதல், தொழில்நுட்பம், அழகியல் என்கிற பெயரில் அவனது விமர்சன உணர்வை மடைமாற்ற முடியாது. தொல்வரலாறு குறித்ததாயினும், முடிமன்னர் வரலாறாயினும், நவீன வரலாறாயினும் இவை பற்றிய விழிப்புணர்வு கொண்ட திரைப்பார்வையாளர்கள் தமிழ்நாட்டில் இருக்கிறார்கள். வரலாறு என்றால் தரவுகள் ஏன் குழப்பப்பட்டிருக்கிறது என அவர்கள் கேட்பார்கள்.

தொல்வரலாறும் முடிமன்னர் வரலாறும் பல இடைவெளிகள் கொண்டது. படைப்பாளி இப்போது வரலாற்றை வியாக்யானம் செய்கிறான். இந்த வியாக்யானம் என்பது

அவரவர் சாதி, வர்க்க. பாலின, இன அகவுணர்வுக்குத் தகவே உருவாகின்றன. இவை பற்றிய விமர்சனத்திலும் இத்தகைய அத்தனைப் பார்வைகளும் உண்டு. முடிமன்னர் வரலாற்றை எப்படி அணுகலாம்? முடிமன்னர்களின் அகவுலகின் வழி ஷேக்ஸ்பியரின் பார்வையில். ஹீவர்ட் பாஸ்டின் ஸ்பார்டகஸ் வழி அடிமைகளின் கலகத்தின் வழியில். ஷேக்ஸ்பியர் வழியில் அகிர குரசோவா ரான் படத்தில், ஷாங் இமு ஹீரோ படத்தில் என ஜப்பானிய, சீன வரலாறுகள் சொல்லப்பட்டுள்ளன. தமிழக வரலாற்றை இப்படித் தில்லானா மோகனாம்பாளில் ஏ.பி.நாகராஜன் சொல்லியிருக்கிறார். எம்.ஜிஆர். அடிமைகளின் வழி வரலாற்றை நாடோடி மன்னன், அரச கட்டளை, அடிமைப்பெண், ஆயிரத்தில் ஒருவன் என மறுபுனைவு செய்திருக்கிறார்.

பொன்னியின் செல்வன் படத்தின் முதலாம் பகுதி காட்சிப் பிரம்மாண்டத்திற்கு ஆனது. இரண்டாம் பகுதி உணர்ச்சிபூர்வமாகப் பாத்திரக் கட்டமைப்புடன் கதை சொல்கிறது. மணிரத்னம் கல்கியிடமும் வரலாற்றினிடமும் நிறைய சுதந்திரம் எடுத்துக் கொண்டிருக்கிறார். உச்சக்காட்சியில் பொன்னியின் செல்வன் 'பாரதம்' என வசனம் பேசுகிறாள். 'சிங்கம்' என வசனத்தில் வரும் சொல் 'புலி' எனும் துணைத்தலைப்பாக ஆகிறது. விடுதலைப் புலிகளின் புலிக்கொடி

சர்வதேசியப் பிம்பமான காலம் இது. ஆதித்த கரிகாலன் மணியின் படத்தில் பூணூல் போட்டிருக்கிறான்.

ஸ்டோரி ஆப் இன்டியாஸ் கிரேட்டஸ்ட் எம்பயர்' என்றுதான் பொன்னியின் செல்வன் முதல் முன்னூட்டக் காட்சி துவங்குகிறது. 'இந்தியா' என்பது ஒரு நவீன அரசியல் கருத்தாக்கம். பிரித்தானியக் காலனித்துவத்தின் பின்தோன்றியது. உண்மையில் 'ஸ்டோரி ஆப் கிரேட்டஸ்ட் தமிழ் எம்பயர்' என்றுதான் மணிரத்னம் குறிப்பிட்டிருக்க வேண்டும். அது மணியினால் இயலாது. அவருடையது அகண்ட இந்திய மனம். வசூல் இலக்கில் படம் பான் இன்டியன் சினிமா.

வரலாறு என்பது நிகழ்கால உணர்வுடன் கடந்த காலத்தை அணுகுவது. கல்கியின் பொன்னியின் செல்வனுக்குப் பின்னணியாக காலனிய எதிர்ப்பு இந்திய தேசிய விடுதலைப் போராட்டம் இருந்தது. மணியின் வியாக்யானத்துக்குப் பின்னால் என்ன இருக்கிறது என அறிவதுதான் படத்தின் பார்வையாளனது விழிப்பு கொண்ட மனம். கல்கி பொன்னியின் செல்வன் எழுதியதில் இரு பண்புகள் பின்நின்றன. ஒன்று ஒன்றுபட்ட இந்திய தேசியவாதம். இரண்டு இந்திய வகை ஆரம்பப் பெண்ணிலைவாதம். இந்த இரண்டும் திரிந்த வகையில் மணிரத்னம் படத்தில் உண்டு.

இனத்தேசிய விடுதலையைக் குற்றமாகக் காண்கிற பிஜேபி வகை அகண்ட இந்திய தேசியக் கூச்சல் இப்படம் நெடுகிலும் உண்டு. இரண்டாவது மிடுக்கும் வெஞ்சினமும் கொண்ட நந்தினி நைந்த பெண்ணாக அறுதியில் தற்கொலை செய்து கொள்கிறாள். மதுராந்தகருக்கு முடிசூட்டும்போது பொன்னியின் செல்வன்

195

உணர்ச்சிகரமாகப் 'பாரதம் எங்கெங்கும் ஆலயங்கள் எழுப்புவோம்' என ஒரு நீண்ட உரையாற்றகிறார். ஆர்எஸ்எஸ் தலைவர் மோகன் பகவத்தின் உணர்ச்சிகரமான உரையின் சாயல் அதில் படிந்துவிடுகிறது.

ஆயிரத்தில் ஒருவன், அடிமைப் பெண் பற்றி யாராவது வரலாறு—புனைவு பிரச்சினையை எழுப்புகிறார்களா? புனைவை வரலாறாகக் கட்டமைப்பதுதான் பிரச்சினை. அதுவும் வரலாற்று இடைவெளிகளை அதிகாரத்திற்கு ஆதரவாகப் புனைவார்களானால் அதில் புனைகதையாளனுக்கு நோக்கம் உண்டா இல்லையா என்று கேட்பார்கள். பொன்னியின் செல்வன் அறிமுக மேடையில் 'இந்தப்படம் வந்தால் சோழர் வரலாறு உலகெலாம் பேசப்படும்' என அறிவிப்புச் செய்தார்கள். ஆதித்தகரிகாலன் தான் கொண்ட காதலால் தற்கொலை செய்துகொண்டான் என்றால் வரலாற்றை முன்வைத்து எவரும் கேள்வி கேட்பார்கள்.

எது அழகியல்? எது அரசியல்? இரண்டு காட்சிகள். குந்தவை கண்கள் கட்டப்பட்ட வந்தியத்தேவனைச் சந்திக்கும் காட்சி அழகியல். நிலநீர் வெளி, காமெரா கோணம், வசனம், தொடுதல் என அது ஒரு அழகான அனுபவம். வரலாற்றுக்கு இங்கு எந்த முக்கியத்துவமும் இல்லை.

ஆதித்த கரிகாலன் நந்தினி சந்திப்பு கருத்தியல் வியாக்யானம். வரலாறு இங்கு காதலின் உன்னதம் குறித்ததாக மடைமாற்றம்

செய்யப்படுகிறது. இக்காட்சியில் இரு பரிமாணங்கள் இருக்கின்றன. ஒன்று பாத்திரக் கட்டமைப்பு—வரலாற்றில் பார்ப்பனர்களால் கொல்லப்பட்ட பார்ப்பனர் அல்லாத அரசன் இங்கு பூணூல் அணிந்த விரக்தியுற்ற காதலானாகத் தற்கொலை செய்துகொள்கிறான்.

இரண்டாவதாக இதற்கு ஒரு கலை நியாயத்தை திரைக்கதை ஆசிரியரும் (மூவரில் ஒருவர்) வசனகர்த்தாவுமான ஜெயமோகன் வழங்குகிறார். ஆதித்தகரிகாலனை நந்தினி கொல்லாமல் விடுவதற்கான காரணம் அவன் மீதான காதல் என அவன் கருதுகிறான். நந்தினி அவனைக் காதலித்ததற்கான காரணமாக ராஜ—அரண்மனை வாழ்வின் மீதான வேட்கையைச் சொல்கிறாள். நிராகரிக்கப்பட்ட ஒரு அனாதையின் வெஞ்சினமாக—பழிவாங்கலாக அவளது நடத்தை அமைகிறது.

தான் உண்மையில் நந்தினியால் காதலிக்கப்படவில்லை என்பதை அறியும் ஆதித்த கரிகாலன் விரக்தியில் ஒரு காவிய மரணத்தின் பொருட்டு காதலியின் கையால் தற்கொலைசெய்து கொள்கிறான். உணர்ச்சிவசப்பட்டு விட்டீர்களா? வரலாறு மறந்து போகிறதா? அதுதான் இந்தக் கலை வியாக்யானத்தின் நோக்கம்.

ஓடக்காரியான வறிய பெண்ணின் ஆசை என்ன தெரியுமா? அரண்மனை அலங்கார—ஆடம்பர வாழ்வு வாழ்வது. கல்கி இப்படியா பூங்குழலியைப் படைத்தார்? உண்மையில் ஜெயமோகனின் கலை வியாக்யானங்கள் ஏழ்மையான பெண்களின் மீதான வன்முறை. இப்படி அழகியலும் கருத்தியலும் சமவிகிதத்தில் கலந்ததுதான் மணிரத்னத்தின் பொன்னியின் செல்வன்.

கல்கியின் பொன்னியின் செல்வன் குறிப்பிட்ட அரச பரம்பரையின் பெருமை, தியாகம் தொடர்பானது. தேசபக்தி தொடர்பானது. பெண்களின் உளவியலும் அவர்தம் ஆற்றலும் தொடர்பானது. இதை அப்படியே கிடைக்கும் பகாசுர தொழில்நுட்பச் சாத்தியங்களுடன் மணி சொல்கிறார். இந்தப் படத்தில் மணி புதிதாக என்ன சொல்லிவிட்டார்? அப்படிச் சொல்லவேண்டுமானால் வரலாறு எழுதுதலில் வேள்பாரி எழுதிய சு. வெங்கடேசன் போன்ற அடிமக்கள் சார்பிலான அரசியல் நோக்கு அவருக்கு வேண்டும்.

ஆதித்த கரிகாலன் கொலை குறித்த உடையார்குடி கல்வெட்டு இதில் பார்ப்பனர்களின பங்கைத் தெளிவாகக் குறிப்பிடுகிறது. உடையார்குடி கல்வெட்டின் படி ஆதித்த கரிகாலனைக் கொன்றவர்கள் சோமன், இருமுடிச்சோழ பிரமாதிராஜன், மலையனூரை சேர்ந்த தேவதாசக்

கிரமவித்தன் மற்றும் ரவிதாசன் என்னும் பஞ்சவன் பிரமாதிராஜன். இதனை முற்றிலுமாக மணிரத்னம் மூடிக்கட்டிவிடுகிறார்.

ஸ்பார்ட்டகஸ் திரைப்படம் வரலாற்றுப் பாத்திரமொன்றை வைத்துக் கொண்டு அடிமைகளின் கிளர்ச்சியை, விடுதலைக்கான ஏக்கத்தை எனறென்றைக்குமான மானுட சுதந்திரத்திற்கான வேட்கையாக முன்வைக்கிறது. அதே அடிமை வாழ்வின் பிரபஞ்சமயமான சுதந்திரவேட்கையை புனைவுச் சுதந்திரத்தின் காவியத் தன்மையுடன் எம்.ஜி.ராமச்சந்திரனின் நாடோடி மன்னன், அடிமைப்பெண், ஆயிரத்தில் ஒருவன் போன்ற படங்கள் முன்வைத்தன. அரசர்கள், குடிமக்கள், கலகத் தலைவர்கள் தொடர்பான தமிழ் கிளாசிக்குகள் இன்றும் எம்.ஜி.ஆர். உருவாக்கிய திரைப்படங்கள்தான்.

நாடோடி மன்னன், ஆயிரத்தில் ஒருவன், அடிமைப்பெண் பார்த்து வளர்ந்தவர்களால், படம் உருவாக்கலில் இன்றைய மெகா பட்ஜெட், தொழில்நுட்ப ஆதாயங்களையும் அறிந்தவர்களால், பொன்னியின் செல்வன் முதல்பாகம் குறித்து விதந்து பேசும்படியாக எதனையும் காண முடியாது. செவ்வியல் இலக்கியம் அல்லது செவ்வியல் வாழ்க்கை வரலாறு போன்றவை மறுமுறை சொல்லப்படும்போது எத்தகைய புதிய சமூக வாசிப்பை ஒருவர் நிகழ்த்துகிறார் என்பதை வைத்தே அதனை மதிப்பிட வேண்டும். வரலாறு இரு வகைககளில் எழுதப்படுகிறது. ஆண்டைகளின்—மன்னர்களின் பார்வையில். மக்களின்—மாண்டவர்களின் பார்வையில். ஸ்பார்ட்டகசும் வரலாறுதான். பொன்னியின் செல்வனும் வரலாறுதான். ஸ்பார்டகஸ் வலிகளின் எழுச்சி. பொன்னியின் செல்வன் ஜோடனைகளின் புடைப்பு.

கல்கியின் நந்தினி ஆதித்த கரிகாலனின் கொலையைப் புனைவுக்குள் நிரவிவிடப் படைக்கப்பட்ட ஒரு கற்பனைப் பாத்திரம். கல்வெட்டு ஆதாரங்களில் கிடைத்திருப்பது பெயர் சுட்டப்பட்ட நிஜம். மணிரத்னம் நந்தினி வழியில் செய்திருப்பது கற்பனைப் பாத்திரத்தின் புனைவையும் மீறிய பெருந்தேசிய அதிபுனைவுக் காதல் தந்திரம். இந்தக் கடைசிப் புனைவிற்கான எதிர்வினை போல தமிழக இலக்கிய வரலாற்றில் ஒரு சம்பவம் நிகழ்ந்தது. பெரும் பதிப்பகங்கள் மணிரத்னம் படத்தைத் தொடர்ந்து, அவர்கள் பதிப்பித்த இலட்சக் கணக்கான பொன்னியின் செல்வன் நாவல் பிரதிகள் விற்பனையின்றித் தேங்கிக் கிடக்கின்றன.

ஒரு வெகுஜனக் கனவின் கலைத்தலாக ஒரு திரைப்படம் ஆன நிகழ்வு இது.

மணிரத்னத்தின் பெண்கள்

நவதேசியப் பழமைவாதப் பிரதிமைகள்

பெண்களைச் செல்லம் கொஞ்சும் குஞ்சுப் படங்கள் *(Chic Flicks)* பெண்மைக்குத் திரும்புதல், காதல் உணர்வுகளின் முதன்மை, பெண்சக்தி ஆகியவற்றை விளக்குகின்றன, பிரதிபலிக்கின்றன, முன்வைக்கின்றன. இத்தகைய படங்கள் மற்ற பெண்கள் குறித்தத் திரைப்படங்களைப் போலல்லாமல் அதிகப்படியான உணர்ச்சி மேலிட, மனோரதியத்துடன் அவர்களின் அன்றாடப் போராட்டங்கள் சார்ந்து பழமைவாதம் கொண்ட அவர்களின் பொதுவுணர்வைக் கவர்கிறது. திரைப்படச் சந்தைப் பிரிவில் இது ஒரு வகையாக இருப்பதால, பெண்களைச் செல்லம் கொஞ்சும் இத்தகைய படங்கள் பெண்களுக்கு மகிழ்ச்சியைத் தரும் திரைப்படங்கள் என்ற நோக்கத்தில் தோன்றுகின்றன.

Suzanne Ferriss and Mallory Young

In Chick Flicks:

Contemporary Women at the Movies (2007).

1

உயர் மத்தியதர வர்க்க, மத்தியதர வர்க்க நகர்ப்புறப் பெண்களை முதன்மைப் பாத்திரங்களாகக் கொண்டு தமிழில் அதிகமான படங்களை எடுத்தவர் மணிரத்னம். கூடுதலாக கிராமியப் பெண்களால் கவரப்பட்ட நகரப்புற ஆண்களை வைத்தும் அவர்களது கண்ணோட்டத்தில் அவர் படங்கள் எடுத்திருக்கிறார்.

அவரது முதல்படமான பல்லவி அனுபல்லவி(1983) ஒரு மணமான மத்தியதர வயதுப்பெண்ணுக்கும் அவளைவிட வயதில் சிறியவனான வாலிபனுக்கும் இடையிலான உறவைச் சொன்ன படம். தொடர்ந்து அவர் பெண்களை மையப்படுத்தி இதயக் கோயில்(1985), மௌனராகம்(1986), அக்னிநட்சத்திரம்(1988), கீதாஞ்சலி—இதயத்தைத் திருடாதே(1989), அஞ்சலி(1990), திருடா திருடா(1993), அலைபாயுதே(2000), ஓகே காதல் கண்மணி(2015) காற்றுவெளியிடை(2017) என பத்து படங்களை இயக்கியிருக்கிறார். இதுவன்றி தனது துணைவியார் சுஹாசினியுடன் இணைந்து திரைக்கதை எழுதி இந்திரா(1995) இயக்குனர் பாரதிராஜாவுக்கு கதையெழுதிய தாஜ்மஹால்(1999) தன் தயாரிப்புக்காக கதையெழுதிய டும்டும்டும்(2001) என மூன்று பெண்மையப் படங்களுக்குப் பங்களித்திருக்கிறார்.

2

19 ஆம் நூற்றாண்டின் பிற்பகுதியில் மேற்குலகிலும் அமெரிக்காவிலும் தோன்றிய முதல் அலை பெண்ணியம் முதன்மையாக பெண்ணின் வாக்களிக்கும் உரிமையை வென்றதன் மூலம் உருவாகிறது.

இரண்டாவது அலை பெண்ணியம் தோராயமாக 1960 களில் இருந்து 1990கள் வரை ஊதிய சமத்துவம், **இனப்பெருக்க** உரிமைகள், பெண் பாலியல், குடும்ப வன்முறை போன்ற பல சிக்கல்களை உள்ளடக்கியது. பெண்ணியத்தின் முதல் அலையைப் போலவே இந்த இலக்குகளில் பலவும் சட்டம் மற்றும் முக்கியமான நீதிமன்றத் தீர்ப்புகள் மூலம் அடையப்பட்டன.

மூன்றாவது அலைப் பெண்ணியம் 1990 களின் நடுப்பகுதியில் இருந்து வெளிப்பட்டது. மூன்றாவது அலையினர் பெண்மையை மறுவரையறை செய்ய முயன்றனர். இரண்டாவது அலையிலிருந்து முற்றிலும் வேறுபட்டு இனம், வர்க்கம், பாலினம் மற்றும் பிற

தனிப்பட்ட குணாதிசயங்கள் எப்படி ஒன்றுடன் ஒன்று வெட்டுகின்றன என்பதை இது விளக்க முயன்றது.

நான்காவது அலைப் பெண்ணியம் தகவல் தொழில்நுட்ப, விஞ் ஞான வளர்ச்சிகள்—மாற்றங்கள் பெண் உடலின் மீது ஏற்படுத்திய பாதிப்புகளை உள்ளடக்கியது.

வெள்ளைப் பெண்ணியம், ஆண் மேலாதிக்கம், பால்மாறுதல் போன்றவை குறித்த விமர்சனமாக நான்காவது அலைப் பெண்ணியம் உருவாகிறது. மாற்றுத் திறனாளிகள், நிறவேற்றுமை உள்ளவர்கள், பாலினம் அல்லாதவர்கள், வேறுபட்ட குறைபாடுகள் உள்ளவர்கள் ஆகியோருடன் அனைத்து ஒதுக்கப்பட்ட குழுக்களையும் உள்ளடக்கி ஆதரிக்கவேண்டும் என இந்தப் பெண்ணியம் கோருகிறது.

பாலியல் வல்லுறவு, பாலியல் துஷ்பிரயோகங்கள், விருப்பமில்லாத கர்ப்பம், ஆண்மையப் பார்வையின் இடைவிடாத அழுத்தங்கள், பெண்களின் உடல் மீதான கட்டுப்பாடின்மை போன்ற உண்மைகளால் பெண்ணியவாதிகள் இப்போது உந்துதல் பெறுகிறார்கள்.

இவர்கள் பெண்களின் வறுமை, பாதுகாப்பான சிறந்த ஊதியம் பெறும் வேலைகளில் இருந்து விலக்கப்படுதல், திருமணம் அல்லது தாய்மையின் மூலம் ஏற்படும் பாதிப்புகள், அவர்களின் கல்வியறிவின்மை ஆகியவற்றில் கவனம் செலுத்துகின்றனர். பெண்களுக்குச் சட்ட உரிமைகள் இல்லாமை, அவர்களின் குழந்தைகள் மீதான தம் உரிமையை இழப்பது, கட்டாய உழைப்பு, மருத்துவ வளங்கள் மற்றும் நில உரிமைகள் இல்லாமை, ஆக்கிரமிப்பு, போர், பஞ்சம் போன்ற சூழ்நிலைகளில் பெண்களுக்கு ஏற்படும் பாதிப்பு போன்றவற்றின் கொடுமைகளை இவர்கள் சுட்டிக்காட்டுகிறார்கள்.

பத்தொன்பதாம் மற்றும் இருபதாம் நூற்றாண்டுகள் தேசியவாதத்தின் ஆதிக்கத்தினால் பெண்களின் நிலை, சுதந்திரம் என்பது தேசிய முன்னேற்றம் பற்றிய விவாதங்களுடன் பிணைக்கப்பட்டன. இக்காரணங்களால் பெண்ணியவாதிகள் தாராளவாத சுயம், சமூக ஒப்பந்தம், ஜனநாயகக் குடியுரிமை, அரசு மற்றும் தேசம், அத்துடன் சோசலிச புரட்சிக் கருத்துக்கள் ஆகியவற்றை விமர்சனத்துக்கு உட்படுத்துகின்றனர். இருபதாம் நூற்றாண்டின் பிற்பகுதியில் உயர்கல்வி விரிவடைந்ததால் பெண்ணியம் என்பது உலகின் கல்விப் புலங்களில் ஒரு நிறுவப்பட்ட பார்வையாக மாறியுள்ளது.

3

இந்தியாவில் பெண்ணியத்தின் வரலாற்றை மூன்று கட்டங்களாகப் பிரிக்கலாம்.

முதல் கட்டம் 19 ஆம் நூற்றாண்டின் மத்தியில் தொடங்கி சீர்திருத்தவாதிகள் கல்வி, பெண்களை உள்ளடக்கிய பழக்கவழக்கங்கள, மரபுகள் ஆகியவற்றில் சீர்திருத்தங்களைச் செய்வதன் மூலம் பெண் உரிமைகளுக்கு ஆதரவாகப் பேசத் தொடங்கியபோது உருவானது.

இரண்டாம் கட்டம் 1915 முதல் இந்திய சுதந்திரம் வரை, காந்தி பெண்கள் இயக்கங்களை வெள்ளையனே வெளியேறு இயக்கத்தில் இணைத்து, சுதந்திரமான பெண்கள் அமைப்புகள் உருவாக்கத் தொடங்கினார்.

1947 இந்திய சுதந்திரத்திற்குப் பிந்தைய மூன்றாம் கட்டம் பெண்களை நியாயமான முறையில் நடத்துவதில் கவனம் செலுத்தியது. திருமணத்திற்குப் பிறகு வீட்டில், பணியிடத்தில், அரசியலில் சமத்துவத்திற்கான உரிமைகள் இப்போது முக்கியமான பிரச்சினைகளாகின்றன.

மேற்கத்திய நாடுகளில் வெள்ளை மேட்டுக்குடிப் பெண்ணியத்தின் மீதான விமர்சனம் போலவே இந்தியாவிலும் பெண்ணிய இயக்கங்கள் மீது சில விமர்சனங்கள் உள்ளன. குறிப்பாக சலுகை பெற்ற மேட்டுக்குடிப் பெண்கள், பார்ப்பனப் பெண்கள் மீது அதிக கவனம் செலுத்தி, ஏழை, தலித் பெண்களின் தேவைகள், பிரதிநிதித்துவத்தை புறக்கணிப்பதற்காக அவர்கள் விமர்சிக்கப்பட்டனர். இது சாதி சார்ந்த பெண்ணிய அமைப்புகள், இயக்கங்கள் உருவாக வழிவகுத்தது.

மேற்கத்திய மற்றும் இந்தியப் பெண்ணியத்திற்கு இடையிலான உறவு குறித்து இந்திய பெண்கள் இயக்கங்களுக்குள் தீவிர விவாதங்கள் நடந்துள்ளன. மேற்கில் தாராளவாத பெண்ணியத்தின் எழுச்சியானது கல்வி—வேலைவாய்ப்பில் சம வாய்ப்புகள் மற்றும் பெண்களுக்கு எதிரான வன்முறையை முடிவுக்குக் கொண்டுவருவதற்கான கோரிக்கைகளில் ஆழமாக கவனம் செலுத்தியது. பெண்களுக்கு எதிரான வரதட்சணை வன்முறை, சதி முறைமை, கருக்கலைப்பு, லாக்கப் வல்லுறவுகள் போன்ற பிரச்சினைகள், கவலைகளுக்கு அவர்கள் முன்னுரிமை தந்தனர்.

இந்தியாவில் பெண்ணியத்தின் முதல் கட்டம் உடன்கட்டை ஏறுதல் ஒழிப்பு, விதவை மறுமணத்தை அனுமதிப்பது, குழந்தைத்

திருமணத்தைத் தடுப்பது, கல்வியறிவின்மையைக் குறைப்பது, திருமணத்தின் வயதை வரையறுப்பது போன்றவற்றிற்காக ஆண்களால் தொடங்கப்பட்டது.

சட்டத்தலையீடு மூலம் சொத்து உரிமைகளை உறுதி செய்ய, உயர்சாதி இந்து பெண்கள், பிராமண மரபுகளின் கீழ் அவர்கள் எதிர்கொள்ளும் தடைகளை நிராகரித்தனர். 1930களில் ஒத்துழையாமை இயக்கம் உட்பட பல்வேறு தேசியவாத மற்றும் காலனித்துவ எதிர்ப்பு முயற்சிகளில் காந்தியின் தலைமையில் பெண்கள் மிக முக்கியமான பகுதியாக இருந்தனர்.

சுதந்திரத்திற்குப் பிறகு 1954இல் இந்திய கம்யூனிஸ்ட் கட்சி தனது சொந்த மகளிர் பிரிவை உருவாக்கியது. சுதந்திரத்திற்குப் பிந்தைய பெண்ணியவாதிகள் பெண்கள் பணியிடத்தில் ஈடுபட அனுமதிக்கப்படும் நேரத்தை மறுவரையறை செய்யத் தொடங்கினர். சுதந்திரத்திற்கு முன் பெரும்பாலான பெண்ணியவாதிகள் தொழிலாளர் சக்திக்குள் பாலினப் பிரிவினையை ஏற்றுக்கொண்டனர்.

1970களில் பெண்ணியவாதிகள் நிறுவப்பட்ட ஏற்றத்தாழ்வுகளை மாற்றியமைக்க போராடினர். ஏற்றத்தாழ்வுகளில் பெண்களுக்கு சமமற்ற ஊதியம், பெண்களை திறமையற்ற வேலைத் துறைகளுக்குத் தள்ளுவது, பெண்களை உழைப்புக்கான ரிசர்வ் ராணுவமாக கட்டுப்படுத்துவது ஆகியவை அடங்கும். வேறு வார்த்தைகளில் கூறுவதானால், பெண்ணியவாதிகளின் நோக்கம் அடிப்படையில் மலிவான மூலதனமாகப் பயன்படுத்தப்படும் பெண்களின் இலவச சேவையை ஒழிப்பதாகும்.

1970களில் பெண்ணியம் வர்க்க உணர்வில் கவனம் செலுத்தியது, பெண்ணியவாதிகள் ஆண்களுக்கும் பெண்களுக்கும் இடையிலான ஏற்றத்தாழ்வுகளை சுட்டிக்காட்டினர். சாதி, பழங்குடியினம், மொழி, மதம், வர்க்கம் போன்ற அதிகார அமைப்புகளுக்குள்ளும் இது ஒரு சவாலாக எழுந்தது.

4

1947இல் இந்தியா சுதந்திரம் அடைந்ததைத் தொடர்ந்து பிரதமர் ஜவஹர்லால் நேரு தலைமையிலான இந்திய தேசிய காங்கிரஸ் அரசாங்கம், ஆங்கிலேயர்களின் தலையீடு இல்லாத கொள்கையின்படி இந்து சமூகத்தின் கோரிக்கையிலிருந்து தனிநபர் சட்ட சீர்திருத்தம் எழுந்திருக்க வேண்டும். பல்வேறு பழமைவாத

இந்து அரசியல்வாதிகள், அமைப்புகள், பக்தர்களிடம் இருந்து குறிப்பிடத்தக்க எதிர்ப்பு இருந்ததால் அது அப்படி நிகழவில்லை.

சட்டங்கள் சீர்திருத்தப்பட வேண்டிய ஒரே மத சமூகமாக தங்களை அநியாயமாக இந்துக்கள் தனிமைப்படுத்திக் கொண்டனர். நேரு இந்து சமூகத்தை ஒருங்கிணைக்க இதுபோன்ற நெறிப்படுத்தல் தேவை என்று கருதினார். இது தேசத்தை ஒன்றிணைப்பதற்கான முதல் படியாக இருக்கும் என அவர் கருதினார். இந்து திருமணச் சட்டம், இந்து வாரிசுரிமைச் சட்டம், இந்து சிறுபான்மையினர் மற்றும் பாதுகாவலர் சட்டம், இந்து தத்தெடுப்புகள் மற்றும் பராமரிப்புச் சட்டம் ஆகிய நான்கு இந்து குறியீட்டு மசோதாக்களை 1955—56 இல் நிறைவேற்றுவதில் நேரு அரசு வெற்றி பெற்றது.

கூட்டு—குடும்பச் சொத்து முறையை ஒழித்தல், தந்தையின் சொத்துக்கு மகனுடன் மகளின் வாரிசு முறையை அறிமுகப்படுத்துதல், கலப்புத் திருமணங்களுக்கான தடையை நீக்குதல், சிவில் மற்றும் புனிதமான திருமணங்களின் ஒருங்கிணைப்பு, உயர் சாதியினருக்கான விவாகரத்து அறிமுகம போன்றன முன்வைக்கப்பட்டது. விவாகரத்துக்கு அனுமதிப்பதன் மூலம் அம்பேத்கரின் இந்து சட்டத்தின் இப்பதிப்பு பாரம்பரிய இந்து தனிப்பட்ட சட்டத்துடன் முரண்பட்டது, இந்து தனிநபர் சட்டம் விவாகரத்தை அனுமதிக்கவில்லை.

அரசியல் நிர்ணயசபையில் அம்பேத்கர் சமர்ப்பித்த வரைவு சட்டமியற்றுபவர்களின் பல பிரிவுகளால் எதிர்க்கப்பட்டது. இந்து குறியீட்டு மசோதா மீதான விவாதத்தைத் தொடங்குவதற்கான பிரேரணை ஐம்பது மணி நேரத்திற்கும் மேலாக விவாதிக்கப்பட்டது. விவாதம் ஒரு வருடத்திற்கும் மேலாக ஒத்திவைக்கப்பட்டது. மசோதா நிறைவேற்றப்படுவதற்கு கணிசமான சலுகைகளை வழங்க வேண்டும் என்பதை உணர்ந்த நேரு முன்மொழியப்பட்ட சட்டத்தை பல பிரிவுகளாகப் பிரிக்கப் பரிந்துரைத்தார்.

அரசியல் நிர்ணயசபையில் அவர்கள் திருமணம், விவாகரத்து தொடர்பான முதல் 55 ஷரத்துகளுடன் மட்டுமே விவாதிப்பார்கள் என்றும், மீதமுள்ளவை முதல் பொதுத் தேர்தலுக்குப் பிறகு இந்திய நாடாளுமன்றத்தால் பரிசீலிக்கப்படும் என்றும் அவர் கூறினார். இந்தச் சமரசமானது மசோதாவை ஆதரிக்க பழமைவாதிகளை நம்ப வைப்பதில் பெரிதும் பயனற்றுப்போனது.

திருமணமான மூன்று ஆண்டுகளுக்குப் பிறகுதான் விவாகரத்தை அனுமதிக்கும் நிபந்தனை இருந்தபோதிலும் இந்த மசோதாக்கள்

சட்டசபையில் மீண்டும் தோற்கடிக்கப்பட்டதையடுத்து அம்பேத்கர் தனது பதவியை ராஜினாமா செய்தார்.

பாராளுமன்றத்தில் மசோதாக்களை எதிர்த்தவர்கள் பெரும்பாலும் நேருவின் சொந்த காங்கிரஸ் கட்சியைச் சேர்ந்தவர்கள். குறியீட்டு மசோதாக்கள் சீர்திருத்தத்தை ஏற்படுத்தும் என்று அவர்கள் கருதினர். அது பாரம்பரிய இந்து சமூக அமைப்பிலிருந்து வெகு தொலைவில் உள்ளது அதனோடு மிகவும் தீவிரமானது என்று கருதினர். விவாகரத்து போன்ற நடைமுறைகள் இந்து மதத்தால் முற்றிலும் ஏற்றுக்கொள்ளப்படவில்லை என்று அவர்கள் வாதிட்டனர்.

ஒரு இந்துவிற்கு திருமணம் புனிதமானது, பிரிக்க முடியாதது. பெண்களுக்கு சமமான சொத்துரிமை வழங்கப்பட வேண்டும் என்றால் கூட்டு குடும்பம் என்ற கருத்து சிதைந்துவிடும், அதே போல் இந்து சமுதாயத்தின் அடித்தளமும் சிதைந்துவிடும் என்று அவர்கள் கருதினர். மகள்கள், மனைவிகளுக்கு வாரிசுரிமை வழங்கப்பட்டால் குடும்பங்களுக்குள் மேலும் மோதல்கள் ஏற்படும் என்றும் அவர்கள் வலியுறுத்தினர். இந்த மசோதாக்களுக்கு மக்கள் ஆதரவு இல்லை என்பது அவர்களின் முக்கிய வாதம்.

5

மணிரத்னத்தை ஒரு இயக்குனராக தமிழ் சினிமாவில் நிலைநிறுத்திய படம் அவர் தமிழில் எடுத்த இரண்டாவது படமான மௌனராகம்(1986). கன்னடத்தில பல்லவி அனுபல்லவி,

மலையாளத்தில் உணரு, தமிழில் பகல்நிலவு, இதயக்கோயில் போன்ற அதிகம் கவனம் பெறாத படங்களின் பின் பெரும் வணிக வெற்றி படமாக மணிரத்னததின் ஐந்தாவது படமாக உருவானது மௌனராகம்.

இளையராஜாவின் இசை. சிறிராமின் காமெரா, தோட்டா தரணியின் செட் அமைப்புகள், பொருத்தமான நடிக நடிகையர் தேர்வு என இன்றும் மணிரத்னத்தின் டிரேட் மார்க்குகள் ஆன தொழில்நுட்பச் சாதுர்யம் கொண்டது மௌனராகம் திரைப்படம்.

அடிப்படையிலும் முதலாவதாகவும் மௌனராகம் திரைப்படம் பெண்ணின் சொந்தப் பாலுறவுத் தேர்வு எனும் பிரச்சினையையும், மரபான இந்திய ஏற்பாட்டுத் திருமணங்களில் இது ஏற்படுத்தும் உடல் பதடடத்தையும் பேசுகிறது. இரண்டாவதாக மரபார்ந்த திருமணங்களில அதிகரித்து வந்த விவாகரத்து எனும் பிரச்சினையை மரபான திருமணச் சட்டகத்தில் தீர்த்துவைக்கவும் இந்தப்படம் முயன்றது. காலம் கடத்துதல், வர்க்கநலன், பொருளாதாரப் பாதுகாப்பு எனும் பிரச்சினைகளின் வழி மரபார்ந்த திருமணத்தின பாதுகாப்பை இப்படம் வலியுறுத்தியது.

மௌனராகம் பெண்ணின் பழைய காதல், பாலுறவுத் தேர்வு என்பதை அதே காலத்தில் முன்வைத்த நெஞ்சத்தைக் கிள்ளாதே(1980), அந்த ஏழு நாட்கள்(1981) படங்களின் தொடர்ச்சியாக முன்வைத்தது. பழைய காதல்களை மறந்துவிட முடியாமல் புதிய உறவுகளில் ஈடுபடமுடியாமை தொடர்பான இந்த நடைமுறைப் பிரச்சினை தமிழ் சினிமாவில் இன்றுவரை ராஜாராணி(2013) வகைப் படங்களில் வரை விவாதிக்கப்பட்டு வந்தது.

மௌனராகம் இத்தகைய பழையகாதல் குறித்த படங்கள் என்பதில் இருந்து பலவிதங்களில் மாறுபட்டது. இந்தப் படத்தில் கதாநாயகி திவ்யா நாயகனான கணவன் சந்திரசேகரிடம் பேசும் ஒரு வசனம் மிகப் பிரசித்திபெற்றது. 'நீங்கள் என்னைத் தொடும்போது எனக்கு உடம்பில் கம்பளிப்பூச்சி ஊர்வதுபோல இருக்கிறது' எனும் வசனம் அது. அந்நியனின் உடல் தன் உடலில் படும்போது எழும் அசூயை உணர்வு அது. முற்றிலும் அந்நியமான இருமனிதர்கள் திருமணம் முடித்து உடனே உடலுறவு கொள்ளும் ஏற்பாடு தொடர்பானது அந்த வசனம்.

ஏற்பாட்டுத் திருமணத்தின் பாலான மிகக் கடுமையான நிலைபாட்டைப் பெண் நோக்கில் இருந்து தெரிவிக்கும் வசனம் அது.

இதற்கு மாற்று என்பது இருவரும் பரஸ்பரம் அறிந்து பாலுறவுத் தேர்வை உணர்ந்து செயல்படும் உறவாகவே இருக்க முடியும். மௌனராகம் படம் பிரச்சினையை இநத விதத்தில் அணுகுவது இல்லை.

மணிரத்னம் உண்மையில் மௌனராகம் படத்தைக் கதையாக எழுதும்போது இந்தக் கம்பளிப்பூச்சி உணர்வுதான் கதையின் அடிப்படையாக இருந்தது என்பதை அவரே சொல்கிறார். நாயகியின் இந்த உணர்வுக்கு ஸ்தூலமான ஒரு சமூக அரசியல் அடிப்படையை வழங்கவே அவருக்குப் பழைய காதலும் கலக இளைஞனாக மனோகர் கதாபாத்திரமும் தேவைப்பட்டிருக்கின்றன. இதனை அவர் வாக்குமூலமாகத் தருகிறார். இதனை அந்த ஏழு நாட்கள், நெஞ் சத்தைக் கிள்ளாதே படங்களின தாக்கமாகவும் எடுத்துக்கொள்ள முடியும்.

இந்தக் கலகக்கார இளைஞன் படத்தினுள் நுழைந்து காணாமல் ஒழிந்துபோவது என்பது இப்படத்தின் உயர்வர்க்க நோக்கிற்கும் அந்த வர்க்கத் தம்பதிகளின் உத்திரவாதமான பாதுகாப்பான விவாகரத்து கடந்த வாழ்க்கைக்கான ஏதுவாகவும் இந்தப்படத்தில் அமைந்து விடுகிறது.

மௌனராகம் படத்தின் மூன்று பிரதான பாத்திரங்கள் என்பன மோகன்—சந்திரகுமார், ரேவதி—திவ்யா, கார்த்திக்—மனோகர் போன்றோர் ஏற்பன. சந்திரசேகர் உயர் பொருளாதாரக் கல்வி

படித்தவர். திவ்யாவும் பொருளாதாரம் படித்துக் கொண்டிருந்தவர். மனோகர் பாசிச எதிர்ப்பாளர், நக்சலைட், அரசியல் வன்முறையில் நம்பிக்கை கொண்டவர், ஏழைகளின் ஆதரவாளர் என்று கருதத்தக்கவர்.

பாலச்சந்தரின் அபூர்வ ராகங்கள்(1975) படத்தில் கமல்ஹாசன் போல மௌன ராகத்தில் கார்த்திக் காதலுக்காகப் பெண்களின் நிபந்தனையின பொருட்டு அரசியல் தேர்வுகளைக் கைவிடுகிறார்கள். மௌனராகம் நாயகி ரேவதிக்கு கார்த்திக்கின் அரசியலில் ஈடுபாடு இல்லை. அதனாலேயே அவனது அரசியலை விட்டொழிக்க அவர் கோருகிறார்.

மௌனராகம் படத்தின் இன்னொரு சித்தரிப்புதான் மிக முக்கியமானது. அது தொழிற்சங்கத் தலைவரையும் அவரது சக தொழிலாளர்களையும் குண்டர்களாக மணிரத்னம் சித்தரிப்பது. தொழிற்சாலை மேலாளரான மோகன் தொழிற்சங்கத் தலைவரை வேலைநீக்கம் செய்கிறார். அதன் பொருட்டு மோகன் தொழிற்சங்கத் தலைவரது தலைமையில் தொழிற்சங்க ஊழியர்களால் தாக்கப்படுகிறார். இது மட்டுமல்ல, தொழிற்சாலை அதிகாரியான மோகனைப் பழிவாங்கும் வெறியில் அவரது மனைவி ரேவதியையும் உடல்ரீதியில் தொழிற்சங்க ஊழியர்கள் நள்ளிரவில் அச்சுறுத்துகிறார்கள்.

மௌன ராகத்தில் ஒரு முக்கியமான காட்சியில் இந்த இடதுசாரி வெறுப்பு நம்பகத்தன்மை பெறுகிறது. திவ்யா மனோகரை சந்திக்கச் செல்கிறாள். ஒரு கிடங்கில் பொருட்களை கையகப்படுத்தி மக்களுக்கு வழங்கத் திட்டமிடும் சக இடதுசாரி கலகக்காரர்களுடன் மனோகர் பேசுவதைக் கேட்கிறாள். அறுபது எழுபதுகளில் இடதுசாரி கலகக்காரர்கள், குறிப்பாக நக்சலைட்டுகள் தொழிற்சங்கங்களுக்கு ஆதரவாக வணிகநிறுவனங்கள், தனியார் நிறுவன கிடங்குகளில் பொருட்களை எடுத்து மக்களுக்கு விநியோகிப்பர். போராட்டத்தின் விளைவாக கலகக்காரர்களுக்கும் காவல்துறையினருக்கும் இடையே மோதல் ஏற்பட்டது, வன்முறை அமைதியின்மைக்கு வழிவகுத்தது என்பதை நாங்கள் பின்னர் காண்கிறோம்.

கிடங்குச் சூறையாடலுக்குத் திட்டமிடும் காட்சியில் மனோகரின் புதிரான கதாபாத்திரத்தை உணர்த்துவதற்கு அவரது இருப்பிடம் பற்றிய கணிப்பு நமக்கு உதவுகிறது. மனோகரின் குடியிருப்பில் இத்தாலியத் திரைப்படமான லா நோட் டி சான் லோரென்சோ (1982) படத்தின் போஸ்டரும், தி கில்லிங் பீல்ட்ஸ் (1984) என்ற பிரிட்டிஷ் படத்தின் போஸ்டர் ஷாட்டும் உள்ளது.

இரண்டாம் உலகப் போரின் போது ஜெர்மானியர்களிடமிருந்து ஒரு நகரத்தை விடுவிக்க முயற்சிக்கும் நாஜி எதிர்ப்பு சோசலிசப் போராளிகளைப் பற்றிய திரைப்படமான லா நோட் டி சான் லோரென்சோவின் சுவரொட்டி அறியப்பட்ட இடதுசாரி நிகழ்ச்சி நிரலைக் கொண்டிருந்த தவியானி சகோதரர்களால் தயாரிக்கப்பட்டது. மனோகரின் பாசிச எதிர்ப்பு இடதுசாரி விருப்பங்களை இந்தச் சுவரொட்டி வெளிப்படுத்துகிறது. கில்லிங் பீல்ட்ஸ் இடதுசாரி ஆர்வலர் ரோலண்ட் ஜபே உருவாக்கியது, மனோகரின் எதிர் கலாச்சார, மனித உரிமைகள், சர்வாதிகார—எதிர்ப்புச் செயல்பாடுகளை அனுமானிக்க இது நம்மைக் கோருகிறது.

காதலி கேட்டுக்கொண்டதற்காக நொடியில் தனது அரசியல் முடிவுகளைக் கைவிடும் இடதுசாரிப் பாத்திரமான விடலைப்பையன் மனோகர் ஒருபுறம் என்றால், வன்முறைக் குண்டர்களாகச் சித்தரிக்கப்படும் தொழிலாளிகள் மறுபுறம். இதிலிருந்து திவ்யாவும் சந்திரசேகரும் வந்தடைவது அவர்களுக்கு இடையிலான நெருக்கம், தாராளவாதப் பெண்ணுரிமையான விவாகரத்து கடந்த மரபான இந்து தாலிப் புனிதத் திருமண வாழ்வு மீட்பு.

இது அப்பட்டமான மரபான இந்து நவதேசியத் தேர்வு மட்டுமல்ல, தொழிலாளர்கள், இடதுசாரிகளின் பாலான மேல்வர்க்கப் பார்ப்பனர்களின் வெறுப்புணர்வு. தமிழகத்தில் ராமன், கிருஷ்ணன், கீதை வழிபாடு என்பது பார்ப்பனர்களின் பண்பாடு. அது தமிழகப் பொதுச்சமூகத்தின் வழிபாட்டுச் சின்னங்கள் அல்ல. மணிரத்னத்தின் மௌனராகத்தில் திருமணத்துடன் இணைந்த பிம்பங்களாக அந்தக் குறிப்பிட்ட காட்சியில் இந்த பிம்பங்கள்தான் வருகின்றன.

6

சுதந்திரத்திற்குப் பிறகு புதிய இந்தியக் குடியரசில் இந்து தனிநபர் சட்டத்தை முறைப்படுத்தவும் சீர்திருத்தவும் 1950 இல் இந்தியா இந்து குறியீட்டு மசோதாவை அறிமுகப்படுத்த முயன்றது. இந்தியாவின் சுதந்திரத்திற்குப் பிறகு பிரதமர் ஜவஹர்லால் நேரு தலைமையிலான இந்திய தேசிய காங்கிரஸ் அரசாங்கம் இந்த குறியீட்டு செயல்முறையை நிறைவு செய்தது. அம்பேத்க்ர உருவாக்கிய இந்து உரிமைகள் இந்து குறியீட்டு மசோதா மீதான் இந்து தேசியவாத எதிர்ப்புக்கு பல காரணங்கள் இருந்தபோதிலும், இந்து தனிநபர் சட்டத்தில் விவாகரத்து வழங்குவதே முக்கிய காரணமாக இருந்தது. காங்கிரசில் இருந்த வலதுசாரிகளும், வெளியில் ஆர்.எஸ்.எஸ். இயக்கத்தினரும்தான் இதனைக் கடுமையாக எதிர்த்தவர்கள்

இந்தியக் குடியரசின் மதச்சார்பற்ற தாராளமய நிறுவனங்களுக்கு இந்து தேசியவாதிகளின் ஆரம்பகால விரோதப் போக்கை இந்து குறியீட்டு மசோதா மாதிரியாகக் காட்டுகிறது. இந்த நவ—பாரம்பரியவாதிகள் மேற்கத்திய நவீனத்துவத்திற்கு மறுப்பாக மதச்சார்பற்ற நாடுகளில் தனிப்பட்ட, குடும்ப சட்டத்தின் கட்டாயமான விவாகரத்தை எதிர்த்தனர். திருமணத்தை புனிதமானதாகவும் மீற முடியாததாகவும் கருதும் இந்துத் தூய்மைவாதிகள் விவாகரத்து இந்து சட்டத்தில் அனுமதிக்கப்படவில்லை அல்லது இந்து மதத்தில் பொறுத்துக்கொள்ளப்படவில்லை என்று வாதிட்டனர்.

மௌன ராகத்தில் விவாகரத்து என்பது திவ்யாவுக்கும் சந்திரகுமாருக்கும் இடையிலான திருமணத்திற்குப் பிந்தைய காதல் உறவு மூலம் தவிர்க்கப்படக்கூடிய முரண்பாடுகளை மீள உருவாக்குவதற்கான ஒரு சாதனம் மட்டுமல்ல. விவாகரத்து இறுதித் தீர்வல்ல என்ற பிற்போக்குத்தனமான தர்க்கத்தை நம்பும்படியும், 'அ்தைச் செய்ய வைப்பதன்' தர்மத்தை தற்காலப் பெண்கள் புரிந்து கொள்ளவில்லை என்றும் படம் நம்மிடம் சொல்கிறது.

திருமணமான முதல் வாரத்திலேயே விவாகரத்து செய்வதில்

திவ்யாவின் பிடிவாதமானது சட்டப்பூர்வ பொறிமுறையைக் கொண்டு தப்பித்தல் என்று இழிவுபடுத்துவதை உறுதி செய்கிறது. இரண்டு அந்நியர்களுக்கிடையில் சுய—தியாகக் காதல் மலர்வது, பெண்களின் காதல் உணர்வுகளை ஈர்க்கும், இன்பமானது என்று மகிழ்விக்கும்,

மௌன ராகத்தின் மயக்கும் தன்மை நவ—பாரம்பரியத்தை எடுத்துக்காட்டுகிறது.

மௌன ராகத்தில் திருமணம் என்பது தெய்வீக நியமிப்பு, அது புனிதமானது என்ற பழமைவாத பார்வை, இந்து வழிகாட்டு மசோதாவில் விவாகரத்து பற்றிய நுட்பமான விமர்சனத்தை முன்வைக்கும் போது, அறியாமலேயே இந்து தேசியவாதிகளின் சித்தாந்தத்தை வலுப்படுத்துகிறது.

மௌனராகம் படத்தின் பெண்குஞ்சு கொஞ்சலின் முடிவில் எகனாமெட்ரிக்ஸில் பட்டப்படிப்பைப் படித்துக் கொண்டிருந்த திவ்யா, தனது கலகக்காரக் காதலனை நிரந்தரமாக மறந்து தனது மத்தியதரவர்க்க கணவான் கணவன் சந்திரகுமாருடன் ஐக்கியமானாள். இது மனோகர், சந்திரகுமாரின் கருத்தியல் குறித்த சரிதம் கூட என்று சொல்லவேண்டும்.

கலகவாதி மனோகர் போலல்லாமல் சந்திரகுமார் ஒரு தனியார் உற்பத்தி நிறுவனத்தின் மேலாளராக உள்ளார். திவ்யாவை திருமணம் செய்யும் நேரத்தில் சந்திரகுமாரின் நிறுவனம் தொழிற்சங்கங்களுடன் தொழிலாளர் தகராறில் ஈடுபட்டுள்ளது. அவர் நிறுவனத்திற்கு ஆதரவாக அவர்களுக்கிடையேயான பேச்சுவார்த்தைகளை வழிநடத்துவது மட்டுமல்லாமல், ஒரு காயம்பட்ட தொழிலாளியைச் வேலை நீக்கம் செய்கிறார். சந்திரகுமார் தொழிற்சங்கக் குண்டர்களால் தாக்கப்பட்டு கிட்டத்தட்ட கொல்லப்படுகிறார். திவ்யாவின் பராமரிப்பில் அவர்

குணமடைவது காதலை வளர்க்க உதவுகிறது. இருப்பினும் அதே குண்டர்கள் திவ்யாவை மிரட்ட முயற்சிக்கும்போது அவர்களைத் தடுக்க சந்திரகுமார் சிறிது நேரம் அதிரடி நாயகன் ஆகிறார்.

நக்சலைட்டுகள், தொழிற்சங்கவாதிகள், இடதுசாரிகள், சோசலிஸ்டுகள், உயர்சாதி, உயர் நடுத்தர வர்க்க இந்து தேசியவாதிகள் என்றான திவ்யாவின் அரசியல் தொடர்புகள் மௌன ராகத்தில் அவரது உளவியலில் ஏற்படுத்திய தாக்கங்கள் சாதகமற்ற முறையில் சித்தரிக்கப்படுகின்றன.

மௌன ராகத்தின் நவ—பாரம்பரியவாதம் தன்னைத்தானே அழித்துக்கொள்ளும் புரட்சிகர பயங்கரவாதியுடன் ஒழிந்த காதலை மறப்பது திவ்யாவின் நலனுக்கானதாக இருந்தது என்று கூறுகிறது. திவ்யாவின் இதயத்தைத் திருடும் மனோகரின் குணாதிசயம் அவரது காதல் அபிலாஷைகளை நிறைவேற்றுவதற்கு நீண்ட காலம் நீடிக்கவில்லை இடதுசாரிகளால் கைவிடப்பட்ட அரசியலின் பின்னணியில் ஒரு உருவக வாசிப்பை இது கோருகிறது.

திவ்யா தெய்வீக உதவியை நாடுகிறார். மதத்திற்கு மாறுகிறார். அவர் மருத்துவமனையில் உள்ள இந்து யானைக் கடவுளான விநாயகப் பெருமானின் ஒரு பெரிய சிலையை வேண்டிக்கொள்கிறார். விநாயகர் அகண்ட இந்திய இந்து தேசியவாதத்தின் முக்கிய தெய்வம், இந்தியாவின் தெற்கில் ராமர், கிருஷ்ணர் வழிபாடு குறைவு என்பதோடு தொடர்புபட்டது. கொஞ்சம் கலகக்காரப் பெண் இருக்கிறாள். அவள் முற்போக்கான தன்மையைப் பற்றி பேசுகிறாள். ஒரு வழக்கமான திருமணத்திற்குத் தீர்வு காணும்படி கேட்கப்பட்டால் போராடத் தயாராக இருக்கிறாள். அவளுடைய கணவன் உயிருக்குப் போராடும்போது, இந்த பாரம்பரிய குணம் வெளிப்பட்டு, அவள் விநாயகரை வழிபடுகிறாள். அந்த நேரத்தில் ஒரு உயர்ந்த சக்தியின் மீது சாய்ந்து கொள்ள விரும்புவது இயற்கையான உள்ளுணர்வு. அவளுடைய மற்ற எல்லா வலிமையான குணங்கள் இருந்தபோதிலும், அவளுக்குள் அந்த மத பாதிப்பு இருக்கிறது.

இங்கு மணிரத்னம் பேசும் இயற்கை உள்ளுணர்வு, மற்ற அனைத்து சித்தாந்தங்களும் நெருக்கடி காலங்களில் அமைதியளிக்கத் தவறும்போது தொலைந்து போன கலாச்சாரப் பண்பை மீண்டும் உயிர்ப்பிக்கும் மனோநோயியல் போக்குக்கும் பொருந்தும். திவ்யாவின் நம்பிக்கையை ஒரு பாரம்பரிய தரநிலை என்று புதுப்பித்ததன் மூலம், மதம், ஆன்மீகம் மற்றும் பாரம்பரியம் ஆகியவற்றுக்கு இடையேயான

கோடுகளை மணிரத்னம் இங்கு மங்கலாக்குகிறார்.

மகாபாரதத்தில் சாவித்திரியின் உவமைக்கு ஒப்பானது இது. சாவித்திரி தன் கணவன் சத்யவானைக் காப்பாற்ற மரணத்துடன் போரிடுகிறாள், திவ்யா ஒரு நல்ல இந்து இல்லத்தரசியின் முன்மாதிரிக்கு தலைவணங்குகிறாள், அவளுடைய பக்தி தன் கணவனின் உயிர்வாழ்வை உறுதிசெய்கிறது. மௌன ராக மரணம் தொழிற்சங்க வன்முறையின் மூலம் வரும் இடத்தில், அவரது தேசியப் புகழ்பெற்ற ரோஜாவில் (1992), ரத்னம் மரணத்தை காஷ்மீரி ஜிஹாதிகளின் வடிவில் எடுக்க அனுமதித்துத் தனது திரைச்சட்டகத்தை விரிவுபடுத்துகிறார்.

அமைதியற்ற பிராந்தியத்தில் கிளர்ச்சி, பணயக்கைதிகள். சிதைவுகள் மௌன ராகத்திலிருந்து ரோஜாவிற்கு மாறுகின்றன, ரத்னத்தின் ஹிந்து கதைப்படிமங்கள் மீதான ஈர்ப்பு அவரது பிற்கால கேங்ஸ்டர் படங்களான தளபதி (1991) ராவணன் (2011) கதை ஆகியவற்றிலும் நீடிக்கிறது.

சாதி, பிராந்தியவாதம், பயங்கரவாதம் எனப் பல காரணங்களால் பிரிந்து செல்லும் இந்தியாவை இந்து தேசியவாதத்தால் மட்டுமே ஒன்றிணைக்க முடியும் என்ற எண்ணத்தில் இருந்து நவ—பாரம்பரியவாதத்திற்கான இந்து நடுத்தர வர்க்க ஒப்புதல் வருகிறது. கொடிகட்டிப் பறக்கும் தேசியத் தன்னம்பிக்கையை அதிகரிக்க மதத்தைப் பயன்படுத்தியது 90களின் முற்பகுதியில் இந்து தேசியவாதம் பிரபலமடைந்ததற்குக் காரணமாகும்.

இந்து தேசியவாதம் இந்து ஆன்மாவை காயப்படுத்த ஒரு உணர்ச்சி தூண்டப்பட்ட சஞ்சீவியாக மாறியது. நடுத்தர வர்க்க விசுவாசிகளிடையே இந்து மதத்தை வலுப்படுத்துவதும், இந்து தேசியவாத காலக்கட்டத்தில் முன்னறிவிக்கப்பட்ட போலி மதச்சார்பின்மை தோற்கடிக்கப்பட்ட பின்னர் இந்தியாவை இந்துக் குடியரசாக மாற்றுவதும் இந்தியாவிற்கு ஒரு புதிய யுகத்திற்கு வழிவகுக்கும்.

தீவிர இடதுசாரிகள் மறக்கப்பட்டு விட்டார்கள், விவாகரத்து என்ற மதச்சார்பற்ற நிறுவனத்தால் காவி உடை அணிந்த ஜோடியை ஒதுக்கி வைக்க முடியவில்லை, அவர்கள் எப்போதும் மகிழ்ச்சியாக வாழ விதிக்கப்பட்டதாகத் தெரிகிறது. பெரும்பான்மை மதிப்பீடுகள், மேலாதிக்கக் கலாச்சாரத்தின் 'நற்பண்புகளை' நுட்பமாக உட்பொதிப்பதன் மூலம், ஒரு பெண்குஞ்சு கொஞ்சல் படத்திற்கு எதிரான நம்பிக்கைகளை இழிவுபடுத்துவதன் மூலம், ஏமாற்றுத்தனமான நல்ல தப்பித்தல் கதையின் மகிழ்ச்சியானது,

பிற்போக்குக் கருத்தியலின் ஒரு மையமான பகுப்பாய்வுக்கு எதிராக பாதுகாத்து நிற்கிறது.

முற்போக்கான மதச்சார்பற்ற தாராளமயம், பிற்போக்குத்தனமான நவ—பாரம்பரியவாதம், நவ—அடிப்படைவாதத்தின் சீர்குலைக்கும் சக்திகளுக்கு இடையே வரவிருக்கும் மோதலின் தவறான வழியில், முப்பது ஆண்டுகளுக்கு முன்பான சர்வதேச வரலாற்றின் பெரும் கதையாடலுக்குள் வைத்து, மௌன ராகத்தைக் கண்டறிய முற்போக்கான அறிவியல் நம்மை அனுமதிக்கிறது.

7

ஒரே மாதிரியான படம் இயக்குபவன் என அறியப்படுவதில் தனக்கு விருப்பமில்லையென்பதை மணிரத்னம் தனது பல்வேறு உரையாடல்களில் தெரிவித்திருக்கிறார். பகல் நிலவு, நாயகன், மௌனராகம், அக்னி நட்சத்திரம், உயிரே என அவரது படவரிசையை அவதானிப்பவர்களுக்கு அலைபாயுதே(2000) படம் ஆச்சரியமல்ல.

வித்தியாசமாகப் படம் தயாரிப்பவர்கள் தமிழ் சினிமாவில் எதிர்கொண்டே ஆக வேண்டிய இரண்டு விபத்துக்கள் உண்டு. ஒன்று திரும்பத் திரும்பச் செய்தலுக்கும், தம்மைத்தாமே பிரதி செய்தலுக்கும் அவர்கள் ஆட்படுவார்கள். பாரதிராஜா, பாக்கியராஜ் படங்கள் இத்தகைய விபத்துக்கு ஆட்பட்டதுண்டு. இயக்குனருக்கான இமேஜ் வலையில் அவர்கள் ஆட்பட்டு அவர்களது சினிமாக்கள் சந்தைப் பண்டங்களாக ஆகிவிடுவதும் உண்டு.

கே.எஸ்.ரவிக்குமார், சி.சுந்தர் போன்றவர்களின் படங்கள் இதற்கு உதாரணம். இவர்களின் படங்கள் மினிமம் வசூல்கியாரண்டி கொண்டவை என்பதுதான் அந்த இமேஜ் வலை. இவர்கள் படங்களில் இன்னின்ன இருக்கும் என்பது ஒரு பார்வையாளனுக்கு சொல்லாமலே விளங்கும். தளபதி படத்திற்குப் பின் மணிரத்னமும் அத்தகைய இயக்குனர் இமேஜ் வலைக்குள் தன்னை ஆட்படுத்திக் கொண்டு விட்டார் என்பதற்கான சான்றாகவே அலைபாயுதே படம் வெளியாகியிருக்கிறது.

காட்சியமைப்புக்களிலும், பாடல் காட்சிகளிலும் சில காமெரா கோணங்களிலும் மணிரத்னத்தின் ரோஜா தொடங்கி உயிரே வரையிலான படங்களின் பாதிப்பை அலைபாயுதேவில் பார்க்க முடிந்தது. ஆற்றின் மீது போகும் ரயில், மழைக்காட்சிகள், அதிரடி கவர்ச்சி நடனம், அகன்ற திரையில் தூரத்தில் விரியும் பச்சை

மலைகள், திரைநிறைந்த ஏரித்தண்ணீரின் நடுவில் லாங்ஷாட்டில் தெரியும் ஒற்றைப்படகு எனச் சொல்லிக்கொண்டு போகலாம். பம்பாய், இருவர், உயிரே படங்களின் பல காட்சி அமைப்புக்கள் மற்றும் வெளி போன்றன அலைபாயுதே படம் பார்க்கும்போது நமது சிந்தைக்குள் வந்து போகிறது.

ரோஜா, பம்பாய், இருவர், உயிரே படங்கள் அரசியல் ரீதியானவை. உலகாயத வகையிலான காட்சியமைப்புகள் படத்தின் முக்கியமான காட்சிகளாக இருந்தன. நகரத்தின் தெருக்கள், கலவரங்கள், துரத்தல்கள், நகரத்தின் அழிவுகள் சினிமாத்துறையின் பிரம்மாண்டம், மக்கள் கூட்டங்கள் போன்றவையும், அழுத்தமான நிறங்களும், அகன்ற திரையும் இந்தப் படங்களின் கதை சொல்லலுக்குத் தேவையான பின்புலமாக இருந்தன. இதே வகையிலான கதை சொல்லும் முறை, மத்தியதரவர்க்க வாழ்வு, குடியிருப்புகள் மற்றும் வீடுகள் தொடர்பான அலைபாயுதே வகை கதைக்குப் பொருத்தமில்லாததாகி விட்டிருக்கிறது.

ஸோபியா ஹக்கின் பாட்டு வரும் காட்சி அசிங்கமான வியாபார சிந்தையின் உச்சம். படத்தின் கதைப்போக்கிற்கு முற்றிலும் சம்பந்தமற்ற காட்சி. முந்தைய படங்களில் இத்தகைய காட்சிகளை நியாயப்படுத்துவதற்கான கதைத் தர்க்கமாவது இருந்தது. அரபிக்கடலோரம் பாட்டையும் (பம்பாய்) ஹலோ மிஸ்டர் எதிர்க்கட்சி பாட்டையும் (இருவர்) தைய்ய தைய்ய பாட்டையும் (உயிரே) அப்படிக் காண இயலும். அலைபாயுதேவில் வரும் இக்காட்சி இம்மாதிரி பாட்டை எதிர்பார்த்துவரும் பார்வையாளனுக்குத் தீனி போடுவதற்காக வரும் காட்சி.

கதைதான் என்ன? மத்தியதர வர்க்கத்தினரின் காதலும், காதலுக்குப் பின்னான நடைமுறை வாழ்வின் வீம்பும் தான் கதை. மிக எளிமையாக அழகாகச் சொல்லப்பட்டிருக்க வேண்டிய கதை. இம்மாதிரிக் காதல் கதைகளை கவிதை மாதிரிச் சொல்லக்கூடிய இளைஞர்கள் இன்று தோன்றிவிட்டார்கள். சேது, முகவரி போன்ற படங்களில், அஜீத்குமார் நடித்த படங்களில் மத்தியதர வர்க்க குடும்பங்களின் உறவுகள் மிகுந்த நெகிழ்ச்சியுடன், மிக இயல்பான வசனங்களுடன் சொல்லப்பட்டிருக்கின்றன.

சேது படத்தில் சிவகுமார், அவரது மனைவி, தம்பி விக்ரம், அவனது நண்பன் போன்றவர்க்கிடையிலான உறவு சித்தரிக்கப்பட்ட விதமும் உரையாடலில் வரும் இயல்பான மொழியும் அற்புதம். கதை

என்னும் அளவில் அலைபாயுதேவும் இத்தகைய காதல் படங்களில் ஒன்றுதான். எந்த விதத்தில் இது வேறுபடுகிறது?

காதலுக்குப் பின்னான வாழ்வில் இளம் தம்பதிகள் எதிர்கொள்ளும் நடைமுறைப் பிரச்சினைகளை எடுத்துக் கொள்வதாகக் கதை சொல்கிறது. பெரும்பாலும் என்ன மாதிரி நடைமுறைப் பிரச்சினைகள் தனிக்குடித்தனம் போகும் தம்பதிகளுக்குத் தோன்றும்? மிக முதன்மையானது பொருளாதாரப் பரிமாணமாகும். புள்ளிவிவரம் எடுத்து பார்க்காவிட்டால் கூடப் பரவாயில்லை. மத்தியதர வர்க்க குடும்பங்கள் பற்றி கேட்டறிந்த சிந்தை இருந்தால் கூட இது புரிந்து விடும்.

இந்திராவில் சாதியப் பிரச்சினையை அபத்தமாகச் சொன்ன மாதிரி (கதை: மணிரத்னம்). மத்தியதர வர்க்க இளம் தம்பதிகளின் காதலுக்குப் பின்னான நடைமுறை வாழ்வுப் பிரச்சினையையும் அபத்தமாகச் சொல்ல முயன்றிருக்கிறது அலைபாயுதே படம்.

பையன் கம்ப்யூட்டர் தொழிலில் ஒரே முறையில் 9 கோடி ஆர்டர் பெறுகிறவன். பெண் டாக்டர். இவர்களுக்கு என்னதான் பிரச்சினை? ரயில்வேத் தொழிலாளியானவரின் இரண்டு மகள்களையும் ஒன்றாகப் பெண் கேட்கிறார்கள். பெண் கேட்பவர்களில் ஒருவன் வெள்ளைக்காரியை அல்லது கறுப்பியை மறுத்த, இந்தியப் பெண்ணை மணமுடிக்க விரும்பும் பிரின்ஸ்டன் யுனிவர்ஸிடி மருத்துவ மாணவன். இவன் விரும்பும் டாக்டர் மாணவி ஏற்கனவே கம்ப்யூட்டர் பையனைக் காதலித்தவள், வீட்டுக்குத் தெரியாமல் கல்யாணமும் செய்து கொண்டவள். மூத்தவளுக்கு இதன் விளைவாகக் கல்யாணம் தட்டிப் போகிறது. அப்பா கம்ப்யூட்டர் பையனை ரயில் நிலையக் கும்பலுக்கு மத்தியில் பளீரென அறைந்து விடுகிறார். பிற்பாடு துக்கத்திலும் வியாதியிலும் செத்துப் போகிறார்.

கொஞ்ச நேரம் பையனுக்கும் பெண்ணுக்கும் வீட்டாருக்கும் இடையில் பரஸ்பரம் வீம்பு நடக்கிறது. விபத்தில் மனைவி சாகக் கிடக்க சின்னச் சின்ன சண்டை போடாது அவளைப் புரிந்து நடந்து கொள்வது மட்டுமல்ல, அவளைத் தாங்கியும் பிடிக்க வேண்டும் எனும் அறிவுரையுடன் படம் முடிகிறது.

கதாநாயகன் தனது மைத்துனியின் தட்டிப்போன கல்யாணத்தை நடத்தி வைக்கும் பொருட்டு பெண் பார்த்துப் போனவரையும் மைத்துனியையும் சந்திக்க வைத்து காதல் கொள்ள வைக்கிறார். கடைசிக் காட்சியில் பிரிந்தவர்கள் கூடுகிறார்கள். எல்லாவிதமான

சினிமா ஏற்பாடுகளும் இருக்கின்றன. உலகமயமாதலை சத்தமில்லாமல் ஒப்புக் கொள்கிற பாத்திரங்கள், கறுப்புப் பெண்ணைத் துவேஷமாகப் பார்க்கிற பாத்திரப் படைப்புக்களால் படம் உருவாகியிருக்கிறது. வசனத்தை செல்வராஜ் எழுதியிருக்கிறார். வெடுக் வெடுக்கெனக்

கொப்பளிக்கும் இளம் தம்பதிகளுக்கிடையிலான உரையாடல் சில காட்சிகளில் இயல்பாக இருக்கிறது.

ரயில்வேத் தொழிலாளி வீட்டுப் பெண்பிள்ளைகளின் கதையைச் சொல்வதற்கும், கிரிமினல் லாயர் வீட்டுக் கம்ப்யூட்டர் படிப்புப் பையனின் கதையைச் சொல்வதற்கும் மணிரத்னம் தேர்ந்து கொண்டிருக்கும் பகட்டும் ஸோபியா ஹக்கும் அகண்ட திரையும் அநியாயம். இளம் தம்பதிகளுக்கிடையில் முணுக் முணுக் என கோபம் வருவதற்கும், சண்டை வருவதற்கும் காரணங்கள் வேறு நிறைய இருக்கின்றன. கல்யாணத்துக்கு முன்பாகவே பாத்திர பண்டம், கிரைண்டர், மிக்ஸி என வாங்கி வைக்க மிச்சம் பிடிக்கும், அலுவலகம் போகிற பெண்ணின் அனுபவம் நிச்சயமாக அதைச் சொல்ல தரம் கொண்டது. மணிரத்னம் சொல்ல முயலும் மத்தியதரவர்க்க பார்முலாவுக்குள் அடைபடும் மத்தியதரவர்க்கம், மணிரத்னத்தின் சினிமா இமேஜுக்குள் அடைபடும் செலுலாய்ட் மத்தியதரவர்க்கம்.

வீட்டுக்குள் அலைந்து கதை சொல்லியிருக்க வேண்டிய காமெரா, அனாவசியமாக மலைமேல் இறங்கி, ஏரியில் குதித்து, கடலில் கலவரம் செய்து பகட்டு காரியம் செய்திருக்கிறது. மணிரத்னம் இனிமேல் கதைக்கு நியாயம் செய்கிற மாதிரி படம் எடுப்பாரா என்பது சந்தேகமாயிருக்கிறது. இனி மௌனராகம் மாதிரி கூட ஒரு படம் மணிரத்னத்திடமிருந்து வராமலேயே போகலாம்.

எளிமையாகச் சொல்லப்பட வேண்டிய மத்தியதர வர்க்க வாழ்வு கனவுமயப்படுத்தப்பட்டதால் எளிமையையும் அழகையும் இழந்து நிற்கிறது.

8

ஓக்கே காதல் கண்மணி(2015) படத்தை எவ்வாறெல்லாம் அணுகலாம்? காமெரா—இசை எனும் தொழில்நுட்ப மேதைமைகளின் வெளிப்பாடாக, லிவிங் டு கெதர் பிரச்சினைக் கதையாக, உறவும் பிரிவுமான வெகு சாதாரணமான கிளிஷேக்கள் நிறைந்த மிக வழமையான தமிழ் சினிமா காதல் கதையாக, பிரகாஷ்ராஜ், லீலா சாம்சன் போன்ற பண்பட்ட நடிகர்களின் நடிப்பை அனுபவம் கொள்வதாக, இளமைத் துள்ளல் நிறைந்த யுவன்—யுவதியின்—நித்தியா—துல்கார் திரைப் பிரசன்னத்துக்காக என வேறு வேறு விதங்களில் படத்தை அணுகலாம். படம் பார்த்து முடித்து கொஞ்சம் யோசிக்கையில் தான் இப்படியெல்லாம் தோன்றுகிறது.

படம் பார்த்துக் கொண்டிருக்கையில் சிந்திப்பதற்கான எந்த இடைவெளியும் இன்றி படம் வேகமாக நகர்கிறது. பி.சி. சிறிராமின் ஒளிப்பதிவுதான் பிரதான காரணம். ஆதி முதன்முதலாக கணபதியின் வீட்டுக்கு வரும்போது கணபதியின் முகத்தின் மீதும் அவர் வாசித்துக்கொண்டிருக்கும் நியூஸ் பேப்பரின் மீதும் வெயிலுக்குச் சாத்தப்பட்டிருக்கும் தடுக்கினூடே கோடுகளாக வீழும் ஒளிச்சட்டகம், அகமதாபாத்தில் பிரம்மாண்டமான கட்டிடத்தின் உச்ச இடத்தில் ஆதி நின்று குனிந்து கீழே பார்த்தபடியிருக்க, வீழும் நீர் தேங்கும் தடாகத்தின் கரையில் அமர்ந்து கட்டிட வரைபடம் வரைந்துகொண்டிருக்கும் தாரா அவனுடன் மேல்நோக்கிப் பேசுகிற மதுரமான காட்சி, விரகம் ததும்புகிற படத்தில் அத்தகைய மனநிலைக்குள் பார்வையாளன் விழுந்துவிடாமல் குழந்தையின் குறும்புகளையும் சந்தோஷங்களையும் தொடர்வது போல படமெங்கிலும் தாராவைத் தொடர்தல் என யார்தான் கதையை யோசிக்க முடியும்?

முதல் ரயில்நிலைய பிளாட்பாரக் காட்சி முதல் இறுதி கல்யாணக்காட்சி வரை படம் ஒரு மியூசிகல் ரொமான்ஸ். 2015 ஆம் ஆண்டின் அலைபாயுதே அல்லது திருமணம் செய்து கொள்ளாத ஜோடிகள் குறித்த, திருமணத்துப் பின்னான அலைபாயுதே படத்தின் உடல்நெருக்கத்தைப் படமெங்கும் ஊடாடவிட்ட மியூசிகல் ரொமான்ஸ். துள்ளித்திரியும் திரையின் இரு பக்கமும் அடித்துத்திமிறி அலைந்துதிரியும் ஏ.ஆர்.ரஹ்மானின் பாடல்களின் மத்தியில்—விரகம் வழியும் கிறக்கமான பெண்குரலுடன்—கண்டவுடன் காதல்,

படுக்கையறை நோக்கித் தள்ளும் உரையாடல்கள், கூடல்—ஊடல்—கொஞ்சல் என ஒரே முத்தக்கடல்.

திருமணத்துக்கு முன்பான உடல் உறவு குறித்த குஷ்பு சகா, பருவந்தவறாது வரும் பாலுறவு போஸ்கள் குறித்த இன்டியா டுடே செக்ஸ் ஸ்டடி சிறப்பிதழ்களின் காலத்தில் எந்த மத்தியதரவர்க்க யுவன் யுவதி இந்த உடல் காந்தலில் இருந்து தப்பிக்க முடியும்? மணிரத்னம் உரையாடல்களிலேயே சம்போகக்களரியை நடத்தி முடித்திருக்கிறார்.

திரைக்கரு எனும் அளவில் வழமையான சவலையான மணிரத்னம் பாணி படம் ஓக்கே காதல் கண்மணி. மணிரத்னத்தின் தேர்ந்த தொழில்நுட்பக் குழு அவரது எல்லா படத்திலும் பிரசன்னமாகியிருக்கும். அவரது மேல்மத்தியதர வர்க்க சென்னை நகர்சார் அனுபவத்துக்கும் அவரது அரசியலுக்கும் நெருக்கமான படங்கள் மற்றும் இந்தக் குழுவுடன் வடிவநேர்த்தியையும் உகந்த கதைத் தர்க்கத்தையும் சாதித்த படங்கள் என அரசியல் அடிப்படையில் ரோஜாவையும் மத்தியதரவர்க்க வாழ்வனுபவம் எனும் அடிப்படையில் மௌனராகத்தையும் நாம் குறிப்பிடலாம்.

அவரது பிற அரசியல் படங்கள் அனைத்தும் பரபரப்பான செய்திகளின் அடிப்படையில் அவரது அனுபவத்துக்கு அப்பாலான, அவரது மனோரதிய அரசியல் அபத்தங்களாகவே இருந்தன. இருவர் முதல் இராவணன் வரையிலான படங்கள் இத்தகையவை.

தேவன்—சாத்தன் எனும் எதிர்மை குறித்து பேசுவது என்பது படைப்பில் பாத்திரங்களுக்கு இடையிலான சமவாதத்தில் நிகழ்வது அல்ல. அது பாத்திரங்களின் வாழ்வின் இயல்பான நடத்தைகளுடன் உணர்த்தப்படுவது. கடலில் இடறிய இதே விபத்துதான் ஓகே காதல் கண்மணி படத்தின் கதைக் கருவுக்கும் கதை சொல்லலுக்கும் நேர்ந்திருக்கிறது. லிவிங் டுகெதர் இயல்பாக தனித்துவமான தேர்வாக அவர்களது வாழ்வில் உருவாவதில்லை.

கல்யாணம் எனும் பந்தத்திற்குள் போக விரும்பாததற்கு தாராவுக்குக் காரணமாக அவளது பெற்றோரின் டிவோர்ஸ் இருக்கிறது. ஆதிக்கு கல்யாணம் எனும் நிறுவனம் தனது கேரியருக்கான தடையாக இருக்கும் எனும் கற்பிதம் இருக்கிறது. இதோடு கன்ட்ரோல் பிரீக்கான அவரது அண்ணனின் நடத்தையும் இருக்கிறது.

லிவிங் டுகெதர் என்பதை அவர்கள் உறவில் பரஸ்பரம்

பொறுப்புக்கு அப்பாலான, பரஸ்பர பரிவுக்கு அப்பாலான, குழந்தைகள் உருவாகுதல் என்பதற்கு அப்பாலான, விட்டேத்தியான, பொருளாதார ஏற்பாடுகள் தவிர்த்த உடலுறவும் ஊர்சுற்றலும் என்பதாகவே புரிந்திருக்கிறார்கள். இதுதான் லிவிங் டுகெதர் உறவு தொடர்பான மணிரத்னத்தின் அபத்தமான புரிதலும்.

ஒன் நைட் ஸ்டேன்டுக்கும், டேட்டிங்குக்கும், லிவிங் டுகெதருக்கும் வித்தியாசம் இருக்கிறது. உறவுகளில் இது ஒரு செயல்போக்கு. லிவிங் டுகெதரில் மிக முக்கியமான விஷயமாக இருப்பது பரஸ்பரம் இருவரும் அவர்களது அன்றாட வாழ்வை எவ்வாறு முரணில்லாத வகையில் அமைத்துக்கொள்வது என்பது. அவர்தம் பொருளாதாரப் பிரச்சினைகளை பொறுப்புக்களை எவ்வாறு எந்தவொருவக்குமான சுமையாக இல்லாமல் அமைத்துக் கொள்வது என்பது. பாலுறவு என்பது இங்கு உடன்விளைவான மிக இயல்பான ஒரு விஷயம்.

குடும்ப நிறுவனம் போலவே லிவிங் டுகெதருக்கு எனவும் சட்டபூர்வமான ஏற்பாடுகளை உருவாக்கிக்கொள்ள முடியும். சொத்து, குழந்தை பிறப்பு, வாரிசுரிமை போன்றன கூட அந்த உறவுக்குள் உத்தரவாதப்படுத்திக் கொள்ளமுடியும்.

தனிநபர் சுதந்திரம், ஒருவரை பிறர்மீது எவ்வகையிலும் சுமத்தாமல் இருப்பது என்பதை ஏற்று பரஸ்பரம் இருவருக்குமான பொறுப்புகளை வரையறுத்துக் கொண்டு நீண்ட கால உறவை நோக்கிய ஒரு படிநிலையே லிவிங் டுகெதர் எனும் புரிதலின் அடிப்படை. இடப்பெயர்வும், ஆண்—பெண் பொருளாதாரத் தன்னிறைவும், பெருநகர்ப்புற வாழ்வும், தகவல் தொழில்நுட்ப சாதனங்களால் ஆண்பெண் தொடர்பாடலில் நிகழ்ந்த பெரும் மாற்றமும்தான் இந்தக் கலாச்சார மாற்றத்திற்கான அடிப்படை.

உலகவயமாதல் உலகத்தில் இந்த வாழ்முறை உலகின் சகல நாடுகளின் பெருநகரங்களுக்கும் பரவிக் கொண்டிருக்கிறது. கீழைத்தேய நாடுகளில் கலாச்சார அடிப்படைவாதிகளுக்கு இது மிகப்பெரும் அச்சுறுத்தலாக இருக்கிறது. இந்தப் பிரச்சினையின் இந்திய—தமிழகத் திரை வடிகாலாகவே மணிரத்னத்தின் ஓகே காதல் கண்மணி படத்தை நாம் பார்க்க வேண்டும்.

இந்துத்துவவாதிகள் இந்தியாவில் ஆட்சியதிகாரத்தை ஏற்றதன்பின் வரலாற்றுத் துறை, திரைப்படத் தணிக்கை, கல்வி நிறுவனங்கள், பிற மதத்தினரது வாழ்முறை என அனைத்தின் மீதும் தாக்குதல் தொடுத்து வருகிறார்கள். மேற்கத்திய உடை மாதிரிகள், ஆண்பெண்கள் சேர்ந்து

உணவருந்தும் விடுதிகள், டிஸ்கொதேக்கள் என அனைத்தின் மீதும் இவை மேற்கத்தியக் கலாசாரப் பழக்கங்கள் என அடிப்படைவாதிகள் தாக்குதல் தொடுத்து வருகிறார்கள்.

பெங்களூரில் இளம் பெண்கள் மீதான தாக்குதல், கேரளாவில் ஆண்பெண் சேர்ந்து தேநீர் அருந்தும் விடுதி உடைப்பு, இதற்கு எதிர்ப்புத் தெரிவிப்பது போல கேரளா முதல் ஜவஹர்லால் நேரு பல்கலைக் கழகம் வரை நடந்த முத்தம் தரும் போராட்டம், லிவிங் டுகெதர் என்பது இந்தியப் பண்பாட்டுக்கு எதிரானது என இந்திய வழக்கு மன்றங்களில் கடந்த தசாப்தத்தில் அதிகரித்து வரும் வழக்குகள் எனும் பின்னணியிலேயே நாம் மணிரத்னம் படத்தை அணுகவேண்டும்.

தொழில்நிமித்தம் கிராமங்களில் இருந்தும் சிறுநகர்களில் இருந்தும் இந்தியாவின் பெருநகர்களுக்கு வந்துசேரும் ஆண்—பெண்களுக்கு இடையில் லிவிங் டுகெதர் என்பது பரவி வருகிறது. பெற்றோர்களையும் குடும்பத்தையும் மையமாகக்கொண்ட இந்தியக் குடும்ப அமைப்பு என்பது மாற்றத்திற்கு உள்ளாகி வருகிறது. உலகவயமாதல் மற்றும் அவுட்சோர்சிங் யுகத்தில் இந்தியாவில் என்றும் இல்லாத வகையில் பொருளாதாரத் தன்னிறைவு கொண்ட ஒரு இளைய தலைமுறை தோன்றியிருக்கிறது.

இடப்பெயர்வு, நள்ளிரவு வரை நீளும் கால நேரமற்ற ஷிப்ட் முறை, வேலையிடத்தில் ஆண் பெண் இடையிலான நெருக்கம் போன்றன அவர்தம் வேட்கைகளை வெளிப்படுத்துவது குறித்த பாரம்பரியமான இந்திய வாழ்க்கை முறையில் பாரிய மாற்றங்களைக் கொண்டுவந்திருக்கிறது. கருத்தடைச் சாதனங்கள் மிகப்பாதுகாப்பான வாய்ப்பையும் அவர்களுக்குத் தருகிறது. இந்திய ஜனத்தொகையில் மூன்றில் இரண்டு பகுதியினர் 35 வயதுக்கும் குறைவானவர்கள் என்பதையும் இங்கு நினைவில் வைத்துக் கொள்வோம். இந்திய இளம் தலைமுறையின் வேட்கை, பாலுறவு, சுதந்திரம், நுகர்வு, உறவுகள் தொடர்பான இத்தகைய ஆய்வுகளும் இன்று பெருகி வருகின்றன.

ஏப்ரல் 13, 2015 அன்று இந்திய உச்சநீதிமன்றம் திருமணம் மீறிய—சேர்ந்து வாழும் உறவு தொடர்பாக அளித்த தீர்ப்பு ஒன்றினை இங்கு நினைவுகூர்வது பொருத்தமானது. எம்.வை.இக்பால் மற்றும் அமிதவா ராய் இருவரும் இணைந்து இந்தத் தீர்ப்பை வழங்கியிருக்கிறார்கள். திருமணத்திற்கு வெளியில் நீண்ட காலங்கள் ஓர் ஆணுடன் சேர்ந்து வாழ்ந்த பெண்ணுக்கு சொத்தில் வாரிசு உரிமை உண்டு

என்பது தீர்ப்பு. இறந்தவர் ஒருவரது சட்டபூர்வமான மனைவியின் வாரிசுகள் அவருடன் திருமணத்திற்கு வெளியில் இணைந்து வாழ்ந்த பெண்ணுக்கு வாரிசுரிமை இல்லை என தொடுத்த வழக்கிலான தீர்ப்பு இது. வழக்குத் தொடுத்தவர்கள் குறிப்பிட்ட பெண் தமது தந்தையுடன் நீண்ட காலம் இணைந்து வாழ்ந்தார் என்பதனை ஒப்புக்கொள்வதால் அப்பெண்ணுக்குச் சட்டப்படி சொத்தில் உரிமை உண்டு என நீதிபதிகள் தீர்ப்பளித்திருக்கிறார்கள்.

சேர்ந்து வாழ்தல் அல்லது வைப்பாகக் கொண்டிருத்தல் எனக் கொச்சையாக அழைக்கப்படும் லிவிங் டுகெதர் உறவு தொடர்பான வரலாற்றுச் சிறப்பு மிக்க தீர்ப்பு என இதனைச் சொல்கிறார்கள். சேர்ந்து வாழ்தல் தொடர்பான இன்னொரு தீர்ப்பில் கடவுளான கிருஷ்ணன் ராதாவுடன் கொண்டிருந்தது சேர்ந்து வாழ்தல் எனும் உறவுதான் என்பதை நீதிபதிகள் சுட்டிக்காட்டியிருக்கிறார்கள்.

இத்தகையதொரு கலாச்சார, உலகவயமாதல், சட்டப் பின்னணியில் தான் நாம் மணிரத்னத்தின் ஓக்கே காதல் கண்மணி படத்தினைப் பார்க்க வேண்டும்.

மணிரத்னம் அடிப்படையில் லிவிங் டுகெதர் உறவு என்பதை பாலுறவு வேட்கை நிறைவேற்றமாகவும், விட்டேத்தியான ஜாலியான வாழ்க்கை என்பதாகவும், பரஸ்பரம் எந்தவிதமான பொறுப்புகளையும்

ஏற்காத இருவரின் தற்காலிக—ஆறு மாத கால—ஒப்பந்தம் எனவே சித்தரிக்கிறார்.

லிவிங் டுகெதர் என்பதை நீண்டகால உறவுக்கு எதிரானதாகவும், கல்யாணம் எனும் நிறுவனத்திற்கு எதிரானதாகவும் சித்தரிக்கிறார். இது முற்றிலும் அபத்தமான பார்வை மட்டுமல்ல லிவிங் டுகெதர் எனும் மனநிலைதரும் ஆத்மதரிசனத்திற்கே எதிரானதாகும். லிவிங் டுகெதர் ஏற்பாட்டில் அன்றாட பொருளாதாரத்தை எவ்வாறு நிர்வகிப்பது என்பது மிக முக்கியமான பிரச்சினையாகும். மணிரத்னத்தின் எந்தப் படத்திலுமே உறவுகளின் பொருளாதாரப் பரிமாணம் என்பது கிஞ் சித்தும் சித்திரிக்கப்படமாட்டாது.

லிவிங் டுகெதர் இந்தியக் குடும்ப அமைப்பில் கொள்ளும் முரண் என இப்படத்தில் உருப்படியாக ஆரம்பநிலையில் எடுத்தாளப்பட்டிருக்கும் ஒரே விஷயம் இத்தகைய இருவரும் சேர்ந்து தாம் இப்படிப்பட்டவர்கள் என அறிவித்துக் கொண்டு வாழ்வதற்கான ஓர் அறையைக் கண்டுபிடிப்பதுதான். அந்த முரணையும் கூட பவித்ரமான கர்னாடக சங்கீதம் எனும் மாயாஜாலத்தில் கடந்து செல்கிறார் மணிரத்னம்.

இந்த ஒரே ஒரு பிரச்சினையை எடுத்துக்கொண்டு கூட இந்தியப் பெருநகரச் சூழலில்—அதுவும் தமிழ்க் குடும்பச் சூழலில்—இப்பிரச்சினையின் பற்பல பரிமாணங்களை அற்புதமாக அலசி தமிழ்சினிமா வரலாற்றில் இடம்பெறும் ஒரு கலைப் படைப்பை அவரால் தந்திருக்க முடியும். மணிரத்னத்தின் வழமையான சிந்தனை எல்லைக்குள் அது ஒரு போதும் சாத்தியமில்லை.

மணிரத்னத்தின் வழமையான திரைக்கதை தர்க்கம் இதுதான்: அன்றைய சமூகத்தில் நிலவும் முக்கியமான பிரச்சினை ஒன்றை எடுத்துக்கொள்வது. அதனது ஆழ்தளங்களுக்குள்ளும், நடைமுறைகளுக்குள்ளும், அது எழுப்பும் சவால்களுக்குள்ளும் செல்லாமல் ஒரு ரொமான்டிக் காதல் கதையை நேர்த்தியான தொழில்நுட்பவாதிகளின் உதவியுடன் சொல்வது. கல்லாவும் கட்டலாம் சமூகப் பொறுப்புள்ள இயக்குனர் எனப் பெயரும் சூடிக்கொள்ளலாம். எப்போதும் போல சனாதனவாதிகளின் செல்லமாகவும் இருக்கலாம். படம் அது சித்தரித்த கதைக்காக இல்லாவிட்டாலும் படத்தில் இருக்கிற எதோவொன்றுக்காக பார்வையாளனும் பார்த்துக் கொண்டே இருப்பான். ஓக்கே காதல் கண்மணி என்று அவன் சொல்லிக்கொள்ளவும் செய்வான்.

இந்தப் படத்தின் மிகப்பெரும் ஆதாரமான பொய் லிவிங் டுகெதர் என்பது இந்தியச் சூழலில் நீண்டகால உறவு என அழைக்கப்படும் திருமண பந்தத்திற்கு எதிரானது என அவர் படம் முழுக்கச் சொல்லிக் கொண்டிருப்பதுதான்.

9

காஷ்மீர் அரசியல் பிரச்சினையை அதனது குறிப்பான தன்மைகளையெல்லாம் அழித்து வெறித்தனமான நாடகீயமான மனோரதிய மரபை இந்திய சினிமாவில் தனது ரோஜா(1992) படத்தின் மூலம் துவங்கி வைத்தவர் தமிழக இயக்குனரான மணிரத்னம். அதே மணிரத்னம்தான் ரோஜா வெளியாகி 25 ஆண்டுகளின பின் காஷ்மீர் பற்றிய காற்று வெளியிடை(2017) திரைப்படத்தையம் உருவாக்கியிருக்கிறார்.

கார்கில் சண்டையில் ஈடுபட்ட ஒரு குண்டுவீச்சுப் படை விமானம் காஷ்மீர் எல்லையில் உடைந்து வீழ, காஷ்மீர் ராணுவத்தால் கைது செய்யப்பட்டு அவர் ராவல் பிண்டி சிறையில் அடைக்கப்பட, தமது பிற இரு சகாக்களுடன் அந்தச் சிறையில் இருந்து சாகசமாகத் தப்பி, தனது காதலியையும் தான் அன்று வரை கண்டிராத தனது 7 வயது மகளையும் கதாநாயகன் சென்று சேர்வதுதான் காற்று வெளியிடை படத்தின் கதை.

ராவல்பிண்டி சிறையில் அடைபட்டிருக்கும் காலத்தில் தனது நினைவுகூரலாக, தான் தனது காதலியைச் சந்தித்தது, மனோரதிய காலங்கள், தனது கோபம், தாபம், பிரிவு என பல கலவையான நிகழ்வுகளை கதாநாயகன் சொல்லிச் செல்கிறான். அறுதியில் ஹாலிவுட் பாலிவுட் கோலிவுட் பார்முலாவான திருந்தி வாழும் கணவானாக பார்வையாளர் கண்களில் கண்ணீரை வரவழைக்கிறார் கதாநாயகன்.

கதாநாயகனுக்கு பிரதானமாக இரண்டு பிரச்சினைகள். அவர் எக்கச்சக்கமான ஆணாதிக்கவாதி என்பது ஒரு பிரச்சினை. வன்முறையும் கொலைகளும் மரணங்களும் நிறைந்த, எப்போதும் தன் மரணத்தை எதிர்நோக்கி வாழும் ராணுவ வீரனான விமானியாகத் தான் இருப்பது இன்னொரு பிரச்சினை.

இரண்டாவது பிரச்சினை உண்மையில் அற்புதமான ஒரு திரைப்பட உருவாக்கத்திற்கு உரியது. அந்த இருத்தலியல் பிரச்சினையை குறிப்பான மரணங்கள், படுகொலைகள், குண்டுவீச்சினாலும் நேரும்

துயரங்கள், நொடிதொறும் தன்னைத் துரத்தும் மரண அவஸ்தை அனுபவங்கள் என்பதனைக் காட்சிகளால் சித்தரிப்பதன் மூலமும் அது குறித்து மனஅவசத்தை நாயகன் வெளிப்படுத்துவதன் மூலமும்தான் சித்தரிக்க முடியும். அதற்கு மணிரத்னம் முதலில் உணர்ச்சிவசமான தேசபக்தியைக் கடக்க வேண்டும். இந்த மனநிலை மணிரத்னத்திடம் அடிப்படையில் இல்லை.

இதனால் கதாநாயகன் ஒரு உணர்ச்சிவயமான மனிதனாகப் புரிந்து கொள்ளப்படுவதிலிருந்து தப்பி ஒரு மாதிரி கிராக்குப் பயல் எனப் பார்வையாளன் புரிந்து கொள்ளுமாறு காற்று வெளியிடை கதாநாயகன் ஆகிப் போனான். காஷ்மீர் பிரச்சினையின் பின்னணியில் எடுக்கப்பட்ட இந்தப்படம் அறுதியில் இன்னொரு மணிரத்னம் காதல் படமாகவே எஞ்சி நின்றது.

10

மணிரத்னம் கதை எழுதிய இந்திரா படம் பற்றிய பேச்சுக்களில் சுஹாசினி சொன்னார்: 'இந்திராகாந்தி என்னை மிகவும் பாதித்த பெண். ராஜீவ்காந்தியின் புதல்வியான பிரியங்காவிடம் இயல்பாகவே தலைமைத்துவக்குணம் இருப்பதாக நான் நினைக்கிறேன். இந்திரா படக்கதைக்கும் இதற்கும் பெரிய சம்பந்தமில்லை'.

இப்படம் பெண் பார்வையில் பல்வேறு பிரச்சினைகளைப் பார்க்கிறது. சாதியமோதலை, வன்முறையை, அரசியலை, காதலை, வாழ்வை பெண் பார்வையில் சொல்ல முயல்கிறது. சாதி மோதல்கள் பற்றிய வரலாற்று ரீதியான ஆய்வோ, சமூக உண்மைகளின் அடிப்படையிலான சித்தரிப்புகளோ இல்லாமல், இரண்டு எதிரிக் குடும்பங்களுக்கும் ஏற்படும் ஒற்றுமை போல் சாதிய ஒற்றுமை ஏற்பட்டுவிட முடியாது.

மணிரத்தினத்தின் மூன்று படங்களும் (ரோஜா, பம்பாய், இந்திரா) தேசிய ஒற்றுமையை நோக்கம் கொண்டவை. முதலாவது, இனப்பிரச்சினை பற்றியது. இரண்டாவது மதப்பிரச்சினை பற்றியது. மூன்றாவது, சாதியப் பிரச்சினை பற்றியது. எல்லாப் படங்களிலும் அறிவுரைகளால் திருந்திவிடுகிற மனிதர்கள் சித்தரிக்கப்படுகிறார்கள். வழக்கமான சினிமாத் தீர்ப்புகள் வழங்கப்படுகின்றன.

சேதுபதியாக வருகிறார் நாஸர். சேதுபதி என்னும் பெயர் தமிழ் மனதில் ஜமீன் பரம்பரையாகவோ மேல்சாதிப் பரம்பரையாகவோதான் பதிந்திருக்கிறது. இரண்டு சாதிகளுக்கிடையில் ஏற்பட்ட பிரச்சினையால்

கிராமங்கள் பிரிந்ததாக சித்தரிக்கப்படுகிறது. ஒரு கிராமத்துக்கு நாசர் பெரிய வீட்டுக்காரர். மற்றொன்றுக்கு ராதாரவி.

கிராமங்களில் இந்தப் பெரிய வீட்டுக்காரர்கள் எப்போதும் மேல்சாதியினர்தான். கிராமத்தின் நல்லது கெட்டதுகள் இவர்கள் ஆதிக்கத்தின் கீழ்தான் நடக்கும். சேதுபதி கிராமத்தைச் சேர்ந்தவர்கள் தாங்கள் கீழ்சாதி என்பதால்தான் எரிக்கப்பட்டதாக, விரட்டப்பட்டதாக அடிக்கடி சொல்கிறார்கள். கீழ்சாதியைச் சேர்ந்தவர்களாய்க் காட்டப்படும் அரவிந்தசாமியும் சரி, அனுஹாசனும், நாஸரும் சரி நல்ல சிவந்த வெள்ளை நிறம். ஒப்பீட்டளவில் ராதாரவியும் அவர் மகனும், மனைவியும் அவர்களது கிராமத்து மக்களை விட நல்ல நிறம். இரண்டு கிராமங்களிலும் பிறமக்கள் கறுப்பு நிறம். பல்வேறு காட்சிகளில் கும்பலாக இயங்கும், கலவரங்களுக்கிடையில் தலைமையேற்கும் முகங்கள் இரண்டும் காதலர்களான அரவிந்தசாமி, அனுஹாசன் முகங்கள். வெள்ளை முகங்கள்.

பிரச்சினை இரண்டு சாதிகளுக்கிடையிலானது என்பதை விடவும் இரண்டு ஊர்ப்பெரிய வீட்டுக்காரர்கள், இரண்டு குடும்பங்களுக்கிடையிலானது என்பதாகவே படக்காட்சியமைப்புகளில் தர்க்கம் இருக்கிறது. பெரிய பண்ணைகள், அவர்களைச் சுற்றிய அடியாட்கள்தாம் படத்தில் இரு சாதிகளாகக் கட்டமைக்கப்பட்டுள்ளார்கள்.

இவர்களுக்கிடையிலான பண்ணைப் பொருளாதார உறவுகள் மறைக்கப்பட்டு, போர்த்தலைவர்—அடியாட்கள் போன்றே சாதிய உறவுகள் சித்தரிக்கப்பட்டுள்ளன. கிராமத்தின் உள்முரண்பாடு மறைக்கப்பட்டு, உள்ளொற்றுமை முன்வைக்கப்படுகிறது. கிராமங்கள் கடந்த சாதிய, வர்க்க ஒற்றுமை மறைக்கப்பட்டு கிராமங்களுக்கிடையிலான பகைமை முன்வைக்கப்படுகிறது. பெரிய தனக்காரர்களின் தலைமையும், நலன்களும் அங்கீகாரம் பெறுகின்றன.

உண்மையில் சாதிய மோதல்கள், எதிர்ப்புகள் என்பன ஒரே கிராமத்தின், ஒரே நிலப்பிரபுத்துவ நிலப்பரப்பின் இருப்புக்குள், மேல்சாதி ஆதிக்கத்திற்கெதிராக கீழ்சாதி மக்கள் கிளர்ந்தெழுவதால் எழுவன. சாதிய ஆதிக்கம், தீண்டாமை, கூலித் தொழிலாளர் பிரச்சினை, கோயில் ஆதிக்கம், பாலியல் வன்முறை போன்றவற்றின் வழி நிகழ்வன. தஞ்சாவூர் விவசாயிகள் எழுச்சியும் கீழ்வெண்மணிப் படுகொலைகளும் அத்தகையதன்மை வாய்ந்தவை.

ஆலயப்பிரவேசம், பெண்கள் வன்முறைக்காளாவது போன்றவை கூட படத்தில் வருகின்றன. நிஜத்தன்மையை உருவாக்க இவை கையாளப்படுகின்றன. படத்தின் பாடலொன்று மூவர்ணத் தேசியக் கொடியைச் சுற்றி வெள்ளை உடையணிந்த சிறுவர் சிறுமியர் பாடலுடன் சித்தரிக்கப்படுகின்றது. அணைத்துக் கொள்ள வந்தவரால் சேதுபதி கொல்லப்படுகிறார். அவருக்குப் பின், ஊரே திரண்டு இந்திராவை தலைமையேற்கச் சொல்கிறது. ராஜீவ்காந்தி கொலை, பிரியங்கா பிரவேசம் பற்றிய ஆர்வம் அங்கு உணர்த்தப்படுகின்றன.

படத்தில் இரண்டு அம்சங்கள் முக்கியமானவை. சாதி அரசியல் பிரச்சினைகள் பெண்ணின் வழி சொல்லப்பட்டிருப்பது. சுஹாசினியின் மேல்வர்க்க சமூகப்பார்வை, இந்திய அரசியல் பற்றிய ஆர்வம், சாதிய முரண்பாடுகள் பற்றிய புரிதலின்மை போன்றவை எடுத்துக்கொண்ட பிரச்சினையை நீர்த்துப்போகச் செய்கின்றன. புலப்பாடான சமூக அடிப்படைகளைப் பின்தள்ளி உண்மையை மங்கலாக்கி விடுகின்றன. உண்மை புலப்படாதபோது, சினிமாத்தனமான விருப்பார்வ முடிவே சாத்தியம். சுஹாசினி ஒருமுறை சொல்லியிருந்தார். 'நான் சத்தியஜித் ரே மற்றும் பாலச்சந்தரால் பாதிப்புக்குள்ளானவள். ரே மாதிரி படம் தராவிட்டாலும் பாலச்சந்தர் மாதிரி தருவேன்'. பாலச்சந்தர் மாதிரி தான் பிரச்சினைகளைச் சித்தரித்திருக்கிறார் சுஹாசினி. இன்னொரு ஜாதி மல்லிதான் சுஹாசியினியின் 'இந்திரா'.

பெண்கள் சித்தரிக்கப்படும் காட்சிகள் இப்படத்தில் நிறைய

உண்டு. கால்களுக்கிடையில் கதறும் பெண்கள், குழந்தைகள், பிரசவ வேதனையில் துடிக்கும் பெண், ஆண்களின் வன்முறையினால் செய்வதறியாது துயருரும் பெண்கள், வன்முறையை மறுப்பவர்களாக, அமைதியை அன்பை விழைபவர்களாக முதலில் குழந்தைகள் அவர்களைத் தொடர்ந்து விரல்களை பிடித்தபடி ஓடுகிறார்கள் பெண்கள்.

பொதுவாழ்வில் அரசியலில் ஈடுபட நினைக்கும் பெண்மீது அவள் ஆன்மபலத்தை அழிக்கும்படியான உளவியல் ரீதியான அச்சமூட்டுதல் ஒழுக்க ரீதியான கேவலப்படுத்துதல் படத்தில் ஆழமாகச் சித்தரிக்கப்பட்டுள்ளது. இந்திரா தன்னைச் சுற்றிய வாழ்விலிருந்து வன்முறைகளிலிருந்து கற்றுக்கொண்டு உறுதியான முடிவுகளை எடுக்கத்தக்க பெண்ணாக வளர்கிறாள். படிப்படியான அந்த வளர்ச்சி அழுத்தமாக பெண் பெருமித உணர்வுடன் சித்தரிக்கப்பட்டிருக்கின்றது.

11

வாயில் நுழையாத பெயர்கொண்ட வியாதிகளால், இரத்தப் புற்றுநோயினால் மரணமுறும் அல்லது இட்டுக்கட்டப்பட்ட விபத்தில் மரணமுறும் காதலன்—காதலிகள் பற்றிய ஆயிரத்தெட்டாவது—ஒன்பதாவது படங்களாக இதயக்கோயில். கீதாஞ்சலி—இதயத்தைத் திருடாதே படங்களை வகைப்படுத்திக் கொள்ளலாம். அக்கினி நட்சத்திரம், திருடா திருடா(முக்கோணக் காதல்) போன்றன மணிரத்னம் பிரான்ட் வசனங்களான ஓடிப்போகலாமா? கல்யாணம் பண்ணிக்கலாமா? வசனங்கள் கொண்ட வாலிபக் கிளர்ச்சிகளுகளுக்காவும் பேக்லைட் ஜொலிப்புக்காகவும் பேசப்பட்ட படங்கள்.

அக்னி நட்சத்திரத்தில் இருதார மணத்தில் உள்ள சம்பந்தப்பட்ட இரு மனைவியரின் ஏற்றத்தாழ்வான வர்க்க முரண்களை, அதனால் வசதியற்ற ஏழை மனைவி அவரது புதல்வன் புதல்வி ஒதுக்கப்படுவதைப் பேசாமல், இரு மனைவியர்க்கும் பொதுவான கணவனின் விபத்து என்கிற உணர்ச்சிவசமான தாலிப் பிரச்சினையாக இயக்குனர் ஆக்கிவிடுகிறார். இரண்டாவது திருமணத்திற்கான காரணமான ஆச்சாரம் கடந்த கணவனின் வேட்கை என்பதும் இங்கு பிரச்சினைக்கு உள்ளாவதில்லை. தனது அப்பாவின் இன்னொரு மனைவியின் மகளை தங்கை என ஏற்பது இங்கு அவரைக் குண்டர்களிடம் இருந்து காப்பது எனும் சதா கதாநாயக சாகசமாக தேய்ந்து விடுகிறது. மௌனராகத்தில் தொழிற்சங்கக் குண்டர்கள் தம்பதிகளின் காதலைக் கெட்டிப்படுத்துவது போல அக்னி நட்சத்திரத்தில்

முதலாளியின் குண்டர்கள் இரண்டு மனைவியரின் ஒற்றுமைக்குக் காரணமாகிறார்கள். குடும்பங்கள் காப்பாற்றப்பட்டு விடுகிறது.

இயக்குனர் பாரதிராஜாவுக்காக மணிரத்னம் கதையெழுதிய படம் தாஜ்மஹால்*(1999)*. தமிழகத்தில் கால்பாவாத நிலப்பரப்புகள், உடுப்பு மோஸ்தர்கள், நிலத்துடன் ஒட்டாத நாயகி, கதையோடு ஒட்டாத கதம்ப இசைப்பாடல்கள், மணிரத்னம் ரோஜா, உயிரேயில் கையாண்ட அகண்ட இந்தியக் கதை சொல்லல், பாரதி ராஜாவின் இயல்பல்லாத செயற்கையான செட்டுகள் போன்றவற்றினால் தமிழகப் பாரவையாளர்களிடம் தாஜ்மஹால் ஒட்டவே இல்லை.

தனது தாயரிப்பில் ஆர்.செல்வராஜ், அழகம்பெருமாளுடன சேர்ந்து மணிரத்னமும் கதை எழுதிய படம் டும்டும்டும்*(2001)*. முழுமையாக இதனை மணிரத்னத்தின் கதை என்று சொல்லமுடியாவிட்டாலும் திருமண விஷயத்தில் சுயாதீனமாக முடிவெடுக்கும் இளம்பெண் எனும் கதைமுடிச்சை அவருடைய மௌனராகம், அலைபாயுதே, ஓக்கே கண்மணி படங்களிலும் நாம் அவதானிக்கலாம். முரண்படும் பிற்பாடு ஒன்றுபடும் கிராமியப் பெரியவர்களும் பம்பாய், வானம் கொட்டட்டும் என அவரது படங்களின் கதா பாத்திரங்கள்தான்.

12

அஞ்சலி திரைப்படம் இந்திய அரசினால் அதிகாரப்பூர்வமாக ஆஸ்கர் விருதுக்குப் பரிந்துரைக்கப்பட்ட ஒரு படம். அஞ்சலிக்கும் ஆஸ்கார் விருது பெற்ற ஸ்டீபன் ஸ்பீல்பர்க்கின் ஈ.டி படத்திற்கும்

காட்சியமைப்பிலும் கதை அமைப்பிலும் ஒற்றுமைகள் உண்டு, குழந்தையைப் போன்ற தொடர்பாடல் பிரச்சினை கொண்ட வேற்றுக் கிரகவாசியான ஈ.டியும், குழந்தையான மூளைவளர்ச்சி குன்றிய தொடர்பாடல் பிரச்சினை கொண்ட அஞ்சலியும் விருந்தினர்கள் போல கொஞ்ச நாள் பூமிக்கு வந்து இருந்துவிட்டு நீங்கமாட்டாத நினைவுகளை மனிதர்களிடம் விட்டு பூமியினின்று அவர்கள் அகன்று விடுகிறார்கள். சைக்கிள் முன்கூடையில் ஈ.டியைக் கடத்தும் குழந்தைகள் வானில் பறப்பது போல, தள்ளுவண்டியில் அஞ்சலியை வைத்து குழந்தைகள் பாடியபடி வானில் பறக்கிறார்கள். கள்ளமற்ற குழந்தைகள், உயிரிகள் மனிதர்களிடம் பேதமற்று அன்பை விதைக்கிறார்கள் எனும் செய்தி அஞ்சலி படத்தில் இருந்தது. இத்தகைய குறைவளர்ச்சி கொண்ட குந்தைகள் குறித்த பரிவான விழிப்புணர்வை பொதுச்சமூத்திடம் கோருவதாக அஞ்சலி படம் இருந்தது.

மணிரத்னம் 1983ஆம் ஆண்டு பல்லவி அனுபல்லவி படத்தின் மூலம் திரையுலகில் பிரவேசிக்கிறார். 2023 ஆண்டு வெளியான பொன்னியின செல்வன் படத்துடன் 40 திரையுலக ஆண்டுகளை அவர் நிறைவு செய்கிறார். இன்று அகில இந்திய இயக்குனராக அவர் அறியப்படுகிறார். மேற்குலகின் திரைப்பட விழாக்களில் இந்தியாவின் ஆச்சூர் திரைப்பட இயக்குனர் என்றும் முன்வைக்கப்படுகிறார். அவர் கன்னடத்திலும் தமிழிலும் மலையாளத்திலும் இந்திய அளவிலும் திரைப்படங்களை உருவாக்கிக் கொண்டிருந்த அதே 40 ஆண்டுகளில் இதே மொழிகளில் பெண் பிரக்ஞை சார்ந்து என்ன நடந்தது என்று பார்ப்பது மணிரத்னத்தை மதிப்பிட ஒரு அடிப்படையாக இருக்கும்.

ஐம்பதுகளில் அறுபதுகளில் இத்தாலிய புதிய யதார்த்தத்தினால் பாதிப்புற்ற வங்கத்தின் சத்யஜித்ரே தோன்றினார். அசலான மூன்றாம் உலக சினிமாவை ரித்விக் கடக் விழைந்தார். இலத்தீனமெரிக்க மூன்றாவது சினிமாவின் பாதிப்பில் மிருணாள்சென எழுந்தார். எழுபதுகளில் துவங்கி சமாந்தர சினிமா இயக்குனர்களான ஷியாம் பெனிகல், கோவிந்த் நிஹ்லானி, கிரிஷ் கர்னாட், கிரிஷ் காசரவள்ளி, அடூர் கோபாலகிருஷ்ணன், நரசிங்கராவ், மணிகௌல், அபர்ணாசென், கௌதம் கோஷ், நந்திதா தாஸ் போனறவர்கள் வருகிறார்கள்.

உலக அளவிலும் இந்திய அளவிலும் பெண்ணிலைவாத

அரசியல் அலையும், பெண் பிரக்ஞையும் இவர்களது படங்களில் சித்தரிக்கப்படலாயின. நிலப்பிரபுத்துவததின் கீழ், மத ஆதிக்கத்தின் கீழ் பெண்களின் துயரப்பாடுகளை இவர்கள் திரையில் சொன்னார்கள். பெண்களின் மீதான மத அடிப்படைவாதம், பாலுறவு வன்முறை போன்றவற்றை எதிர்த்து குரல் எழுப்பினார்கள். விளிம்புநிலைப் பெண்களின் மீதான பொருளாதார, சமூகச் சுரண்டல்கள் பற்றி பேசினார்கள். அரசியல் பிரக்ஞை பெற்ற பெண்கள் சமூக இயக்கங்களில் பங்குபற்றுவது பற்றி இவர்கள் பேசினார்கள்.

இவர்களது இந்திய தேசியம் நேருவிய இடது தாராளவாத தேசியமாக இருந்தது. காடு(1973), அங்கூர்(1974);, நிஷாந்த்(1975), மந்தன்(1976), பூமிகா(1977), கட்டாஷ்ரத்தா(1977), ஆக்ரோஷ்(1980), செலுவி(1981), எலிப்பத்தாயம்(1982), அர்த் சத்யா(1983), தாசி(1988), சவ்ராஸ்கி மா(1988) தமஸ்(1988), தேவ்(2004), பிராக்(2008) கால்பெலா(2009), மன்ட்டோ(2018) கரே பய்ரே ஆஜ(2019), என படங்களை இவர்கள் உருவாக்கினார்கள்.

இதே காலத்தில் மணிரத்னம் உருவாக்கிய படங்கள் திராவிட—இடதுசாரி, இனத்தேசிய, நேருவிய எதிர்ப்பை முன்வைத்த அகண்ட பெருந்தேசிய இந்திய, நவஇந்து மரபை உயர்த்திப் பிடிப்பதாகவே உருவாகின. இந்தச் சிந்தனையில் இருந்தே அவரது பெண் பாத்திரங்கள் நவபாரம்பர்ய பெரும்பான்மை இந்து தேசியத்தின் உயர் மத்தியதரவர்க்கப் பிரதிமைகளாக உருவாகினர்.

குழந்தைகள் குறித்த அஞ்சலி தவிர்த்த மணிரத்னத்தின் பெண்மையப் படங்களில் அத்தனைபேரும் பெருநகரத்தின் பெண்கள். மத்தியதர, உயர்மத்தியதர வர்க்கத்தின் பெண்கள். திருமணம் எனும் நிறுவனத்துள் ஒடுங்கும் பெண்களாவே இவர்கள் இருக்கிறார்கள். அவர்கள் அரசியல், பொருளியல் அனுபவங்களோ பிரக்ஞையோ அற்றவர்கள். கடந்த அரைநூற்றாண்டில் மாறிவந்திருக்கும் பெண் பிரக்ஞை, அவர்தம் போராட்டங்கள் குறித்த உணர்வற்றவர்கள். நவபாரம்பர்ய, இந்துதேசிய உணர்வுக்குள் அடைபட்டவர்கள். இவர்களில் எவரும் விடுதலைத் தேட்டம் கொண்ட கலகவாதிகள் அல்லர். மணிரத்னத்தின் திரைப்பெண்கள் அனைவருமே கருத்தியல் அளவில் நவதேசியப் பழமைவாதப் பிரதிமைகள். பெண்களைச் செல்லம் கொஞ்சும் அவரது படங்கள் பெண்களுக்கு பழமைவாத மரபுக்குள் மகிழ்ச்சியைத் தரும், விடுதலைச் சிந்தனையற்ற

திரைப்படங்கள். பகுத்தறிவற்று மரபான பெண்மைக்குத் திரும்புதல், காதல் உணர்வுகளின் முதன்மை போன்றவற்றை முன்னிறுத்தி அதுவே பெண்சக்தி எனப் பாவனை செய்கிறது.

பின் குறிப்பு: மணிரத்னம் பெண்களை இந்திய தேசிய அடையாளத்தின் பண்பாட்டுப் பிரதிநிதிகளாகப் பார்க்கிறார் எனும் எனது பார்வையை இன்னும் ஆழப்படுத்தியாக இருந்தது Pop Matters இதழில் குமுதன் ஆத்ரேயா எழுதிய *Is Indian Cinema's First Chick Flick, 'Mouna Raagam', a Hindu Nationalist Fantasy?* எனும் கட்டுரை திரைமொழியில் 'கொஞ்சலுக்குரிய செல்லப் பெண்' எனும் கருத்தாக்கம் மணிரத்னத்தின் அனைத்துவிதமான பெண் பாத்திரங்களையும் புரிந்துகொள்வதற்கு எனக்கு இந்தக் கட்டுரை உதவியது. இந்தக் குறிப்பிட்ட கட்டுரையின் செய்தியும் குறிப்பிட்ட கருத்தாக்கமும் எனது கட்டுரையில் பெரும் பாதிப்புச் செலுத்தியிருக்கிறது என்பதை இங்கு நன்றியுடன் நினைவு கூர்கிறேன்.

மணிரத்னத்தின் கேங்க்ஸ்டர்கள்

வில்லன்கள் நாயகன்கள் புனித அரசதிகாரம்

காட்பாதர் படத்தின் கதை கார்ப்பரேட் சிந்தனை குறித்தது. முதலாளித்துவவாதிகளுக்கு மிகச்சிறந்த எடுத்துக்காட்டு மாபியாக்கள்தான. இந்தக் கதையின் திறப்புவாக்கியம் இதுதான்: 'எல்லாம் வியாபாரம். இதில் தனிநபர் உறவுகள் சம்பந்தமானது என எதுவும் இல்லை'. இதனைச் சொல்கிறபோது மக்னமாரா, ஜான்சன், ரஸ்க் போன்றவர்கள் என் ஞாபகத்தினுள் வந்துபோகிறார்கள்.

காட்பாதர் படம் குறித்து
மார்லன் பிராண்டோ

(மும்பை மாதிரி) ஒரு நகரத்திற்குப் போனால் வேலுநாயக்கர் போன்ற ஒருவரை நாம் பார்க்க நேரிடும்.. சட்டத்தின் மறுபக்கம் இருப்பவர்கள் அவர்கள். அவர்கள் குழுவைச் சார்ந்த மக்களுக்கு அவர் ஒரு கடவுள் போன்றவர். நிஜத்தில் இது உங்களைக் கவரும். உங்களுக்குப் பயத்தைத் தரும்.

அந்தக் குழு சார்ந்தவர்களுக்கு எது நியாயம் என்று படுகிறதோ அது மற்ற அனைத்துப் பகுதி மக்களுக்கும் தவறாகப்படும்.

நாயகன் படம் குறித்து
இயக்குனர் மணிரத்னம்

நல்லது கெட்டது என எதுவும் இல்லை. அதிகாரம்தான் அனைத்தும். எங்கு அமைப்பு பொய்க்கிறதோ அங்கு ஒரு அதிகாரம் மேலெழுகிறது.

சர்க்கார் படம் குறித்து
ராம் கோபால் வர்மா

இல்லை. காலா படத்தில் நாயகன் ஒரு கேங்க்ஸ்ட்டர் இல்லை. ஒரு ஆக்கிரமிப்பாளனுக்கு எதிராகத் தனது உரிமையை நிலைநாட்ட எந்த வழியிலெலாம் தன்னால் செயல்பட முடியுமோ அதனூடே செயல்படுபவர் அவர். நிஜவாழ்வில் அவரைப் போனறவர்கள் இருக்கிறார்கள். காலா தனது வழியில் ஒடுக்குமுறையை எதிர்ப்பதால் அவர் கேங்க்ஸ்டர் எனச் சொல்லப்படுவதை நான் ஒப்புக்கொள்ள முடியாது.

காலா படம் குறித்து
இயக்குனர் ரஞ்சித்

1

காட் பாதர் மூன்று பாகங்களிலான படத்தையொட்டி மாபியா படங்கள் என்பன ஹாலிவுட் சினிமாவில் ஒரு வகையினமாக நிலைபெற்றுவிட்டது. மாபியா காங்க்ஸ்டர் கலாச்சாரம் என்பது இத்தாலியின் தென் பகுதியில் அமைந்த சிசிலித்தீவில் தனது வேர்களைக் கொண்டிருக்கிறது. கசா நாஸ்ரா அல்லது மாபியா என அழைக்கப்பெறும் குழுக்கள் பத்தொன்பதாம் நூற்றாண்டின் நிலப்பிரபுத்துவ சமூகத்தில் வேர் கொண்ட, மத, இனக்குழுக்களில் மையம்கொண்ட, வன்முறையை வாழ்முறையாக முன்வைக்கிற குழுவினரின் கலாச்சாரம்.

குடும்பமாக வாழ்தல், அதற்கான அறம். பெருமிதம், அதன் பொருட்டு கொலை, கொள்ளை, கடத்தலில் ஈடுபடுதல், செல்வத்தைத்

தமக்குள் பகிர்ந்துகொள்வது என்பது இத்தகைய குழுக்களின வாழ்முறை. ஒரு கிராமிய சமூகத்தில் குழுக்களின் மேலாண்மையை நிறுவுவது இதன் அமைப்புமுறை.

இவர்கள் அமெரிக்காவுக்குக் குடிபெயர்கிறபோது முதலாளிய சமூகத்தின் காவல்துறை, நீதியமைப்பு, வரிவிதித்தல்முறை போன்றவற்றை எதிர்கொள்கிறார்கள். இந்த நிலவும் வரைமுறைகள் அனைத்தையும் மீறுவதாகத் தமது குழு விசுவாசத்தை நிறுவுவதாக அமெரிக்க மாபியா என்பது உருவாகிறது. இதில் நேரும் பிரச்சினைகள் குறித்த படங்களே கேங்க்ஸ்ட்டர் படங்கள் எனக் குறிப்பிடப்படுகின்றன.

இந்தப்படங்கள் நாடோடிக் கொள்ளையர் குழுக்களை மையமாக கொண்ட வெஸ்டர்ன் எனச் சொல்லப்படும் காங்க்ஸ்ட்டர் படங்களில் இருந்து வித்தியாசமான படங்கள்.

உலக சினிமாவில் காங்க்ஸ்டர் படங்களின் கிளாசிக் என்று சொல்லப்படுவது மூன்று பாகங்களாக வெளியான பிரான்சிஸ் போர்ட் கொப்பாலோவின் காட் பாதர். இத்தாலி நாட்டின் சிசிலியன் எனும் இனக்குழுசார்ந்தவர்கள் அமெரிக்காவுக்குக் குடிபெயர்ந்து ஸ்தாபித்த மாபியா எனும் அரசியல் பொருளியல் கலாச்சார அமைப்பு பற்றியது காட்பாதர் திரைப்படம்.

தந்தைவழிச் சமூகப் பெருமிதம், நிலப்பிரபுத்துவ இனக்குழு விசுவாசம், குடும்ப அமைப்பின மையத்தன்மை மாபியா குழுவின் கலாச்சார அடிப்படை. தமது குடும்பத்துடன் தமது இனக்குழு சார்ந்த விசுவாசிகளைக் காப்பது இதனது அடிப்படையான பண்பு.

இவர்கள் சகலவிதமான வியாபாரங்களிலும் ஈடுபட்டார்கள். அரசு நிர்வாகத்தில் கையூட்டு கொடுத்து ஊடுறுவினார்கள். வரி ஏய்ப்பு இவர்களது வியாபாரத்தில் அங்கீகரிக்கப்பட்டது. இவர்கள் அரசுக்கு சமாந்தரமாக ஒரு நிர்வாகத்தை நடத்தினார்கள். நீதிபதிகளை விலைக்கு வாங்கினார்கள். தமக்கும் பிற குழுக்களுக்கும் அரசு நிர்வாகத்திற்கும் இடையிலான முரண்பாடுகள் அனைத்தையும் இவர்கள் வன்முறையின் வழியில் எதிர்கொண்டார்கள்.

குழுவிசுவாசத்திற்கு துரோமிழைத்தவர்கள் எவராயினும் கொல்லப்பட்டார்கள். குழு விசுவாசத்துடன் குழுவுக்கான ஒழுக்கக் கோட்பாடு, நீதிமுறைமை போன்றவற்றையும் இவர்கள் கொண்டிருந்தார்கள். நீதியமைப்பு வலியவர்கள் கையில் சென்று சேர்ந்தபோது எளிய மக்களுக்கு நீதியைப் பெற்றுத் தருவபவர்களாக

இவர்கள் ஆகினார்கள்.

காட்பாதர் படங்கள் அமெரிக்காவில் மக்களிடம் பரவலாகப் பெரும் மக்கள் ஏற்பைப் பெற்றபோது அரசு நிர்வாகம் அச்சத்திற்கு ஆட்பட்டது. காவல்துறை கலங்கியது. திரைப்படத் தணிக்கை கொள்கை நிலைப்பாட்டில் இது எதிரொலி செய்தது. காட்பாதர் படங்களில் காவல்துறை, அரசு நிர்வாகம், நீதியைமப்பு போன்றவற்றை மீறி வலிமை பெற்றவர்களாக, வெற்றிநாயகர்களாக மாபியாத் தலைவர்கள் இருந்தார்கள். திருத்தப்பட்ட தணிக்கைச் சட்டம் சட்டத்தின் ஆட்சியையும் காவல்துறை அதிகாரத்தையும் கிளைமேக்ஸ் கொண்டிருக்க வேண்டும் என்பதை விதியாக்கியது. அதன் பின்பு வெளியான கேங்க்ஸ்ட்டர் படங்களில் மாபியா டான்கள் காவல்துறையில் சரணடைந்தார்கள் அல்லது காவல்துறை அவர்களைக் கைதுசெய்தது அல்லது அவர்கள் மனம் திருந்தினார்கள்.

சட்டத்தையும் அரசு நிர்வாகத்தையும் கட்டுப்படுத்துகிற சமாந்தர அதிகாரமாக மாபியா டான்கள் உருவாகியது அமெரிக்க கார்ப்பரேட் கலாச்சாரத்தின் ஒரு முகம் என்றால், அதனது பகாசுர ஊடகமுதலாளிகள் சமூகத்தின் முழு சமூக உளவியலையும், தொழில்துறைகளையும் கட்டுப்படுத்தியது இன்னொரு முகம். ஆர்ஸன் வெல்லசின் சிட்டிசன் கேன் திரைப்படம் இந்த முகத்தை வெளிப்படுத்தியது.

2

இந்தியாவில் இந்த இருமுகங்களும் கேங்க்ஸ்டர்—கார்ப்பரேட்டுகள் குறித்த ராம் கோபால் வர்மா மற்றும் மணிரத்னம் படங்களில் வெளிப்பட்டது. சத்யா எனும் கேங்க்ஸ்ட்டர் படத்தை எடுத்த ராம் கோபால் வர்மா மும்பையைத் தனது கைக்குள் வைத்துக் கொண்டிருந்த சிவசேனாத் தலைவரான பால் தாக்கரேவின் வாழ்வை அடிப்படையாக வைத்து சர்க்கார் எனும் பெயரில் மூன்று பாகங்களில் படமெடுத்தார்.

நாயகன் என மும்பை வரதராஜ முதலியார் ஆதர்ஷத்தில் கேங்க்ஸ்ட்டர் படமெடுத்த மணிரத்னம், தேசபக்தியின் பெயரில் சட்டமீறல்களில் ஈடுபட்டு சொத்துக் குவித்த கார்ப்பரேட் முதலாளி அம்பானியின் வாழ்க்கை ஆதர்ஷத்தில் குரு படமெடுத்தார்.

கேங்க்ஸ்ட்டர் கலாசாரத்தின் ஒரு முகம் கோர்லியோனும் நாயகனும் சத்யாவும் என்றால், அதனது பிறிதொரு முகமாக

சார்லஸ் போஸ்ட்டர் கேனும் சுபாஷ் நக்ரேவாகவும் குருகாந்த் தேசாயாகவும் இருக்கிறார்கள்.

குடும்பப் பாசம், குழுவிசுவாசம், சட்டமீறல், சமாந்தர அரசு நிர்வாகம், இதனது வெளிப்பாட்டு வடிவமாக வன்முறை என்பது இவர்கள் அனைவருக்கும் பொதுவாக இருந்தது. கேங்க்ஸ்ட்டர்களும் கார்ப்பரேட்டுகளும் இவ்வாறுதான் ஒரே அச்சில் சுழல்கிறார்கள்.

இன்றைய கார்ப்பரேட்டுகள் எவ்வாறு செயல்படுகிறார்கள் என்பது குறித்த ஒரு புரிதலுக்கு வருவோம். பொதுச் சமூகத்திற்குப் பொருந்துகிற நியதிகள் அவர்களுக்குப் பொருந்தாது. அரசு வங்கிகளில் ஒரு மாணவர் கடன் வாங்கினால், அவரது நிராதரவான நிலையால் அவரால் திருப்பிச் செலுத்த முடியவில்லை எனில் அவர் மீது சட்டம் பாயும். ஒரு கார்ப்பரேட் கம்பெனியின் பல்லாயிரம் கோடி நிலுவை வாராக் கடன் எனத் தள்ளுபடி செய்யப்படும்.

ஒரு நாட்டின் தொழிற்சங்கச் சட்டங்கள் கார்ப்பரேட்டுகளின் சிறப்புத் தொழில் மண்டலங்களில் செல்லுபடியாகாது. தண்ணீரும் மின்சாரமும் அவர்களது கட்டுப்பாட்டில் இருக்கவேண்டும். நாட்டின் சட்டங்கள் அவர்களுக்கு இயைந்த வகையில் இயற்றப்படும். காவல்துறையையும் நீதியமைப்பையும் அரசு நிர்வாகத்தையும் அவர்கள் ஆட்டிவைப்பார்கள். மக்களாட்சிக்கு அப்பாலான பெரும் அதிகாரமாக இன்று கார்ப்பரேட்டுகள் உருவாகி நிற்கிறார்கள்.

அரசின் வன்முறைக் கருவிகள் இன்று அவர்களின் கட்டுப்பாட்டில் உள்ள கருவிகளாக, அவர்களது நலனைக் காக்கும் கருவியாக ஆகிநிற்கிறது.

அமெரிக்க—மேற்கத்திய கேங்க்ஸ்ட்டர் பட நாயகர்களுக்கு தேசிய, பிரதேச, இனக்குழு விசுவாசங்கள் அடையாளமாக இருப்பதுபோல இந்தியாவில் இனக்குழு அடையாளத்தோடு சாதிய அடையாளங்களும் குழு விசுவாசத்தின் அடிப்படையாக ஆகிறது. இனக்குழு விசுவாசம் என்பது எவ்வாறு நிலப்பிரபுத்துதவ சமூக அமைப்பின் விசுவாசமாக இருக்கிறதோ அது போலவே சாதிய விசுவாசமும் நிலப்பிரபுத்துவ நிலவுடமை உறவுகளில் ஒரு விசுவாசமாகவே இருக்கிறது.

மணிரத்னம் கதை எழுதி, அவர் தயாரித்த இரு படங்களான பகல்நிலவு, வானம் கொட்டட்டும் மற்றும் சத்ரியன் என மூன்று படங்களிலும் கிராமிய சமூகங்களில் ஆதிக்கம் செலுத்துகிற அதிகாரம்தான்

சொல்லப்படுகிறது. இவர்கள் குழுவாக, அடியாட்களாகத் திரள்கிறார்கள். குழு விசுவாசத்தின் பொருட்டு வன்முறைகளில் ஈடுபடுகிறார்கள்.

கிராமிய பஞ்சாயத்து தொடர்பான பல படங்களை எடுத்த தமிழக இயக்குனர்களான கே.எஸ்.ரவிக்குமார், ஆர்.வி. உதயகுமார் போன்றவர்கள் உருவாக்கிய தேவர், கவுண்டர், நாயக்கர் படங்களையும் நாம் குழுவிசுவாச, சமாந்திர அதிகார, அடியாள் வன்முறை கொண்ட படங்களாக நிரல்படுத்த முடியும். காவல்துறையிடம் இவர்கள் செல்வாக்குச் செலுத்துவதை, தமக்கான கிராமிய நீதிப்பரிபாலனத்தைக் கொண்டிருப்பதை நாம் இத்தகைய படங்களில் காணமுடியும்.

இவ்வாறாக இந்தியத் தமிழகப்படங்களில் கேங்க்ஸ்ட்டரின் ஊற்றுகளில் ஒன்றாக இனக்குழு, சாதியக் குழு விசுவாசத்தையும் நாம் காணமுடியும்.

மணிரத்னம் கேங்க்ஸ்ட்டர் படங்களை பிறிதொரு தளத்திற்கு கடத்தியவை என நாம் ரஞ்சித் உருவாக்கிய படங்களைக் குறிப்பிடலாம். குழுவன்முறை, குழுவிசுவாசம் என்பதை சாதிய, வர்க்க விசுவாசம் எனவாக்கி அதை வேறொரு வகை நாயகமைய சினிமாவாக ரஞ்சித்திடமிருந்து வெளிப்படுகிறது. அஜீத், விஜய் போன்றவர்கள் நடித்த சென்னையின் தாதா படங்கள், குழு விசுவாசம் பற்றி பேசிய வெற்றிமாறனின் தாதா படங்கள், ரஞ்சித்திடம் குறிப்பான அரசியல் சுட்டுகளும் சாதியச் சுட்டுகளும் நிறைந்ததாக ஆகிறது.

அரசியல் பரிமாணத்தை அடையும் இந்தப் படங்கள் இப்போது குழுவிசுவாசம் என்பதைத் தாண்டி, ஒடுக்கப்பட்ட சாதி— வர்க்க விசுவாசம், அது குறித்த பெருமிதம் என்பதாக ஆகிறது. இந்த விசுவாசமும் பெருமிதமும் ஒரு இணைந்த இலக்குக்கான வன்முறையாகப் பரிமாணம் பெறுகிறது. ரஞ்ஜித்தின் அட்டகத்தி, மெட்ராஸ், காலா, கபாலி, சார்பட்டா என அனைத்துப் படங் களிலும் குழு விசுவாசமும் வன்முறையும் சமூகநீதி எனும் இலக்கு நோக்கியதாக ஆகிவிடுகிறது.

3

ரஞ்சித்திற்கு முன்பாக இந்திய, தமிழ் கேங்க்ஸ்ட்ர் படங்கள் என்பன கிராமிய—நிலப்பிரபுத்துவப் பின்னணியில் சாதி மேலாண்மை பின்புலங்களில் இருந்து, பெரு நகர இனக்குழுப் பெருமிதப் படங்களாக உருவாகிறது. கிராமச்சந்தைகளில் பண வசூல் செய்கிற ரௌடிக்கும்பலிலிருந்து, தலித்துகளின் குடிசைகளைக் கொளுத்துகிற

நிலக்கிழார்கள், பெநகரங்களில் கடத்தல் செய்தபடி இனக்குழு பெருமிதம் கொண்டாடுகிற தாதாக்கள் வரையிலானவர்களின் வாழ்வைச் சொல்வதாக இப்படங்கள் இருக்கின்றன.

கேங்க்ஸ்ட்டர் படங்களின் இந்த மரபிலிருந்துதான் மணிரத்னம் பகல்நிலவு(1985), நாயகன்(1987), தளபதி(1991), செக்கச் சிவந்த வானம்(2018), கடல்(2013) என அவரது பார்வையிலான ஐந்து தமிழ் கேங்க்ஸ்ட்டர் படங்களை அவரே கதையெழுதி இயக்கியிருக்கிறார். இதுவன்றி சுபாஷ் இயக்கிய சத்ரியன்(1990), தெலுங்கில் ராம் கோபால் வர்மா இயக்கிய காயம்(1993), தனசேகரன் இயக்கத்தில் வானம் கொட்டட்டும்(2020) என மூன்று கேங்க்ஸ்ட்டர் படங்களுக்கு அவர் கதை எழுதியிருக்கிறார். இந்த மூன்று படங்களில் காயம் தவிர இரு படங்களின் தயாரிப்பாளராக மணிரத்னம் இருந்திருக்கிறார். இந்த ஏழு படங்களும்தான் மணிரத்னம் சிந்தனைப் பள்ளியில் இருந்து வந்த கேங்க்ஸ்ட்டர் படங்கள்.

சத்ரியன் காவல்துறை அதிகாரிக்கும் ஒரு கேங்க்ஸ்ட்டருக்கும் இடையிலான தனிப்பட்ட பழிவாங்கும் கதையாக இருக்கிறது. காயம் கேங்க்ஸ்ட்டர்கள், அரசியல்வாதிகள், அமைதி விரும்பும் பெண்கள் என்பதாக, பெருநகர கேங்க்ஸ்ட்டர்களின் அரசியல் வாழ்வு குறித்ததாக இருக்க, வானம் கொட்டட்டும் கிராமிய நிலப்பிரபுத்துவப் போட்டிகள், அரசியல் அதிகாரம், வன்முறை குறித்ததாக இருக்கிறது.

மணிரத்னம் தனது முதல் படத்தை கன்னடத்திலும் இரண்டாவது படத்தை மலையாளத்திலும் எடுத்ததை அடுத்து மூன்றாவது படமாக

பகல் நிலவு(1985) படத்தை தமிழில் உருவாக்குகிறார். இந்தப் படம் தமிழில் உருவாக்கப்படும் காலத்தில் பாலுமகேந்திராவின் வீடு சந்தியாராகம், மூன்றாம் பிறை போன்ற படங்கள் வெளியாகியிருந்தன. மகேந்திரனின் நெஞ்சத்தைக் கிள்ளாதே, ஜானி, உதிரிப்பூக்கள் போன்ற படங்களும் உருவாகியிருந்தன. இக்காலத்தில் தமிழில் தனது முதல் படத்தை உருவாக்கவந்த மணிரத்னம் திவ்யா என்ற பெயரில் தான் எழுதி வைத்திருந்த, அவரது இரண்டாவது தமிழ்ப்படமாகப் பின்னர் வெளிவந்த மௌனராகம்(1986) படத்தையே முதல் படமாக உருவாக்க விரும்பியிருந்தார். தயாரிப்பாளர் தியாகராஜன் தான் சாகசப் படத்தையே தயாரிக்க விரும்புவதாகச் சொன்னதன் அடிபபடையில் மணிரத்னம் பகல்நிலவு படத்தைக் கதை எழுதி இயக்குகிறார்.

பகல்நிலவின் கதை அன்றைய நிலையிலும் சரி முப்பது ஆண்டுகளின் பின்னான நிலையிலும் சரி எந்தப் புத்தாக்கச் சிந்தனையும் அற்ற மிகச்சாதரணமான, குழப்பமான கதையாகவே இருக்கிறது. அவரது பின்னாளைய கேங்க்ஸ்ட்டர் படங்களான நாயகன், தளபதி, செக்கச்சிவந்த வானம் போன்றவற்றிலும் இந்தப் பாதிப்பு உண்டு.

பகல்நிலவு படம் கிராமிய-நிலப்பிரபுத்துவ சமூகத்தை அடிப்படையாகக் கொண்ட படம். ஒரு ‘பெரியவர்’ முழு கிராமத்தையும் தன் கட்டுப்பாட்டில் வைத்திருக்கிறார். அவர் எந்த நற்குணங்களும் அற்ற கெடுமதி கொண்ட ஒரு வேஷதாரி என்பது படத்தின் இறுதியில் தெளிவாக இருக்கிறது. வெளித்தோற்றத்தில் ஊரார்க்கு நன்மை செய்வதாகத் தோற்றம் தரும் அவர் கொலை உள்ளிட்ட பஞ்சமா பாதகங்கள் செய்யத் தயங்காதவர். அவர் ஒருபோது ஏழையாக இருந்தார் என்பது தவிர அவர் ஏன் அவ்வாறான உளவியலுடன் இருக்கிறார் என்பதற்கான காரணம் ஏதும் படத்தில் இருக்காது.

அவரது இருமகன்களும் பாலியல் பலாத்காரம் செய்பவர்கள். குடிசைகளைக் கொளுத்துபவர்கள். அந்தக் கிராமத்து உற்பத்திகளை வன்முறையின் வழி தனது விற்பனைக்கான ஏகபோகமாக பெரியவர் ஆக்கி வைத்திருக்கிறார். நல்லவர் போல வேஷம் போடும் கெட்டவர் பெரியவர் என்பது பகல்நிலவுக் கதையின் மையம்.

கிராமம், நிலப்பிரபுத்துவச் செல்வாக்குக் கொண்டவர், பெண்களுக்கு ஊறு செய்கிற குடும்பம், இவர்களை வெறுக்கிற ஊர்மக்கள் திரண்டு இவர்களுக்கு மரணதண்டனை தருவது என்கிற இந்தக் கதைப்

பின்னணி அன்று இரண்டு முக்கியமான படங்களில் காட்சியாகி இருந்தன. இந்திய சினிமா இன்று வரை கொண்டாடும் ஷியாம் பெனிகலின் நிஷாந்த் (1975) மற்றும் மகேந்திரனின் உதிரிப்பூக்கள்(1979) என்பன அந்த இரு படங்கள். நல்லவர்—கெட்டவர் என்கிற வேஷங்கள் அற்ற நிலப்பிரபுத்துவ வன்முறை உணர்வு, பெண்கள் மீதான ஆதிக்கம் இப்படங்களின் நாயகர்களது அடிப்படைக்குணம். வேறு வேறு தருணங்களில் இதனால் பாதிப்புற்ற கிராம மக்கள் திரண்டு தீயவர்களைக் கொல்கிறார்கள் என்பது இப்படங்களின் சித்தரிப்பு. குறிப்பாக இவர்கள் கள்ளக் கடத்தல் செய்வதில்லை. இவர்கள் கேங்க்ஸ்ட்டர்களும் இல்லை. இந்த இரு படங்களினதும் கிளைமேக்ஸ்தான் பகல் நிலவிலும் இருக்கிறது.

பகல்நிலவு பெரியவரது மூத்த மகன் பாத்திரம் ஏற்கிற நிழல்கள் ரவியினது செந்தூரம் தீட்டிய பைஜாமா ஜிப்பா போட்ட பாத்திரச் சித்தரிப்பு வடக்கில் வாழ்கிற ஒரு மார்வாடியினதும், பின்னாளில் நாயகனில் வருகிற மும்பை மைய நாயகனது மூத்த மகனது சித்தரிப்பையும் ஒத்தது. ஒரு நிலக்கிழாருக்கும் கேங்க்ஸ்ட்டருக்கும் இடையில் தள்ளாடும் பாத்திரக் கட்டமைப்புக் கொண்ட படம் பகல்நிலவு. மிகச் சாதாரணமான கிளிஷேக்களும் மிகைநாடகமும் காதல்காட்சிகளும் கொண்ட படம்தான் மணிரத்னத்தின் முதல் தமிழ்ப் படமான பகல்நிலவு.

4

மணிரத்னம் கிராமிய கேங்க்ஸ்ட்டர் படமான பகல்நிலவையடுத்து நாயகன், தளபதி என இரு கேங்க்ஸ்ட்டர் படங்களை நான்கு ஆண்டு இடைவெளியில் உருவாக்குகிறார். தளபதியின் பின் பதினெட்டு ஆண்டுகள் கழித்து அவர் செக்கச் சிவந்த வானம் படத்தை உருவாக்குகிறார். பகல்நிலவு, நாயகன், தளபதி படங்களில் இருந்த பூர்வீக மண்தன்மை செக்கச் சிவந்த வானத்தில் இல்லாது போகிறது. இந்த இன்மைக்குக் காரணம் மண்ணின் மனிதர்க்கு உயிர்தருகிற இளையராஜா இசை இல்லாமல் போனது மட்டுமல்ல, அவரது முன்னைய படங்களில் இருந்த கேங்க்ஸ்ட்டர் படங்களின் அடிநாதமான கருத்துநிலைபாடுகளும் இல்லாது போனதுதான்.

நாயகன் படத்தின் நாயகனான வேலு நாயக்கர் காவல்துறையினால் வஞ்சமாக சுட்டுக்கொல்லப்படும் ஒரு தொழிற்சங்கத் தலைவரின் அனாதை மகன். அவருக்கு கையாட்களாக வருகிறவர்கள் தமிழகத்திலிருந்து மும்பைக்கு இடம்பெயர்ந்த மக்கள் தமிழ் இனக்குழு விசுவாசத்தினால் திரள்கிறார்கள். தளபதி படத்தின் ஒரு

நாயகனான சூர்யா தனது இளம் தாயினால் கைவிடப்பட்ட, சேரியில் வளர்கிற அனாதை. இன்னொரு நாயகனான தேவராஜ் டாக்சி டிரைவர் யூனியன் தலைவராக இருந்து சட்டமன்ற உறுப்பினரின் அதிகாரத்திற்கு எதிராகச் செயல்படுகிறவன்.

இவர்கள் மூவருமே பிரதான சமூகத்தின் விளிம்புநிலை மனிதர்கள். அந்த சமூகத்தின் வன்முறையை அனுபவித்தவர்கள்.

அதிகாரத்தால் ஒடுக்கப்பட்டவர்கள். மும்பை சேரியின் தலைவன் வேலு நாயக்கர் என்றால், தான் வாழும் சேரியின் தலைவன் சூர்யா. இவர்களது விசுவாசத்தை அடிப்படையாக கொண்டு எளிய மனிதருக்கு உதவுபவன் தேவராஜ். எளிய பின்னணியில் இருந்து வந்து, வன்முறையை எதிர்கொண்டு, எளிய மனிதர்க்கான நீதியை வன்முறையின் வழி வழங்குபவர்களாக இவர்கள் ஆகிறார்கள்.

இவர்கள் ஒருவகையிலான அதிகாரத்திற்கு எதிர்திசையிலான எளிய மக்களின் அறத்தைப் பேசுபவர்கள். வன்முறையை தமது வாழ்வின் பொருளியல் மேம்பாட்டுக்கு இவர்கள் பாவிப்பதில்லை. இவர்கள் சேரிகளில் இருந்து உருவாகிற எளிய மனிதர்களின் காவலர்கள். வரதராஜ முதலியார் இவர்களின் நிஜ முகமாக இருந்தார். சமூக உறவுகளில் நிராகரிக்கப்பட்டோரின் குரலாக இவர்கள் இருந்தார்கள். இந்திய—தமிழக சாதிய, வர்க்க உறவுகளை வைத்துப் பார்க்கிறபோது இவர்கள் வன்முறைச் சுழலில் சிக்குப்பட்ட எளிய மனிதர்களின் காவலர்கள்.

நாயகன் படத்தில் வருகிற வன்முறை தொடர்பான ஒரு விவாதம் வேலு நாயக்கருக்கும் அவரது மகளுக்குமான உரையாடல். தளபதி படத்தில் வன்முறை—அதிகாரம் தொடர்பான ஒரு உரையாடல் சூர்யா—தேவராஜ் மற்றும் கலெக்டர் இடையிலான உரையாடல். இது அதிகாரத்திற்கு எதிராக எளிய மக்களின் நீதிக்காக எவ்வாறு சேரிவாழ் மனிதர்கள் உருவாகி வருகிறார்கள் என்பது தொடர்பான உரையாடல். வசதி படைத்தவருக்கு ஆதரவாக காவல்துறையும் நீதியமைப்பும் அதிகாரமும் இருக்கிறபோது ஏன் எளிய மனிதரின் நீதிக்காக தொழிற்சங்க வாதிகள், அவர்களது புதல்வர்கள் உருவாகி வருகிறார்கள் என்பது தொடர்பானது இந்த உரையாடல்கள்.

அவர்கள் நிறுத்தட்டும் நாங்கள் நிறுத்துகிறோம்' என்பது அதனது உச்சகட்டம். நிஜவாழ்வும், வரலாறும். இந்திய— தமிழக ஒதுக்கப்பட்ட சேரிமக்களும் அவர்தம் வன்முறை வழியும் தொடர்பானது அந்த உரையாடல்கள். நாயகனையும் தளபதியையும் தார்மீகப் பண்புள்ள நாயகர்களாக நிறுத்துவது இந்த உரையாடல்கள்தான்.

5

இத்தகைய மண்தன்மையும், குறிப்பான சமூக உறவுகளும், தமிழக வாழ்வு தொடர்பான தொடர்புகளும் ஏதுமற்ற வறண்ட சக்கையாக செக்கச் சிவந்த வானம் படம் இருக்கிறது. ரஹ்மானின் எக்கச்சக்கமான பாடல்களும் வசனத்தை மேவும் உள்ளீடற்ற தொடர்ந்த அதிரடி

இசையும் படத்தை உயிரற்ற ஜடமாக ஆக்கியிருக்கிறது.

செக்கச் சிவந்த வானத்தின் சேனாதிபதிக்கு நாயகன் வேலு நாயக்கன் போல, சூர்யா—தேவராஜ் போல எந்த ஆளுமையும் இல்லை. அடையாளமும் இல்லை. அவரிடம் எந்தவிதமான நீதிக்கான வேட்கையும் ஆற்றலும் இல்லை. எல்லாவிதத்திலும் அவர் பணக்காரர். தந்தையின் சொத்தை யார் நிர்வகிப்பது என்பதுதான் வாரிசுகளின் பிரச்சினை. எவருக்கும் குறைந்தபட்ச அறவுணர்வு கூடக்கிடையாது. எதற்காக எதன் பொருட்டு, எதில் ஆறுதலடைய, யாரை நேசிக்க, எவரது விசுவாசத்தை நிறைவேற்ற இவர்கள் வன்முறையில் ஈடுபடுகிறார்கள் என்பதற்கான எந்தவித உளவியல் உருவாக்கமும் பாத்திரங்களுக்கு இல்லை.

துப்பாக்கிச் சூடுகளும் இரத்தத் தெறிப்புகளும் கண்ணாடி மாளிகையும் கிரீச்சிடும் கார் துரத்தல்களும் நட்சத்திர நடிகர்களும் தொழில்நுட்பக்காரர்களும் இருந்தால் ஒரு கேங்க்ஸ்ட்டர் படத்தை உருவாக்கிவிட முடியும் எனும் எத்தனம் மட்டுமே செக்கச் சிவந்த வானம் படத்தில் இருக்கிறது. இக்காரணங்களின் அறுதியில் உயிரற்ற எலும்புக் கூடு மட்டுமே படமாகி எஞ்சுகிறது.

மணிரத்னத்தின் கேங்க்ஸ்ட்டர் படங்களில் அசலான தமிழ்வாழ்வையும் சமூகநீதியுணர்வு சார்ந்த பிரச்சினைகளையும்

சித்தரித்ததாக இரு படங்களை மட்டுமே குறிப்பிட முடியும். காட் பாதரும் வரதராஜ முதலியாரும் இதன் பின்னர் இருக்கிறார்கள். நாயக பாவமற்ற கமல்ஹாசனும் மம்முட்டியும் ரஜினிகாந்தும் இப்படங்களில் வழங்கிய நடிப்பும் இதற்கொரு காரணம். இத்தனைக்கும் அப்பால் இப்படங்களை தமிழர்தம் நினைவுகளை விட்டு நீங்காத படங்களாக ஆக்கியிருப்பது இளையராஜாவின் தமிழ் வாழ்வையும் தமிழுக்கு நெருங்கிய மானுடத் தருணங்களையும் உள்ளார்ந்து தழுவிய உன்னத இசை.

தத்துவ தரிசனமும் ஆன்மீக உன்னதமும் கொண்ட படம் என அதனது கதை வசனகர்த்தா ஜெயமோகனால் விதந்தோதலுடன் வந்த படம் மணிரத்னத்தின் கடல். மிகுந்த பாவனைகளும் செயற்கைத்தனமும் கொண்ட பெர்க்மன் என்னும் ஒரு கிறித்தவ செமினரி மாணவன்தான் இப்படத்தின் அடிப்படையான—மையமான கதைமனிதன்.

சாத்தானுக்கும் தேவனுக்குமான எதிர்மையை உடன்பாடான இயல்பாக அணுகுகிற பெர்க்மன் மகாக்கேவலமான, அருவருப்பான, கொடூரமான கடத்தல்காரன்—வில்லனாகி தான் செய்கிற ஒவ்வொரு தீயசெயலின் போதும்—தேவாலயத்தினுள் பாலுறவு, மனைவியைக் கொல்லுதல், காதலித்து ஏமாற்றுதல், மகளைக் கடத்துதல்—எதிர்ப்படுகிற எல்லா மனிதர்களிடமும் ‘நான் சாத்தான்டே, நான் சாத்தான்டே’ எனப் பிரசங்கம் செய்துகொண்டேயிருக்கிறான். எந்த தீயநோக்கம் கொண்டவனும் அடிப்படையில் தன்னைக் குறித்த எதிர்மறையான ஒரு சித்திரத்தை இப்படிப் பரப்பிக் கொண்டிருக்க மாட்டான். எப்போதுமே ஒரு பெரும் குற்றவாளி தனது குற்றத்திற்கான காரணத்தை நேர்மறையாக முன்வைக்கவே விழைவான். இவனைச் சுற்றியே கடலில் எல்லாப் பாத்திரங்களும் இயங்கும்போது இந்த வில்லனின் சாத்தான் கோருதல் வசனங்கள் ஒரு கோமாளியின் நடத்தையாக ஆகிவிடுகிறது. மணிரத்னம் படங்களிலேயே மிகுந்த பாவனையான பாத்திரம் என்றால் அது கடல் படத்தின் பெர்க்மன்தான்.

6

காவல்துறை சாகசத்தின் பாலான மணிரத்னத்தின் மயக்கம் சொல்லில் அடங்காதது. பகல்நிலவில் காவல்துறை அதிகாரியின் தங்கையை கதாநாயகன் காதலிக்கிறான். சத்ரியனில் காவல்துறை அதிகாரியே சாகசவீரன். நாயகனில் தன் தந்தையின பாவத்தைக் கழுவ மகள் காவல்துறை அதிகாரியை மணக்கிறார். தளபதியில்

அறுதியில் இரு நாயகர்களையும் மீறி கலெக்டர் மேலெழுகிறார். செக்கச் சிவந்த வானத்தில் அத்தனை பேருக்கும் பெப்பே சொல்கிற புத்திசாலியாக காவல்துறை அதிகாரி இருக்கிறார்.

மணிரத்னத்தின் படங்களில் ரோஜா, உயிரே, ஆயுத எழுத்து, பம்பாய் என எல்லாப் படங்களிலும் அரச வன்முறை சாகசம் எனும் பெயரில் பெருமையாக முன்வைக்கப்படுகிறது. இந்த அரச வன்முறை சார்பு உளவியல் மணிரத்னம் கதை எழுதிய நவரசா குறும்படமான துணிந்த பின்(2021) படத்திலும் இருக்கிறது. அரச வன்முறையை வழிபடும் மணிரத்னத்தின இந்தப் பண்பை அவரது எல்லாப் படங்களிலும் நாம் நீக்கமறக் காணமுடியும்.

மணிரத்னத்தின் கேங்க்ஸ்ட்டர் படங்களில் அறுதிநிலைப்பாடாக காவல்துறை குறித்த சார்புநிலை, நீதியின் அறுதியிடமாக அந்த அதிகாரமே ஆவதை நாம் காணமுடியும். இதனைக் காவல்துறை சாகச ஆராதனையாக நாம் காண்பதை விடவும் அரச வன்முறையின் ஆராதனையாகவே நாம் சொல்ல முடியும்.

மணிரத்னம் இயக்கிய படங்கள்

முதல் மூன்று படங்கள்
1983
பல்லவி அனுபல்லவி (கன்னடம்)
கதை வசனம் மணிரத்னம்
ஒளிப்பதிவு பாலுமகேந்திரா

1984
உணரு (மலையாளம்)
கதை வசனம் டி.தாமோதரன்
ஒளிப்பதிவு ராமச்சந்திரபாபு

1985
பகல் நிலவு (தமிழ்)
கதை வசனம் மணிரத்னம்
ஒளிப்பதிவு ராமச்சந்திரபாபு

1985
இதயக் கோவில்
கதை வசனம் ஆர்.செல்வராஜ்
ஒளிப்பதிவு ராஜராஜன்

1986
மௌன ராகம்
கதை வசனம் மணிரத்னம்
ஒளிப்பதிவு பி.சி. சிறீராம்

1987

நாயகன்

கதை வசனம் மணிரத்னம்

ஒளிப்பதிவு பி.சி. ஸ்ரீராம்

1988

அக்னி நட்சத்திரம்

கதை வசனம் மணிரத்னம்

ஒளிப்பதிவு பி.சி. ஸ்ரீராம்

1989

இதயத்தை திருடாதே (தமிழ்)

கீதாஞ்சலி (தெலுங்கு)

கதை வசனம் மணிரத்னம்

ஒளிப்பதிவு பி.சி. ஸ்ரீராம்

1990

அஞ்சலி

கதை வசனம் மணிரத்னம்

ஒளிப்பதிவு மது அம்பாட்

1991

தளபதி

கதை வசனம் மணிரத்னம்

ஒளிப்பதிவு சந்தோஷ் சிவன்

மணிரத்னம் இயக்கிய படங்கள்

(ஏ.ஆர்.ரஹ்மான் இசையில்)

1992
ரோஜா
கதை மணிரத்னம்
வசனம் சுஜாதா
ஒளிப்பதிவு சந்தோஷ் சிவன்

1993
திருடா திருடா
கதை மணிரத்னம்
வசனம் சுஜாதா, சுஹாசினி
ஒளிப்பதிவு பி.சி. சிறீராம்

1995
பம்பாய்
கதை வசனம் மணிரத்னம்
ஒளிப்பதிவு ராஜீவ் மேனன்

1997
இருவர்
கதை மணிரத்னம்
வசனம் சுஹாசினி
ஒளிப்பதிவு சந்தோஷ் சிவன்

1998
உயிரே(தமிழ்)
தில் ஷே (இந்தி)
கதை மணிரத்னம்
வசனம் சுஜாதா
ஒளிப்பதிவு சந்தோஷ் சிவன்

2000

அலைபாயுதே(தமிழ்), சாதியா(இந்தி)
கதை வசனம் ஆர்.செல்வராஜ், மணிரத்னம்
ஒளிப்பதிவு பி.சி. சிறீராம்

2002

கன்னத்தில் முத்தமிட்டால்
கதை வசனம் சுஜாதா, மணிரத்னம்
ஒளிப்பதிவு ரவி.கே.சந்திரன்

2004

ஆய்த எழுத்து(தமிழ்) யுவா(இந்தி)
கதை மணிரத்னம்
வசனம் சுஜாதா
ஒளிப்பதிவு ரவி.கே.சந்திரன்

2007

குரு (தமிழ்-இந்தி;)
கதை மணிரத்னம்
வசனம் அழகம்பெருமாள்
ஒளிப்பதிவு ராஜீவ் மேனன்

2010

ராவணன்(தமிழ்)
ராவண்(இந்தி)
கதை வசனம் மணிரத்னம்
ஒளிப்பதிவு சந்தோஷ் சிவன், மணிகண்டன்

2013
கடல்
கதை ஜெயமோகன்
வசனம் ஜெயமோகன்
ஒளிப்பதிவு ராஜீவ் மேனன்

2015
ஓகே காதல் கண்மணி
கதை வசனம் மணிரத்னம்
ஒளிப்பதிவு பி.சி.சிறிராம்

2017
காற்று வெளியிடை
கதை வசனம் மணிரத்னம்
ஒளிப்பதிவு ரவிவர்மன்

2018
செக்கச் சிவந்த வானம்
கதை வசனம் மணிரத்னம், சிவா ஆனந்த்
ஒளிப்பதிவு சந்தோஷ் சிவன்;

2022-23
பொன்னியின் செல்வன்
கதை கல்கி
வசனம் மணிரத்னம், இளங்கோ குமாரவேல், ஜெயமோகன்
ஒளிப்பதிவு ரவிவர்மன்

மணிரத்னம் கதை எழுதிய படங்கள்

1990
சத்ரியன்
இயக்குனர் கே சுபாஷ்

1993
காயம்
இயக்குனர் ராம் கோபால் வர்மா

1995
இந்திரா
இயக்குனர் சுஹாசினி

1999
தாஜ்மஹால்;
இயக்குனர் பாரதிராஜா

2001
டும் டும் டும்
இயக்குனர் அழகம்பெருமாள்

2020
வானம் கொட்டட்டும்
இயக்குனர் தனசேகரன்

மணிரத்னம் தயாரித்த படங்கள்

1990
சத்ரியன்
இயக்குனர் கே சுபாஷ்

1993
தசரதன்
இயக்குனர் ராஜா கிருஷ்ணமூர்த்தி

1995
ஆசை
இயக்குனர் வசந்த்

1997
நேருக்கு நேர்
இயக்குனர் வசந்த்

2001
டும் டும் டும்;;
இயக்குனர் அழகம்பெருமாள்

2002
பைவ் ஸ்டார்
இயக்குனர் சுசி கணேசன்

2020
வானம் கொட்டட்டும்
இயக்குனர் தனசேகரன்

யமுனா ராஜேந்திரனின் பிற நூல்கள்

கலாச்சார அரசியல் கோட்பாடு:

1. இரத்தமும் சாம்பலும்: சே குவேரா, பிடல் காஸ்ட்ரோ எழுத்துக்கள் (வெளிச்சம்).
2. சேகுவேராவும் பிராங்க் ஹாம்பரும்: நிஜமும் நிழலும் (வெளிச்சம்).
3. அமெரிக்கக் கால்பந்து: ஹெரால்ட் பின்ட்டர் (நந்தினி).
4. நான் பின்நவீனத்துவ நாடோடி இல்லை (உயிர்மை).
5. அரசியல் இஸ்லாம் (உயிர்மை).
6. ஜிப்ஸியின் துயர நடனம் (உயிர்மை, என்சிபிஹெச்).
7. பாப்லோ நெருதாவின்; துரோகம் (உயிர்மை).
8. ஈழம்: எதிர்ப்பு அரசியலின் எதிர்காலம் (அடையாளம்).
9. அரபுப் புரட்சி: மக்கள் திரள் அரசியல் (அடையாளம்).
10. ஆயுதப் போராட்டத்தினால் இனி உலகைக் காப்பாற்ற முடியாது: எஸ்.என்.நாகராசனுடன் சந்திரகுமார், விசுவநாதன், பொன் சந்திரன் ஆகிய தோழர்களுடன் இணைந்த உரையாடல் (கயல்கவின்).
11. தமிழன் என்பவன் உலகளாவிய மனிதன் (பனுவல், கறுப்பு).
12. பாரிஸ் கம்யூன் தோழர்களின் ஆவி (கறுப்பு).
13. கலைக்கும் புரட்சிக்கும் இடையில் (உயிர்).

கவிதை மொழிபெயர்ப்பு:

1. மூன்றாம் உலகப் பெண் கவிதைகள் (வெளிச்சம்).
2. கறுப்புச் சூரியன்: ஆப்பிரிக்க விடுதலைக் கவிதைகள் (வெளிச்சம்).
3. எனக்குள் பெய்யும் மழை (கிஸ்வர் நஹீத் (உயிர்நிழல், புது எழுத்து).
4. கடைசி உயிலும் கடைசி வாக்குமூலமும் (தாமரைச் செல்வி, தமிழ் தகவல் நடுவம், உயிர்மை. கறுப்பு).
5. ஹிட்லரின் முதல் புகைப்படம் : விஸ்லாவா சிம்போர்ஸ்கா : நண்பர் பாலகிருஷ்ணனுடன் இணைந்து (உயிர்மை, பிரக்ஞை, கறுப்பு).
6. இது எனது நகரம் இல்லை : தஸ்லீமா நஸ்ரின் (உயிர்மை, பிரக்ஞை, கறுப்பு).
7. ஒரு ரகசிய விருந்துக்கான அழைப்பு : ஜோமனா ஹத்தாத் : நண்பர் எஸ். வி. உதயகுமாருடன் இணைந்து (உயிர்மை, பிரக்ஞை, கறுப்பு).
8. நான் மடிந்து போவதை காணவே அவர்கள் விரும்புவர் : மஹ்மூத் தர்வீஷ்: நண்பர்கள் எஸ். வி. உதயகுமார், ஆர். பாலகிருஷ்ணன் ஆகியோருடன் இணைந்து (உயிர்மை, கறுப்பு)
9. மலைகளைத் தவிரவும் எமக்கு நண்பர்கள் இல்லை (உயிர்மை, கறுப்பு).
10. கவிதையும் மரணமும் : மஹ்மூத் தர்வீஷ் : நண்பர்கள் எஸ். வி. உதயகுமார், ஆர். பாலகிருஷ்ணன ஆகியோருடன் இணைந்து (கறுப்பு).
11. ஞாயிற்றுக்கிழமை அதிகாலைச் சதுக்கம் (கறுப்பு).
12. நிலவு குறித்து நிறையப் பயங்கள்: சுஜாதா பட் (புது எழுத்து).

திரைப்படம்:

1. அரசியல் சினிமா 16 இயக்குனர்கள் (தமிழ் தகவல் நடுவம், நிழல்).
2. ஆப்பிரிக்க சினிமா (நிழல்).
3. சினிமா சித்தாந்தம் கலை (சினி சங்கம்).
4. மாற்றுச் சினிமா: நம்பிக்கைகளும் பிரமைகளும் (சினி சங்கம்).
5. புகலிட சினிமா: தோழர் பிரான்ஸ் அருந்ததியுடன் இணைந்து (முகம், தமிழ் தகவல் நடுவம்).
6. மணிரத்னத்தின் சினிமா (கனவு).
7. சொல்லப்படாத உலகம் (அம்ருதா).
8. இந்து முஸ்லீம் பிரச்சினைச் சினிமா (உயிர்மை).
9. வன்முறை—பாலுறவு—திரைப்படம் (உயிர்மை).
10. இலங்கையின் கொலைக்களம் (பேசாமொழி).
11. புத்தனின் பெயரால் (உயிர்மை, பேசாமொழி).
12. எனக்குத் தாய்நாடு என்பதே இல்லை (பேசாமொழி).
13. பேசுவதை நிறுத்திக்கொண்ட சிறுவன் (பிரக்ஞை, பேசாமொழி).
14. பாலுமகேந்திரா கலையும் வாழ்வும் (பேசாமொழி).
15. கமல்ஹாசன்: உத்தம வில்லன் (பேசாமொழி).

தொகை நூல்கள்:

1. தை எழுச்சி: குடிமைச் சமூகமும் அதிகார அரசியலும்: நண்பர்கள் செ.சண்முகசுந்தரம், இரா. தமிழ்க்கனல் ஆகியோருடன் இணைந்து (என்சிபிஹெச்).
2. ஜெயமோகன்: இந்துத்துவ பாசிசத்தின் இலக்கிய முகம்: தோழர் பா.பிரபாகரனுடன் இணைந்து (கறுப்பு).